வண்டல்: தஞ்சை வட்டார எழுத்துக்கள்

உள் அட்டையில் காணும் சிற்பக் காட்சியில், பகவான் புத்தரின் அன்னை மாயாதேவி கண்ட கனவின் பலனை மன்னர் சுத்தோதனருக்கு நிமித்திகர் மூவர் விளக்குகின்றனர். அவர்களுக்குக் கீழே அமர்ந்து அந்த விளக்கத்தை எழுதுகிறார் ஓர் எழுத்தர். எழுதும் கலையைச் சித்தரிக்கும் முதல் இந்தியச் சிற்பம் இதுவாகவே இருக்கலாம்.

நாகார்ஜுன மலைச்சிற்பம் கி.பி. இரண்டாம் நூற்றாண்டு. (படஉதவி: நேஷனல் மியூசியம், புது தில்லி)

வண்டல்: தஞ்சை வட்டார எழுத்துக்கள்

தொகுப்பாசிரியர்
இரா. காமராசு

சாகித்திய அகாதெமி

Vandal: Thanjai Vattara Yezhuthukal - Symposium Papers, Compiled by R. Kamarasu, Sahitya Akademi, New Delhi, 2016. Rs. 115/-

© சாகித்திய அகாதெமி

முதல் பதிப்பு : 2016

தலைமை அலுவலகம்:

சாகித்திய அகாதெமி, 'இரவீந்திர பவன்,' 35, பெரோஸ்ஷா சாலை, புது தில்லி - 110 001.

விற்பனை அலுவலகம்:

'ஸ்வாதி,' மந்திர் சாலை, புது தில்லி - 110 001.

மண்டல அலுவலகங்கள்:

மத்தியக் கல்லூரி வளாகம், பல்கலைக்கழக நூலகக் கட்டடம், டாக்டர் அம்பேத்கர் வீதி, பெங்களூரு - 560 001.

4, டி.எல். கான் சாலை, கொல்கத்தா - 700 025.

172, மும்பை மராத்தி கிரந்த சங்கிரகாலய சாலை, தாதர், மும்பை - 400 014.

சென்னை அலுவலகம்:

குணா பில்டிங்ஸ், 443, அண்ணா சாலை, தேனாம்பேட்டை, சென்னை - 600 018.

ISBN-978-81-260-5218-9

Rs. **115.00**

Visit our Website at http://www.sahitya-akademi.gov.in

Laser Execution: **vsn - Image Digital,** ***Chennai - 17.***

Design: PSS Rao - Spectrum Graphics Studio - Chennai - 17.

Printed at: VPK Offset, Chennai - 78.

பொருளடக்கம்

நன்றியுரை...		7
1.	வண்டல் இலக்கியம் -கி. நாச்சிமுத்து	9
2.	தஞ்சையும் வண்டலும் -இரா. காமராசு	14
3.	நாட்டார் கதை மரபின் மீட்சி -புனிதா கணேசன்	23
4.	தஞ்சை மொழி எனும் மாயையை நீக்கிய வண்டல் சேற்றின் நறுமணம் -க. ஜவகர்	28
5.	வட்டாரக் கதை மொழியின் விதை நெல் கோட்டை -சி.எம். முத்து -வியாகுலன்	40
6.	சுபாஷ் சந்திரபோஸ் படைப்புகள் -மா. கோவிந்தராசு	57
7.	பாவைச் சந்திரனின் நல்ல நிலம் - நிலமும் நிலம் சார்ந்தும் -சே. கல்பனா	77
8.	சிந்துக்கவிஞர் வாய்மைநாதன் படைப்புகள் -அ.ப. பாலையன்	92
9.	கீழ்த் தஞ்சையின் வரலாற்றாவணம்: சு. தமிழ்ச் செல்வியின் படைப்புகள் -நடேசன் ஞானதிரவியம்	106

| 10. | உத்தம சோழன் படைப்புகள்: திணையியல் நோக்கில் வண்டல் வாழ்வியல் | 115 |

-முனைவர் சு. மாதவன்

நானும் என் எழுத்தும் படைப்பாளர் குரல்

1.	சோலை சுந்தர பெருமாள்	147
2.	சி. எம். முத்து	168
3.	ச. சுபாஷ் சந்திரபோஸ்	196
4.	பாவைசந்திரன்	212
5.	வாய்மைநாதன்	217
6.	உத்தமசோழன்	225

கட்டுரையாளர்கள்	238
படைப்பாளிகள்	240

- - - -

நன்றியுரை...

"வண்டல்: தஞ்சை வட்டார எழுத்துக்கள்" ஒரு நாள் உரையரங்கம் சாகித்திய அகாதெமியின் சார்பில் தஞ்சாவூர் பாரத் கல்லூரியில் 22-07-2015 அன்று நடைபெற்றது. இக் கருத்தரங்கினை நடத்துவதற்கு பெருந்துணைநின்ற சாகித்திய அகாதெமி செயலாளர் டாக்டர் கே. சீனிவாசராவ் அவர்களுக்கும், தமிழ்மொழி ஒருங்கிணைப்பாளர் பேராசிரியர் கி. நாச்சிமுத்து அவர்களுக்கும், தமிழ்மொழி ஆலோசனைக்குழு உறுப்பினர்களுக்கும் நன்றியறிதலை உரித்தாக்குகின்றேன். அன்றைய பொறுப்பு அலுவலர் திரு. கே.பி. ராதாகிருஷ்ணன், இன்றைய பொறுப்பு அலுவலர் திரு. அ.சு. இளங்கோவன், பதிப்புத்துறை பொறுப்பாளர் திரு. சிந்தாலப்புடி சீனிவாஸ் ஆகியோருக்கும் நன்றிகள்.

இந்நிகழ்வினை மிகச் சிறப்பாக நடத்திட இடமளித்து, ஒத்துழைப்பு நல்கிய பாரத் கல்விக் குழுமங்களின் தலைவர், கவிஞர் புனிதா கணேசன் அவர்களுக்கு நன்றி உரியது. பாரத் கல்லூரி தமிழ்த்துறைத் தலைவர், முனைவர் த. வீரையன் மற்றும் பேராசிரியர்கள் ந. லெனின், ந. சுதா, பெ. கவிதா, பா. அமுதசித்ரா, க. மகேஸ்வரி, மா. சதானந்தம், மெ. சிவரஞ்சனி ஆகியோருக்கும் மக்கள் தொடர்பு அலுவலர் திரு. ச. கணேசன் அவர்களுக்கும் நன்றிகள்.

தற்பொழுது எழுதிக்கொண்டிருக்கும் படைப்பாளிகளை உற்சாகப்படுத்தும் நோக்கில் இந்தக் கருத்தரங்கம் அமைக்கப் பட்டது. தஞ்சை வட்டார வாழ்வைப் பிரதிபலிக்கும் வகையில் பலர் எழுதி வருகின்றனர். எனினும் இக்கருத்தரங்கில் ஒரு சிலரே இடம் பெற முடிந்தது. இந்தத் தேர்வில் வேறு நோக்கங்கள் இல்லை. புதினப் படைப்பாளிகள், இம்மண்ணில் வேரூன்றி நிற்பவர்கள் என்பதுடன்கூட, ஒரு நாள் அமர்வில் எண்ணிக்கையும் முக்கியமாகையால், ஒரு சிலருக்கு மட்டுமே வாய்ப்பளிக்க முடிந்தது. சாகித்திய அகாதெமியோ, பிற அமைப்புகளோ இதைத்

தொடரலாம். எல்லாப் படைப்பாளிகளுக்கும் தொடர்ந்து ஊக்கம் தர வேண்டும். இம் மண்ணின் எழுத்தாளரும் கணையாழி இதழின் ஆசிரியரும் முன்னைத் துணைவேந்தருமான முனைவர் ம. ராசேந்திரன் இக்கருத்தரங்கின் மைய உரையினை வழங்கிச் சிறப்பித்தார்.

இலக்கியத் திறனாய்வாளர்கள் முனைவர் க. ஜவஹர், கவிஞர் வியாகுலன், முனைவர் மா. கோவிந்தராசு, முனைவர் சே. கல்பனா புலவர் அ.ப. பாலையன், முனைவர் நடேசன், ஞானதிரவியம், முனைவர் சு. மாதவன் ஆகியோர் கட்டுரைகள் வழங்கி உள்ளனர். அத்துடன் படைப்பாளிகள் சோலைசுந்தரபெருமாள், சி. எம்.முத்து, ச. சுபாஷ்சந்திரபோஸ், பாவை சந்திரன், வாய்மைநான், உத்தம சோழன் ஆகியோர் அவர்தம் படைப்புப் பின்புலத்தை அளித்துள்ளனர். இது படைப்புருவாக்கத்துக்கானக் காரணிகளை வாசகர்கள் அறிய உதவும்.

பேராசிரியர் கி. நாச்சிமுத்து அவர்கள் வண்டல் இலக்கியத்துக்கான தேவை குறித்து அழகியதொரு தலைமை உரை ஆற்றினார்கள். அதுவும் இந்நூலுக்கு மெருகூட்டுகிறது. எனது அறிமுக உரையும் இடம் பெற்றுள்ளது.

இந்நூலைத் தொகுத்து அளிக்க உதவிட்ட எமது ஆய்வாள நண்பர்கள் முனைவர் ரெ. சுதாகர்வடிவேலு, கோ. ப. குணவதி, ந. பிரகாஷ், த. தாமரைச்செல்வன், மெய்ப்புத்திருத்தம் செய்து உதவிட்ட பேராசிரியர் முனைவர் பொ. திராவிடமணி உள்ளிட்ட அனைவருக்கும் அன்பும் நன்றியும்.

நூலை அழகிய முறையில் வடிவமைத்த (Lay-Out) இமேஜ் டிஜிட்டல், சென்னை - 17 வலங்கைமான் திரு. வி.எஸ். நாராயணன் அவர்களுக்கும் நன்றி.

தொகுப்பாசிரியர்
இரா. காமராசு

1. வண்டல் இலக்கியம்

-கி. நாச்சிமுத்து

வண்டல் எனப்படும் கீழ்த்தஞ்சைப் பகுதிகள் ஒரு வியப்பூட்டும் வரலாற்றுப் புதிர்கள். தமிழகத்தின் நெற்களஞ்சியம் கலைகளின் தொட்டில் பல சமயக் கோவில்களும் குளங்களும் நிரம்பிய பகுதி புகார் நாகப்பட்டினம் போன்ற தமிழனின் கடலோடி வாழ்க்கையின் சுவடுகள் நாகரிகத்தின் இருப்பிடம் என்றெல்லாம் பெருமைப்படத்தக்க சோழ நாட்டின் இதயமான பகுதி. வான்பொய்ப்பினும் தான் பொய்யாக் காவிரி பாய்ந்து சோற்றால் மடையடைக்கும் சோழவளநாடு. கொங்குநாடு போன்ற வறண்டமானம் பார்த்த பகுதிகளைச் சேர்ந்த என் போன்ற மக்களுக்கு ஐம்பது ஆண்டுகளுக்கு முன்பு இப்பகுதி பெரிய வியப்பான அனுபவம். எங்கும் பச்சை. சலசலத்து ஓடும் காவிரியும் அதன் கிளைகளும் இன்னும் எண்ண முடியாத நீர்ச்சால்களும் சொக்கவைக்கும் அனுபவமாக இருந்தன. ஆனால் ஐம்பது ஆண்டுகளுக்குப் பிறகு இப்பகுதிக்கு வந்து வாழும் போது அதிர்ச்சியாக இருக்கிறது. வறண்ட காவிரி அதன் கிளைகள் கால்கள். தரிசாகக் கிடக்கும் கடைமடைப்பகுதி. ஐம்பது ஆண்டுகளுக்கு முன்பு நான் சிதம்பரத்திலிருந்து கேரளத்திற்குச் சென்ற போது சோழ நாடும் கேரளமும் வளத்திலும் வறுமையிலும் ஒத்திருந்தன. ஒத்த நிலமும் வீடும் மக்களும். ஆனால் ஐம்பது ஆண்டுகளில் கேரளம் வெளிநாட்டுத் தொடர்பால் முற்றிலும் வேறுபட்டுப் புதுமையைப் பறைசாற்றும்படி வளர்ந்துவிட்டது. ஆனால் இப்பகுதி அன்றிலிருந்ததை விடச் சிதைந்துவிட்டது. அதே குடிசை வீடுகள். கோவை போன்ற பகுதிகள் 1950களில் இருந்தது போன்ற சாலைகள் கடைத் தெருக்கள். மெலிந்து உயரம் குறைந்து போன மக்கள். சத்துணவுப் பற்றாக்குறையைப் பறை சாற்றும் கோணல்கால்களுடன் நடக்கும் முதியவர்கள். இரண்டாயிரம் ஆண்டாகப் பட்டினி கிடந்தவர்கள்போல. நிலம் மருதமாக இருந்தாலும் பெரும்பான்மை மக்கள் ஆயர்களாக

முல்லை வாழ்க்கை வாழ்கிறார்கள். கல்வி நிலையில் இங்குள்ள பெரும்பான்மையான மக்கள் தேசிய அளவில் பின்தங்கியவர்கள். இது தலித் இன்னும் மிகப் பின்தங்கியவர்கள் நிலையோ மிகப் பரிதாபமானது. இங்கு உருவான அரசியல் இயக்கங்கள் காங்கிரஸ் பொது உடமை திராவிட எல்லாம் தான் சாதித்தவை சில உண்டு என்றாலும் கேரளத்தில் நடந்தது போன்ற சமூக நீதி நிலை நாட்டப் பட்ட மாதிரித் தெரியவில்லை. நந்தனார் புன்குரம்பைச் சிற்றிலில் வாழ்ந்ததாக ஆயிரம் ஆண்டுகட்கு முன்பு எழுதிய சித்திரம் மாறவில்லை. இவற்றை எல்லாம் பார்க்கும் போது இங்கு நாம் காணும் ஆன்மிக மையங்களான கோயில்களால் பெருமை கொள்ள முடியவில்லை. அவை இன்று சீரழிந்து காணப் படுவதைவிட இவற்றை எல்லாம் உருவாக்கிய மக்கள் வாழ்வு உருக்குலைந்து காணப்படுவதுதான் தாங்க முடியாத வலியாக இருக்கிறது.

இந்தியாவில் உள்ள பொருளாதாரம், கல்வி, பண்பாட்டில் பின்தங்கிக் கெட்டுப்போன சிறப்பு திருவாரூர்க்கு தேசிய அளவில் உண்டு. தில்லியில் உள்ள ஜவஹர்லால் நேரு பல்கலைக்கழகம் போன்றவற்றில் திருவாரூர் மாணவர்கள் பின்தங்கிய நிலையை நோக்கி நுழைவுத் தேர்வு மதிப்பெண் முதலியவற்றில் சலுகைகள் உண்டு. இங்கு தமிழ்நாடு மத்தியப் பல்கலைக்கழகம் அமையவும் இதுதான் உதவிற்று. கலைஞர் அதை இங்கு கொண்டுவரத் தன் பங்கை நிறைவேற்ற இதுதான் உதவியிருக்கவேண்டும்,

இங்கு என்னதான் நடந்தது. பெரிய வரலாற்றுச் சதி. இந்த மக்கள் சோற்றால் மடை அடைத்திருந்தால் ஏன் இப்படி உடம்பு நொந்து போனார்கள். அப்படியானால் இங்கு உண்டு கொள்ளுத்தவர்கள் யார்? இந்தப் பகுதியைத் தமிழர்கள் அல்லாதவர்கள் யார் யாரோ ஆண்டிருக்கிறார்கள். அவர்கள் எல்லாம் இந்நாட்டின் பழங்குடிகளைப் பட்டினிபோட்டு அவர்கள் நாட்டிலேயே ஓரங்கட்டினார்களா? இங்கு வளர்ந்த பக்தி இயக்கமும் கோயில்களும் இவர்களுக்கு வரமா சாபமா?

விடுதலைக்கு முன் இங்குள்ள மக்கள் கல்வி அறிவிலும் பின்தங்கி அடிமைகளாகத் தென்கிழக்கு நாடுகள் முதலிய வற்றிற்குக் கூலிகளாகப் போனார்கள்.

இப்படி உலகுக்கே நாகரிகத்தின் செழுமையை தந்த வண்டல் என அழைக்கப்படும் இந்தப் பகுதியின் மக்கள் வாழ்ந்து கெட்டவர்கள். இவர்கள் வாழ்ந்த பெருவாழ்வையும் வாழ்ந்து கெட்ட வாழ்வையும் இங்கே உள்ள எழுத்தாளர்கள் எப்படிப் படைத்துள்ளார்கள். ஏனைய கலைகளோடு செழித்து வளர்ந்த இலக்கியக் கலையின் வரலாறென்ன? ஈட்டிய சாதனைகள் என்ன? சரிவுகள் என்ன? இந்த இலக்கிய வரலாறுகளை நிகழ்த்தியவர்கள் யார்? இவற்றையெல்லாம் வரலாற்று முறையிலும் இலக்கியத் திறனாய்வு முறையிலும் ஒப்பியல் இலக்கிய நோக்கிலும் ஆராய்ந்து உரைக்க வேண்டியுள்ளது.

வண்டல் இலக்கியம் என்ற சொல்லாட்சியை வழக்குக்குக் கொண்டு வந்தவர் எழுத்தாளர் சோலை சுந்தர பெருமாள். அவருடைய அருமையான நாவல்கள் சிறுகதைகள் திரட்டுகள் போன்றவை அந்த அடையாளத்தை வரையறுக்க அதாவது இலக்கணத்தை வரையறுக்க நல்ல தரவாக இலக்கியமாக அமைகின்றன. கரிசல் இலக்கியம் என்ற வழக்காட்சியும் வரையறையும் இதுபோன்று கி. ராஜநாராயணனை முன்னிறுத்தி நாம் பார்ப்பது மரபாக உள்ளது. தமிழ்நாட்டின் ஏனைய பகுதிகளான கொங்கு நாடு என்ற முறையில் இலக்கியங்களைப் பகுத்துப் பார்ப்பதும் இலக்கிய வரலாற்றில் காணப்படுகிறது. என்னுடைய பார்வையில் வண்டல் மண்ணின் மைந்தர்கள் வாழ்வை மையமாகக் கொண்டது வண்டல் இலக்கியம். அதுவும் அதிலுள்ள பெரும்பான்மையும் மண்ணைச் சார்ந்து வாழ்பவர்கள் வாழ்வை மையமிட்டவை. சங்கச் சொல்லில் சொல்வதானால் திணைக்குடிகள் வாழ்வை மையமிட்டது. சங்க ஐந்திணை மரபு திணைக்குடிகளையே கருப்பொருள் மக்கள் என்கிறது. திணை மீக்குடிகளான அந்தணர் அரசர் வணிகர் போன்றோர் திணைமீக்குடிகள். அவர்கள் வாழ்வை மைய மிட்டதன்று ஐந்திணை மரபு. இந்த முறையிலும் வண்டலை வண்டல்மண்சார்ந்த மக்கள் வாழ்வை மையமிட்டது என வரையறுக்கலாம்.

சோலைசுந்தர பெருமாள் தன்னுடைய தஞ்சைச் சிறுகதைகள் என்ற (1993) முன்னோடி வட்டாரச் சிறுகதைத் தொகுப்பு முன்னுரையில் குறிக்கிற சில செய்திகளை நாம் வண்டல் இலக்கியம்பற்றிய சிந்தனைக்கு அடிப்படையாக அமைத்துக்

கொள்ளலாம்.

வண்டல் இலக்கியம் என்ற வட்டார இலக்கியத்தின் வரலாற்றை நாம் தற்கால இலக்கியத் தோற்றத்திலிருந்து நாம் தொடங்கலாம். எனினும் பத்தொன்பதாம் நூற்றாண்டில் தற்கால மறுமலர்ச்சிக் காலம் தொடங்குவதன் முன் இருந்த செவ்வியல் இறுதிக்காலத்தில் தம் இலக்கியப் பணிகளை மேற்கொண்டிருந்து மீனாட்சி சுந்தரம்பிள்ளை போன்று ஊர்ப்புராண ஆசிரியர் படைப்புகளிலிருந்து வண்டல் இலக்கியத்தின் வளர்ச்சி மாற்றங்களை நாம் ஆராய்ந்து பார்க்கலாம். மீனாட்சி சுந்தரம் பிள்ளை போன்றவர்கள் ஒரு கற்பனை கலந்த புராணமரபை இயற்கையையும் அங்குள்ள உயர்வகுப்பினர் சமய நிறுவனங்கள் போன்றவற்றையும் முன்னிறுத்தி அழகான சொல்லோவியங்கள் படைத்துப் போயிருக்கிறார்கள்.

அது போன்றே புதுக்காலத்தின் முன்னோடிகளான மாயூரம் வேதநாயகம் பிள்ளை, நடேச சாஸ்திரி போன்றவர்கள் பழைய செவ்வியல் காலத்தன்மை கொண்ட வாழ்வின் சீரையும் சிறப்பையும் மட்டுமே கண்டு இலக்கியம் படைத்திருப்பார்கள் என்று தோன்றுகிறது. கா. சீ. வேங்கடரமணி மூவலூர் இராமமிருதத்தம்மையார் போன்றவர்கள் சமூகத்தளத்திற்கு இலக்கியப்படைப்புகளை நகர்த்தியிருக்கிறார்கள். பின் யதார்த்தவாதப் போக்கில் தி.ஜர., குபரா., பிச்சமூர்த்தி, கலைஞர் கருணாநிதி, முரசொலி மாறன், எம்.வி. வெங்கட்ராம், தி. ஜானகிராமன், கல்கி, இந்திராபார்த்தசாரதி, செம்மலர் கே. முத்தையா சா. கந்தசாமி, தஞ்சை பிரகாஷ், சி.எம்.முத்து, சோலை சுந்தரபெருமாள் என்று பலர் இலக்கியப் பணியில் ஈடுபட்டிருக்கிறார்கள். இங்கே சித்தி சுனைதா பேகம் போன்றவர் பெயரும் நினைவுக்கு வருகின்றது.

இந்தப் பட்டியல் இறுதியானதல்ல. இன்று எழுதிவருபவர்கள் பலர் உத்தம சோழன், இரா. காமராசு, ம.இராசேந்திரன், தமிழ்ச்செல்வி- கவிஞர்கள் வாய்மைநாதன், தேன்மொழி- இங்கே ஒரு கேள்வி வண்டலை மையமிட்டு எழுதுவதுதான் வண்டல் எழுத்து. வண்டல் பகுதி எழுத்தாளர்கள் வேறு இருக்கிறார்கள். இன்னும் வண்டல் சிறுகதை புதினங்கள் போகக் கவிதை

நாடகம்,பயணம், (நடந்தாய்வாழி காவேரி) என்று பல துறைகள் இருக்கின்றன. வண்டல் இலக்கியத்தை உள்ளடக்கிய பிற கலைத் துறைகளையும் பார்க்கவேண்டும்.

இவற்றில் பழைய கற்பனை வாதப்படைப்புகள், வரலாற்றுப் படைப்புகள், துப்பறியும் படைப்புகள், சமூக யதார்த்தவாதப் படைப்புகள் என்ற முறையில் வகை செய்யலாம் என்று தோன்றுகிறது. இது பற்றிய விவாதங்கள் இவ்விலக்கியங்களைத் தொகுத்து வரலாறெழுதிப் பார்க்கும் போது தெளிவுபடும் என நினைக்கிறேன். இதற்கெல்லாம் இவ்வுரையரங்கு வழிகோலும் என நம்புகிறேன்.

இந்த இடத்தில் தமிழ் இலக்கிய வரலாற்றை வட்டார நோக்கில் எழுத வேண்டிய தேவையையும் நாம் இங்கு நினைத்துப் பார்க்கலாம். பழைய மண்டல சதகங்கள் போல இன்று மாவட்ட இலக்கிய வரலாறு எழுதப்பெறவேண்டும். வட்டார வரலாறுகள் போல இவையும் இன்று தேவை. அவ்வப்பகுதி மக்கள் தங்கள் பகுதியின் நாட்டு வரலாற்றையும் தொல் பழமை வரலாற்றையும் மட்டுமின்றி தங்கள் பகுதியின் இலக்கியக் கலை அறிவியல் வரலாற்றைத் தொகுத்து எழுத வேண்டும்.

உடலாலும் அறிவாலும் நொந்து போன மக்களின் வாழ்வை உடன் இருந்து அனுபவித்து நொந்து போன ஒரு சமூக உணர்வுள்ள எழுத்தாளரான சோலை சுந்தர பெருமாள் அவர்கள் பேனா பழந்தமிழ் மாட்சியைச் சொல்லவில்லை. ஒரு சமூகத்தின் வீழ்ச்சியைக் கதை கதையாகச் சொல்கிறார். அவர் கவனம் எல்லாம் சுரண்டப் பட்ட தலித் மக்கள் மிகப் பின்தங்கிய மக்கள் சிறு விவசாயிகள் இவர்களைப் பற்றியதாக இருந்ததை அவர் படைப்புக்களில் பார்க்கலாம்.

☯

2. தஞ்சையும் வண்டலும்

-இரா.காமராசு

தஞ்சைக்கென்று தனிச்சிறப்புகள் பல உண்டு. அதன் வரலாறும், நிலவியல் தன்மையும் பொருளாதாரப் பங்களிப்பும் அதற்கென்று தனித்த அடையாளத்தை உருவாக்கி இருக்கின்றது. தஞ்சைவாணன் கோவை எனும் சிற்றிலக்கியத்தின் முதல் பாடல் 'வெள்ளை அன்னம் செந்நெல்வயலே தடம் பொய்கை சூழ் தஞ்சை' எனக் கழனியோடும் விளைச்சலோடும் கூடிய ஒரு உருவகத்தைத் தரும்.

'சோழவளநாடு சோறுடைத்து'
'நஞ்சையும் புஞ்சையும் கொஞ்சி விளையாடும் தஞ்சை'
'தமிழகத்தின் நெற்களஞ்சியமாம் தஞ்சைத்தரணி'
'பங்கப் பழனத்து உழும் உழவன்...
பலாவின் கனியைப் பறித்ததென்று
சங்கு கொண்டெறியும் புனநாடா'

என்றெல்லாம் தஞ்சை கொண்டாடப்பட்டது.

பழைய தஞ்சை மாவட்டம் என்பது இன்றைய தஞ்சாவூர், திருவாரூர், நாகப்பட்டினம் மற்றும் புதுக்கோட்டை, திருச்சி மாவட்டங்களின் சில பகுதிகள் சேர்ந்த நிலப்பரப்பு. காவிரி தீரம், டெல்டா என்றெல்லாம் சுட்டப்பெறும் நிலப் பகுதி. ஆட்சிகளும் காட்சிகளும் மாறி மாறி நிகழ்ந்தாலும் தஞ்சை வட்டாரம் நிலம், நீர் சார்ந்து பெயர்பெற்றது. காவிரி பாயும் பெரும் நிலப்பரப்பு. நிலக்குவியல் முறைக்கு ஆசியாக் கண்டத்துக்கே சாட்சியமாக அமைவது. நிலம் பொதுவில் இல்லை. ஆண்டவர்கள் (தெய்வங்கள்), ஆள்கிறவர்கள் (அதிகாரப் பிரிவினர்) கைகளிலேயே குவிந்திருந்தது. மடங்கள், ஜமீன்கள், பண்ணைகள்

நிலவுடைமையாளர்களாயிருந்தனர். உழுதுண்போர், உழுதுவித் துண்போர் எனச் சமூகம் பாகுபாட்டிருந்தது. குத்தகை, வாரம், பண்ணையாள் என மனிதர்கள் மேல் கீழாய் ஆக்கப்பட்டார்கள். ஏதோ ஒரு விதத்தில் எல்லோருமே அடிமைப்பட்டிருந்தனர்.

நாட்டின் விடுதலை இயக்கத்தோடு, இப்பகுதி மக்கள் விடுதலையும் இணைந்து கொண்டது. தஞ்சை வட்டார வளமை யையும், இன்னொரு புறத்து வறுமையையும் இப்படிச் சித்திரிப்பர்.

"தென்னாட்டின் நெற்களஞ்சியம் தஞ்சை ஜில்லா! சோழவள நாடு சோறுடைத்து என்ற முதுமொழியிலிருந்தே இது நன்கு விளங்கும். கதிர்களின் பாரந்தாங்காமல் நெளிந்து குலுங்கிக் கொண்டிருக்கும் செந்நெல் வயல்களை அங்கே காணலாம். மனதிற்கு மகிழ்ச்சியூட்டி, கற்பனை அலைகளைக் கிளப்பிக் கொண்டேயிருக்கும் செழிப்புமிக்க தென்னந்தோப்புகளையும், தீஞ்சுவைமிக்க மாஞ்சோலைகளையும் தஞ்சை ஜில்லாவெங்கும் காணலாம். சாலை வழிகளில் மைல் கணக்கில் நடந்து, எங்கும் பசுமை பரந்திருப்பதைக் கண்டு உங்கள் கண்கள் மலரும்; பசும் வயல்களிலிருந்து புதிது புதிதாய் பிறந்து வரும் இன்னிளங்காற்று உங்கள் மீது மோதுகிறபோது உங்கள் உள்ளம் பூரிக்கும். அப்பொழுது நீங்கள் நினைப்பீர்கள். 'இன்பம் கொஞ்சும் இந்த ஜில்லாவில் வாழும் மக்கள் பாக்கியசாலிகள். அவர்களுடைய வீடுகளில் தன தானியலெக்ஷ்மிகள் தாண்டவமாடுவார்கள். பசி, பட்டினி என்ற நினைப்பே இல்லாமல், உல்லாசமாய் வாழ்வார்கள்' என்று தஞ்சை ஜில்லாவில் நுழைந்த வெளி ஜில்லா புது மனிதர்கள் நினைத்துக் கொள்வார்கள்... ஆனால் உண்மை என்ன?" (இதுதான் தஞ்சை பி. சீனிவாசராவ்)

ஆம். இப்பகுதியில் பெரும்பகுதி மக்கள் எழுத்தில் வார்க்க முடியாத துன்ப துயரங்களில் உழன்றார்கள். வர்க்கமும், சாதியும், பால் பேதமும் ஆகிய மூன்று அடிமைச்சங்கிலிகளால் இறுகப் பிணைக்கப்பட்டிருந்தார்கள். சாட்டையடி, சாணிப்பால் போன்ற கொடிய தண்டனைகளும் நிலைபெற்றிருந்தன.

"நான் சென்ற கிராமங்களிலொன்றில் ஒரு மிராசுதாரின் ஏஜண்டைப் பார்த்தேன். அவரிடம் இரண்டு சவுக்குகள் இருந்தன. நான் கேட்பதற்கு முன்பே அவர் முந்திக் கொண்டு அடியாத

மாடு பணியாது சார்! இந்தப் பசங்களை அடிக்காவிட்டால் ஒரு வேலை செய்வாங்கோண்ணு நினைக்கிறீங்களா? என்று கேட்டார். நான் தனியாக அவரிடம் வேலை செய்யும் விவசாயிகளைப் பார்த்து விசாரித்தேன். 'இந்த ஆண்டை ரொம்ப நல்லவரு. தினம் அடிக்க மாட்டாரு என்று கூறினார்கள்." (பி. சீனிவாசராவ்) இது தஞ்சையின் இன்னொரு முகம்.

இது ஒரு வகையில் அரசியல் தளமாக இருக்கலாம். பண்பாட்டுத் தளத்தில் நிலக்கிழமையின் உச்சம் தஞ்சையாக மிளிர்ந்தது. பிரம்மாண்ட கோவில்கள், கோபுரங்கள், மதில்கள், குளங்கள், திருவிழாக்கள், இசைக் கச்சேரிகள், விருந்துகள் மலிந்து கிடந்த நிலமாகத் தஞ்சைத் திகழ்கிறது. 'தஞ்சாவூர்க்காரர்கள் மஹா ரசிகர்களய்யா, சாப்பாடு, சந்தனம், வெற்றிலை சீவல், வாசனைப் புகையிலை, வில்வண்டி, பூரணி மாடு, திண்டு தலையணை எல்லாமே ரொம்ப நேர்த்தி...' இதுவும் தஞ்சைதான்.

எழுத்தாளர் கரிச்சான் குஞ்சு தன் பசித்தமானிடத்தில் தஞ்சை மனிதனை இப்படிக் காட்சிப்படுத்துவார். "மாளிகை, மெத்தை, பஞ்சணை, சோபா, பங்களா, மின்விசிறி, கார் பிரயாணம், புஷ்டியான ஆகாரங்கள், கழுத்தில் மைனர் சங்கிலி, கையில் தங்கச் சங்கிலியில் கோத்த உயர்ந்த கடியாரம், தங்க மோதிரங்கள், வைர மோதிரம், விலை அதிகமுள்ள சட்டை, பட்டுவேஷ்டி, பவுடர், சோப்பு, செண்டுகள் இவற்றுடனேயே வாழ்ந்து வளர்ந்து..."

அவர்களின் வாழ்க்கையை,

"அவர்கள் பரம்பரையாகவே தஞ்சாவூரில் வாழ்பவர்கள் என்றும், பக்கத்திலும் எதிரிலும் பல வீடுகள் அவர்களுக்குச் சொந்தமாயிருந்த காலம் ஒன்றுண்டு என்றும், சாமிநாதன் தாத்தா காலத்திலேயே சொத்துகள் குறைய ஆரம்பித்து, வீடுகளை விற்கத்தொடங்கி விட்டார் என்றும், அவன் அப்பா ரேக்ளா வண்டிக்குதிரை வாங்குவதும் விற்பதும், ரேக்ளா வண்டி ஓட்டிப் பந்தயத்தில் தோற்பதுமாகவே வாலிபத்தைக் கடந்து போக்கிரியாக மாறிச் சாராயம் குடிப்பதும், அடியாள் தொழில் செய்வதுமாய் இருக்கிறார் என்றும், தாத்தா காலத்தில் கறிகாய் வியாபாரிகளுக்கும் குடமிளகாய் வியாபாரிகளுக்கும் தவணைக்

கடன் கொடுத்து வந்த பழக்கத்தில் இன்று பெரிய மொத்த வியாபாரிகளாயிருக்கும் சிலருடைய உதவியால் தன் தாயார் மிகவும் கௌரவமாக வியாபாரம் செய்து வருமானம் கொண்டு வருவதாக தெரிந்துகொண்டான்." இது ஒரு தஞ்சை.

புகழ்பெற்ற இலக்கிய விமர்சகர் க.நா.சு. ஒரு முறை உடல் தளர்ந்த நிலையில் தஞ்சாவூர் வந்திருந்தார்.

"இவ்வளவு முடியாத நிலையில் எதற்காகத் தஞ்சாவூர் வந்தீர்கள்?" என்ற கேள்விக்கு க.நா.சு. அமைதியாகப் பதில் சொன்னார்.

"செத்துப் போவதற்காக வந்திருக்கிறேன்!"

இப்படியானத் தஞ்சாவூர்ப் பைத்தியங்கள் எவ்வளவோ இருக்கிறார்கள். "அப்படியென்ன தஞ்சாவூர் மீது பித்து உங்களுக்கு" என்று க.நா.சு.வைக் கேட்டோம். அவர் சொன்னார்:

"இங்கேதான் கவலை இல்லாத முகங்களைப் பார்க்கலாம்."

எனத் தஞ்சாவூர்ப் பிரியங்களைத் தஞ்சாவூர்க் கவிராயர் அடுக்கிச் சொல்வார்.

தஞ்சாவூர்த் தலையாட்டிப் பொம்மைகள், தட்டுக்கள், கலைப்பொருள்கள்... கரகம், காவடி, பொய்க்கால்குதிரை, தப்பாட்டம், நையாண்டி மேளம்... தியாகையரின் பஞ்சரத்ன கீர்த்தனைகள், தமிழிசை மூவர்களின் முருகியல் பண்கள்... திருவையாறு கொழுந்து வெற்றிலை, கும்பகோணம் டிகிரி காபி... பெரியகோவில், நாகூர் தர்கா, வேளாங்கண்ணி, சமண, பௌத்தப் பள்ளிகள் எனத் தஞ்சாவூர் பன்மைப் பண்பாட்டின் வரலாற்றுச் சாட்சியம்.

நிலவியல் பண்பாட்டின் கூறுகளை இச்சான்றுகள் வெளிப்படுத்தும். இலக்கியம் முழு உண்மை அல்ல என்றாலும், அதன் அடிப்படைகள் நிஜத்தில் காலூன்றியவை. உலகெங்கிலும் காலமும், வெளியுகமே இலக்கியமெனும் உயிரியின் இயங்கு மூலங்களாகத் திகழ்பவை. தமிழ் யாப்பு மரபில் தொல்காப்பியம் நிலத்தையும் பொழுதையும் முதற்பொருள் எனச் செப்பும். தமிழ்ப் பண்டைய இலக்கியங்கள் நிலவியலடியாகவே திணை சுடர்

வாழ்வைப் பறைசாற்றுகின்றன. நிலமும் மொழியும் ஊடுபாவி நிற்பன. செம்புலப் பெயல்நீரென்பது மக்கள் பேசும் சொற்களிலும் படியும்தானே? இன்று மொழியியல் மொழி என பேசுவது இல்லை. மொழிகள் என்றே பேசும் தமிழ் ஒரு மொழி அல்ல. நிலத்தால், நிறத்தால், குணத்தால், வளத்தால், நிறையால் அநேகம் மொழிகள்.

பொது மொழியோடு நெருங்கிவரக் கூடியது தஞ்சைத் தமிழ். அதே வேளை தனித்தன்மைகளும் நிறைந்தது. தமிழில் புதுமைப்பித்தன்தான் வட்டார மொழியை மிக இயல்பாகப் படைப்புகளில் கொண்டு சேர்த்தவர். தமிழின் நவீன இலக்கியம் அதன் தொழிற்பாடுபற்றிப் பேசுகையில், கலாநிதி கார்த்திகேசு சிவத்தம்பி ஒரு கருத்தினை முன்வைப்பார்.

"பிரித்தானிய ஆட்சியின் வருகையுடன் தமிழகத்தில் குறுநில ஆட்சியாளர்களின் அதிகார முறைமை சிதைக்கப்பட்டு தாமிரபரணி, காவேரி ஆகிய ஆற்றுப்படுகைகளிலும் கொங்கு நாட்டிலும் ஒரு புதிய சுதேச உயர்குழாத்தினர் (Elite) முக்கியத்துவம் பெறத் தொடங்குகின்றனர்.

இந்த நன்மையைப் பெற்றோர் பிராமண, வேளாள சாதியினரே. ஆற்றுப்படுகை நகரங்களான திருச்சி, திருநெல்வேலி போன்ற இடங்களில் கிடைக்கப் பெற்ற கல்வி வசதி காரணமாகக் கீழ்மட்ட அரசு உத்தியோகத்துக்கு இவர்களிலிருந்து உத்தியோகத்தார் தெரிவு செய்யப்பட்டனர். இந்த நடைமுறை காரணமாக அரசாங்கத்திற்கும் வெகுசனங்களுக்குமிடையே ஊடாடுகின்ற ஒரு சமூக வாய்ப்பு இவர்களுக்குக் கிடைக்கிறது. மேற்குறித்த இந்தப் புதிய வட்டத்திலிருந்து வந்தவர்களிடையே தம்முடைய தனித்துவம், பாரம்பரியம், பழமை பற்றிய கருத்து, துணிபு நிலைக்குப் படிப்படியாக வளரத் தொடங்குகிறது."

இந்தப் பின்னணியில்தான் காவிரிக்கரையில் தஞ்சாவூர், திருச்சியை மையமிட்டு நவீன எழுத்தாளர்கள் பலர் உருவாயினர். மணிக்கொடி எழுத்தாளர்கள் பலரும் இவ்வட்டாரத்தைச் சேர்ந்தவர்கள். தேனீ, கிராம ஊழியன், சிவாஜி போன்ற இதழ்கள் இங்கிருந்தே வெளிக்கிளம்பின.

கொங்கு வட்டாரத்தைச் சேர்ந்த சண்முகசுந்தரம் ‘நாகம்மாள்’ மூலமும், கரிசல் வட்டாரத்தைச் சேர்ந்த கி. ராஜநாராயணன் ‘கோபல்ல கிராமம்’ மூலமும் வட்டார வழக்கை இலக்கிய வெளிக்குள் அழுத்தமாகப் பதித்தனர். நாட்டார் வழககாற்றியல், பண்பாடு, மானிடவியல், இனவரைவியல் போன்றவை கல்விப்புலத்துள் வந்ததன் தொடர் விளைவுகள் நவீன இலக்கியங்களையும் பாதித்தன. புதினங்களில் தொடங்கிய வட்டார மொழித் தன்மைகள், கவிதை, சிறுகதை, தன்வரலாறு, அபுனைவு எழுத்துக்கள்... என எல்லாவற்றுள்ளும் செல்வாக்குப் பெறத் தொடங்கிற்று எனலாம்.

“கரிசலோ செவலோ வட்டாரப் பண்பாடு அல்லது வட்டார இலக்கியம் என்ற கருத்தமைவு, தமிழில் அப்படி யொன்றும் புதியதல்லதான். திணை மரபோடு ஒரு சேர வைத்துப் பார்த்தால் இது தெரியும். குறிஞ்சி, முல்லை, நெய்தல், மருதம், பாலை என்பன ஒருவகையில் சற்று விரிந்த பொருளில் அத்தகையவைதாம். இவற்றுள் சற்றுக்கூடுதலாகவும், வலுவானதாகவும் அடையாளம் காட்டிக் கொள்வது முல்லைத் திணை. தம் குலப்பெருமை பற்றிய ஆயர்களின் உணர்வுகளும் ஏறு தழுவுதல் முதலிய வழக்கங்களும், மாடுகளின் பெருக்கங்களும், புன்செய் பயிர்களின் சேதிகளும், கற்பு உள்ளிட்ட ஒழுக்கம் அழுத்தமாகவும் விரிவாகவும் பேசப்படுகின்றன. இவை பல பரிமாணங்களோடு கொண்டாடப்படுகின்றன. இனவரைவு என்பது இதனோடு கலந்து கிடக்கும் ஓர் அம்சம். இந்த மரபின் ஒழுங்கமைவில்தான் கரிசல் எனும் வட்டார இலக்கியத்தின் இருப்பும் நிலைப்பாடும் புரிந்து கொள்ளப்படும்” என்பார் தி.சு,. நடராசன்.

இது பொதுவாக எல்லா வட்டார இலக்கியங்களுக்கும் பொருந்தும்தான். தஞ்சை வட்டாரத்தில் மலைகளோ, காடுகளோ இல்லை. பெரும்பகுதி மருதமும், சிறுபகுதி நெய்தலும் தான்.

நவீன இலக்கியத்தில் தஞ்சையை பிரதிநிதித்துவப்படுத்தும் ஆளுமையான தி. ஜானகிராமன் தஞ்சையின் ஒரு பகுதியையே தன் கதைகளுக்குள் கொண்டுவந்தார் எனலாம். படித்த, வசதி படைத்த நிலமுடைய (Elite) ஆட்களும் அவர்களின் பழக்க

வழக்கங்களும், இசையும், கலையும், கூத்தும், கும்மாளமும், கைக்கிளை பெருந்திணைகளும்தான் அவரின் பெரும்பகுதி எழுத்துக்களாக அடையாளம் காணப்படுகின்றன. இது அவருக்கு மட்டுமல்ல அவர் காலத்து, பிந்தைய பலரின் எழுத்துக்கருக்களங்களும் இவைதான்.

எனவேதான் சோலை சுந்தரபெருமாள், "மருத நிலத்தையே தங்கள் 'வாழ்க்கை'யாகக் கொண்ட வேளாண் மக்கள், முதன்மையானவர்கள். அவர்களின் பண்பாட்டுக் கூறுகளைப் படைப்பிலக்கியம் உள்வாங்கிக் கொண்டு வெளிப்படுத்தவில்லை. அப்படியே செய்திருந்தாலும் சேற்றில் வாழும் மனிதர்கள் ஒரு ஓரமாகவே நிறுத்தப்பட்டு இருக்கிறார்கள்.

நில உடைமையை மட்டும் உரிமை கொண்ட மேட்டுக்குடி மக்களின் பண்பாட்டுத்தளங்கள் அவர்கள் பேசிய மொழியிலேயே பதிவாகி இருக்கின்றன. கிட்டத்தட்ட இதுதான் தமிழ் என்ற நிலைப்பாடும் நிறுவப்பட்டு வருகிறது" எனக் கவலைப்படுகிறார்.

தஞ்சாவூர் வட்டார எழுத்தை எப்படி வரையறை செய்வது என்பதிலும் சிக்கல் இருக்கிறது. தஞ்சாவூரில் பிறந்தவர்கள் தஞ்சாவூரில் வாழ்கிறவர்கள் எழுதுகிற எழுத்துக்கள் எல்லாம் தஞ்சை இலக்கியமாகிவிடுமா? என்றால் இல்லை என்றுதான் சொல்லவேண்டும். தஞ்சை வட்டார மண்ணை, மக்களை, வாழ்க்கையை, வரலாற்றைப், பண்பாட்டைப், புழங்கு பொருள்களை, முதல், கருப்பொருள்களை எழுத்தில் கொண்டுவருதல் (மொழி மட்டுமல்ல என்பதைக் கவனிக்க வேண்டும்) இப்படி ஒரு வரையறையை உருவாக்கலாம். தஞ்சாவூர் எழுத்தாளர்களின் சிறுகதைகளை இரண்டு பெருந்தொகுதிகளாகக் கொண்டுவந்து 'தஞ்சைத் தமிழை' முன்னிலைப்படுத்தும் சோலை சுந்தரபெருமாள் 'வண்டல்' என்ற அடையைப் பயன்படுத்துகிறார். கரிசல், நாஞ்சில், கொங்கு... என்பது போல 'வண்டல்' என்பதும், என்பதை விளங்கிக் கொள்ள முடியும்.

வெகுஜன இலக்கியம், தீவிர இலக்கியம் என்பதுபோல பொது இலக்கியம், வட்டார இலக்கியம் என்றெல்லாம் கூறுபட்டு விடக்கூடாதுதான். காலனியச் சமூகங்களாக இருந்தவர்கள் தங்களின் சுயப்பண்பாட்டை எழுதுதல் என்பது தவிர்க்க

இயலாதது. அது பின் காலனிய எழுத்து முறையின் அவசியமும்கூட. நுண் அரசியல் போல நுண்பண்பாடும் ஒற்றைப் பண்பாட்டுக்குப் பதில் பன்மைப் பண்பாடுகளும் இன்றையக் காலத்தின் தேவைகள்!

பொது நிலையில் நோக்கும் பொழுது எந்தவொரு படைப்பாளியையும் அவரின் படைப்பு வழிதான் அணுக வேண்டும். அவரின் அனுபவம், கலைப்பார்வை, இலக்கிய நோக்கு, எல்லை... ஆகியவற்றையும் கணக்கில் கொள்ளவேண்டும். எனவே இதில் அது இல்லை, இது இல்லை எனப் போகிறப் போக்கில் விமர்சிக்கக் கூடாது.

இது ஜனநாயக யுகம். இலக்கியத்திலும் சாமான்யர்கள் தங்களை எழுதத் தொடங்கி இருக்கிறார்கள். இதுவரைப் பேசப்படாத களங்கள் எழுத்து முனைகளால் கீறி விடப்பட்டிருக்கின்றன. எழுத்தும், வாசிப்பும் பரவலாகி உள்ளது. இதன் வீச்சால் வட்டாரம் தோறும் புதிய முளைகள் வெடித்துக்கிளம்புகின்றன. வட்டார வாழ்க்கை, வட்டார வழக்கு என்பதையும் தாண்டி குலங்கள், குழுக்கள், தொழில்கள் சார்ந்தப் பின்புலங்களில் எழுத்து இலக்கியங்கள் தோன்றத் தொடங்கியுள்ளன.

மேலத் தஞ்சை, கீழத் தஞ்சை, நெய்தல் தஞ்சை... என தஞ்சைக்குள்ளும் வட்டாரக்கூறுகள் பல்கிப் பெருகி நிற்கின்றன.

இன்னொருபுறம் நகர்மயம், உலகமயம், நுகர்வியம் ஆகியன கிராமங்களை, சுயப்பண்பாட்டை, வழக்காறுகளைச் சிதைக்கத் தொடங்கிவிட்டன. கிராமமும் இல்லாத நகரமும் இல்லாத இரண்டுங்கெட்டான் நாகரிகம் பரவி வருகின்றது.

இத்தருணத்தில்தான் வட்டார எழுத்திலக்கியங்கள் ஓரளவு புராணிகப் பண்பாட்டைக் காக்கும் வல்லமை வாய்ந்தவைகளாக இருக்கின்றன. மொழி, பொருள்கள், உணர்வுகளை இவ்விலக்கியங்கள் பாதுகாக்கும் பெட்டகங்களாகவும் திகழ்கின்றன என்றால் அது மிகையல்ல.

இப்படியெல்லாம் வட்டார எழுத்தை, வழக்காறுகளை, இலக்கியங்களைக் கொண்டாடினாலும் அவை பற்றிய எச்சரிக்கையும் தேவையாகின்றது.

ஏனெனில் வட்டார எழுத்து, இனவரைவு எழுத்து என்பவை சாதிகளைப் புதுப்பிக்கவும் செய்கின்றது. பழமை, தொன்மை என்ற பெயரில் சநாதனத்தை அங்கீகரிக்கும் ஆபத்தும் இதிலுள்ளது என்பன போன்ற கருத்துக்களும் உள்ளன.

இலக்கியம் என்பதே மானிட மகத்துவத்துக்கான ஒரு பேரடையாளமாக உள்ளபோது, அதனை வட்டாரமாகச் சுருக்கக் கூடாது. வேலிகளைக் கடப்பது... எல்லைகளை விரிவுபடுத்துவது... இதயங்களை இணைப்பது... இலக்கியக்கலையில் முதலும் முடிவுமான பண்பும் பயனுமாக அமையும் என்ற புரிதலோடுதான் இவற்றைச் செய்ய வேண்டியிருக்கிறது.

3. நாட்டார் கதைமரபின் மீட்சி

-புனிதா கணேசன்

வளர்ந்து வருகின்ற நாகரிக சூழலில் மொழி, நாகரிகம் என்பது இடத்திற்கிடம் மாறுபடுகின்றது. மனித நாகரிகம் தோன்றுவதற்கு முன்பே தமிழ் மொழி தோன்றியிருக்க வேண்டும் என்று ஆய்வாளர்கள் பதிவு செய்கின்றனர். அத்தகைய பெருமைமிகு தமிழ் மொழி வட்டாரத்திற்கு வட்டாரம் பல கோணங்களில் பேசப்படுகிறது. செம்மொழி உயர்வு பெற்ற நம் தமிழ்மொழியை பிற மொழிகளோடு கலந்து பேசும் போது நமக்கு கொஞ்சம் வருத்தம் ஏற்படவும் செய்கிறது.

ஏறக்குறைய 20 ஆண்டுகளுக்கு முன்பு தமிழ் மொழியில் உள்ள இலக்கண இலக்கியங்களையும், நாவல்களையும், சிறுகதை களையும் படித்தவர்கள் யாரும் வாசிக்காமல் இருந்ததில்லை. அதே சமயம் படிக்கத் தெரியாதவர்கள் கூட செவி வழிச் செய்தியாக கதைகளைக் கேட்டும், கதைச் சொல்லியாகவும் பரிணமித்து மொழியையும் பண்பாட்டையும் வளர்த்து வந்திருக்கின்றனர். ஆனால், இப்போது கதை சொல்வதற்கு ஆட்கள் இருந்தாலும் கேட்பதற்கு நேரமில்லாமல் ஓடிக் கொண்டிருக்கின்றோம். இணையதளங்களின் வளர்ச்சியினால் அறிவியல் வளர்ந்து கொண்டு போனாலும் இணையா (தளங்கள்) / மனங்கள் அதிகரித்துக் கொண்டே போகிறது. நான் சிறு வயதாக இருக்கும் போது என்னுடைய தாத்தா பாட்டி சொன்ன கதை ஒன்றை சொல்லலாம் என தோன்றுகிறது.

ஒரு வூட்ல ஒரு அம்மா, அப்பாவும், ரெண்டு அண்ணனும், ஒரு தங்கச்சியும் வாழ்ந்து வந்தாங்க. பெரிய அண்ண ரொம்ப அழகாவும், திடமாவும் இருந்தான். சின்னண்ண நொண்டியாக இருந்தான். தங்கச்சிக்காரி எப்படிப்பட்டவ தெரியுமா? அவ வசதிக்கு மேல் வாழனும்ன்னு ஆசைபடறவ. தினமும் ஆத்தை தாண்டிப்போய்

விவசாயம் பார்த்திட்டுவர்றது தான் இவங்களுக்கு தொழில்.

ஒரு நாளு தங்கச்சிகாரி அக்கரையில் வேலப்பாக்குற அண்ணனுங்களுக்கு சோறு கொண்டு போகும் போது, ஆத்துல தண்ணி நிறைய வந்திடுச்சு. எப்படிடா ஆத்தை கடக்கறதுன்னு யோசிச்சிக்கிட்டு இருக்கும்போது, ஒரு வாளைமீனு படகு மாரி ஆத்துல கடக்றதுன்னு யோசிச்சிக்கிட்டு இருக்கும் போது, ஒரு வாளைமீனு படகு மாரி ஆத்துல நீந்திக்கிட்டு இருந்துச்சு. நீந்திகிட்டு இருந்த மீன் கரையில இருந்த தங்கச்சிக்காரியை பார்த்து, "பொண்ணே பொண்ணே என்ன ரொம்ப நேரமா நிக்கிற. எங்கே போவனும் நீ" அப்படினு அவகிட்ட கேட்டுச்சாம். அதுக்கு அவ, "என் அண்ணனும் வேலக்காரனும் வயக்காட்டுல வேல செய்ராங்க. அவுங்களுக்கு சோறு கொண்டு போக நிக்கிறேன். தண்ணி நிறைய போறதால ஆத்த எப்படி கடக்கப்போறேன்னு தெரியலனு" தங்கச்சிக்காரி சொல்லவும், அதக்கேட்ட வாளைமீனு, "நான் உன்னை கொண்டுபோயி கரையில விட்டுறேன். நீ வரும் போது மறக்காம எனக்கு ஒரு உருண்டை சோறு கொண்டு வரணும்னு" அவகிட்டச் சொல்லுச்சாம், அதுக்கு "சரின்னு" ஒத்துக்கிட்ட தங்கச்சி வாளைமீன் மேல ஏறி ஆத்தை கடந்து போயிடறா.

வழக்கமா பெரிய அண்ணனுக்கு சுடு சோறும், சின்ன அண்ணனுக்கு கூழும் கொண்டு போவா! சின்ன அண்ணன் ஊனமாக இருக்கறதால அவன தன்னோட கூட பொறந்தவன்னு சொல்றதுக்கே தங்கச்சி வெக்கப்பட்டா. இந்த சூழல்ல, அண்ணனுங்க இரண்டு பேருக்கும் சாப்பாடு கொண்டு வந்து கொடுத்திட்டு வீட்டுக்கு போகக் கிளம்பும் போதுதான் வாளை மீனுக்கு சோத்து உருண்டை கொண்டு போகனுமேங்கிற நினைப்பு வருது அவளுக்கு. உடனே ஒரு உருண்டை களிமண்ணை எடுத்து உருட்டி இறஞ்சிக்கடக்கிற சோத்து பருக்கையெல்லாம் எடுத்து அதுமேல ஒட்டி ஒரு உருண்டையா உருட்டிக் கொண்டு போறா.

கரையிலேயே காத்திட்டிருந்த வாளமீனு தங்கச்சிக்காரிய பார்த்து சோத்துரண்டை எங்கேன்னு?" கேட்க, தங்கச்சிக்காரி உருண்டைய மீனுகிட்ட கொடுத்திட்டு, "நீ இப்ப இத சாப்பிடக் கூடாது நான் கரைக்கு போய் சேர்ந்தோன தான் ஒடைச்சி

சாப்பிடனும்னு" சொல்லி உருண்டையைக் கொடுக்க, சரின்னு சொன்ன வாளமீனு அவள இறக்கிவிடுறதுக்கு முன்னாடி சோத்து உருண்டைய உடைக்கிது. உடைச்சுப் பார்த்தா அது சோத்து உருண்ட இல்ல களிமண் உருண்டங்கிறது மீனுக்குத் தெரியுது. மீனுக்கு வந்துச்சே கோபம்! "என்ன தைரியம் இருந்தா உதவி செய்த என்னையே ஏமாற்ற பார்க்கிற" அப்படின்னு சொல்லிட்டு தன்னுடைய வாலால அவள ஓங்கி ஒரு அடி அடிச்சிடுச்சு. அவளுக்கு மூஞ்செல்லாம் ஒரே காயமா போயிடுது. அந்தக் காயத்தோடு வீட்டுக்கு போறா. "என்னடி முகமெல்லாம் காயமா இருக்கு. என்ன ஆச்சுன்னு" அவளோட அப்பாவும் அம்மாவும் கேட்கிறாங்க.

அதுக்கு அவ, "சோறு நல்லாலன்னு சின்னண்ணா அடிச்சிட்டான்னு" சொல்ல, "ஒத்த பொண்ணா பொறந்த என் பொண்ண அந்த உதவாகர பய இப்படி அடிச்சுருக்கானேனு" அவளோட அம்மாகாரியும், "வரட்டும், வரட்டும் இன்னைக்கு அந்த நொண்டி பயலை என்ன பண்றேன்னு பாருனு" அவ அப்பாவும் அவன் எப்ப வருவான்னு பார்த்துகிட்டேயிருக்காங்க.

வேலை முடிந்து பெரியவனும், சின்னவனும் வீட்டுக்குள்ள வந்து நுழைந்ததும் பெத்தவங்க இரண்டு பேரும் சின்னவனை அடியேதனமா அடிக்கிறாங்க. அவனுக்கு ஏன் அடிக்கிறாங்கன்னு புரியலை. கொஞ்ச நேரம் கழித்து ஆறஅமர அப்பா அம்மா விடம் "ஏன் என்ன அடிச்சிங்கன்னு" கேட்க, தங்கச்சி சொன்ன சேதியெல்லாம் அவங்கிட்ட அவங்க சொல்றாங்க. பெத்தவங்க சொன்ன வார்த்தைக்கு மறு வார்த்தை பேசாம வூட்ட விட்டுட்டு போன சின்னவன் செத்தே போயிடுறான். வூட்டு சனம், ஊர் சனம் எல்லாம் அவனுக்காக கவலைபடுறாங்க. நோவு கண்ட புள்ள எரிக்ககூடாதுன்னு அவன பொதச்சிடுறாங்க.

சிறிது நாள் கழிச்சு தங்கச்சிக்கு கல்யாண ஏற்பாடு நடக்குது. அப்போ ஊருல ஒரே பஞ்சம். மழை தண்ணீர் கிடையாது. அதனால வெள்ளாமை இல்ல. விளைச்சலும் இல்ல, அந்த நேரத்தில கல்யாணம் வச்சுடுறாங்க. பொண்ணுமாப்பிள்ளைக்கு மாலைக்கட்ட பூவே கிடைக்கல. எங்கும் தேடி பாக்குறாங்க. எங்குமே பூவே இல்ல. ஒரே ஒரு இடத்தில மட்டும் பூவான

பூ பூத்திருக்கு. அது எந்த இடம்னு கேட்டா கல்யாணப் பொண்ணோட சின்னண்ணன பொதச்ச இடம். சரின்னு அந்த இடத்தில போய் பூவெல்லாம் பறிச்சி மாலையா கட்டுறாங்க. மாலை எடுத்து பொண்ணு மாப்பிள்ளை கழுத்தில போடும் போது மாப்பிள்ளைக்கு போட்ட மாலை மலர்ந்திருக்கு. பொண்ணுக்கு போட்ட மாலை கருகி போயிடுச்சு. என்ன இப்படி ஆயிடுச்சேனு எல்லாரும் யோசிக்கிறாங்க சரின்னு சொல்லி மாப்பிள்ளைக்குப் போட்ட மாலையை பொண்ணுக்கும், பொண்ணோட மாலையை மாப்பிள்ளைக்கும் மாற்றி போடுறாங்க. அப்பவும் மாப்பிள்ளைக்கு கழுத்துல இருந்த மாலை மலர்ந்து போயிடுச்சு. பொண்ணுக் கழுத்துல மலர்ந்திருந்த மாலை கருகிருச்சு. என்னடா சேதின்னு கேட்டா சமாதியிலிருந்து பாட்டு வருது. அது என்ன பாட்டு தெரியுமா?

“வாழை கிழிச்சி வடதுருவம் போகையில
சின்னண்ணன் அடிச்சான்னு
சொன்னாளே நெட்டுறீ...
நெட்டுறீ கொண்டைக்கு
நெறக்காது எம்பூவு...
பத்தினி கொண்டைக்கு
பறிக்காதே எம்பூவ”

அட்டின்னு பாட்டுகேக்குது. அதக்கேட்ட தங்கச்சிகாரி அது எதிர்பாட்டு என்ன பாடுனா தெரியுமா?

“சின்னண்ணா சின்னண்ணா
என்னோட சின்னண்ணா...
பார்த்து வளர்ந்த தங்க
பாசத்தோட கேக்கிறண்ணா!
நேசமா வளர்த்த தங்க
நேத்தியோட கேக்கிறண்ணா
அடிச்சாலும் நீயே அண்ணன்
புடிச்சாலும் நீயே என் அண்ணன்...”

அப்படி அவ பாடுறா. அதற்கு அவன் பாடுறான்...

“அண்ணன்னு சொல்லுறத
அப்பவே சொல்லியிருந்தா

இந்நேரம் கல்யாணம் நடந்தே
முடிஞ்சுருக்கும்.
கருகின மாலையெல்லாம்
உருகின என் மனசு
உன்னோட கழுத்தில
வேணாங்குது என் நெஞ்சுன்னு சொல்லிட்டு

மறுபடியும் சின்னண்ண பாடுறான்.

“மண்ணோடு போனாலும்
மறக்காது உன் நினைப்பு
தாயா பொறந்த தங்கச்சி நீயம்மா
சத்தியமா சொல்லுறேன் எந்தாயி நீயம்மா”

அப்படின்னு பாடிட்டு நடந்ததெல்லாம் மறந்திட்டேன். நீங்கள் இரண்டு பேரும் நல்லா வாழுங்க. ஒரே ஒரு ஆசை எனக்கு உன் வயித்தல பிறக்கிற புள்ளைக்கு என் பேர மட்டும் வைச்சுருன்னு பாடிட்டு முடிக்கிறான். அப்புறம் பார்த்தால் இருவர் கழுத்திலும் உள்ள மாலை மலர்ந்திருக்கு. கல்யாணமும் முடிஞ்சுச்சு. சந்தோசமா எல்லாரும் போயிட்டாங்கங்கிற இந்தக் கதையை என் தாத்தா பாட்டிக்கிட்டயிருந்து நான் கேட்டேன்.

இந்தக் கதையில கற்பனை வளம், மொழிவளம், இததோடு மட்டுமல்லாமல் அவர் அவர் செயல்களுக்கான நீதி இவை யெல்லாம் எந்த ஆசிரியரும் யாருக்கும் சொல்லிக் கொடுத்த தில்லை. சொல்பவரின் கற்பனைக்கு ஏற்ப பாத்திரத்தை உருவாக்கி கொண்டு அதில் தன்மொழி நடைக்கு ஏற்ப தானே ஒரு படைப்பாளியாகவும், அதில் ஒரு நீதியாக தீர்வு சொல்லும் போது தானே ஒரு நீதிபதியாக இருந்து கதையை உருவாக்கியிருப்பது சொல்பவர்களின் மனநிலையை புரியவைக்கிறது.

☯

4. தஞ்சை மொழி எனும் மாயையை நீக்கிய வண்டல் சேற்றின் நறுமணம்

(சோலை சுந்தரபெருமாளின் படைப்புகள்: வாசிப்பும் மதிப்பீடும்)

-க. ஜவஹர்

இன்று உலகமயம், நுகர்வுமயத்தின் விளைவால் இயற்கையும் மனிதவாழ்வும் பெருஞ்சிதைவுக்கு உள்ளாகி வருகின்றன. காலனிய ஆதிக்கத்தின் நுண்ணலகுகள் ஐரோப்பிய மையவாதம், ஒற்றைமையவாதம், தொழில் மைவாதம் முதலியவற்றைத் தொடர்ந்து கட்டமைத்து வருகின்றன. இதற்கு எதிர்நிலையில் மூன்றாம் உலகச் சிந்தனைப்போக்குகள், பின்னைக் காலனியம், விளிம்புநிலை அரசியல், பின் நவீனத்துவம், முதலிய கருத்தியல்களும் இயக்கம் கொள்கின்றன. ஒற்றை அதிகார மையத்திற்கு எதிராக பல்வேறு தேசிய இனங்களின் / வட்டாரங் களின் மொழி பண்பாடு, வாழ்வியல், அறிவு மரபுகள் உள்ளிட்ட வற்றை முன்வைக்கும் அரசியல் இந்தப் பின்னணியில் தீவிரம் கொள்கின்றன. ஒருவகையில் காலனிய நீக்கத்தின் பகுதியாகவும் திணைக்குடிகளின் அரசியல் செயல்பாடாகவும் இதனைக் காண முடியும்.

பண்படுத்தப்பட்ட பொது மொழிசெம்மை செம்மை மொழி உயர்ந்தது என்பதும் வழக்கு தாழ்ந்தது என்பதுமான போக்குக்கு எதிர் நிலையில் வட்டார மொழிவழக்கு / இலக்கியங்களை முதன்மைப்படுத்துவது என்கிற செயல்பாட்டையும் இந்த ஒற்றைமையவாதத்திற்கு எதிரான அரசியலாகப் பார்க்கமுடியும். வழக்கையும் செய்யுளையும் தமக்கு அடிப்படைத் தரவாகக் கொண்டு இலக்கணம் செய்த தொல்காப்பியர் வழக்கை (கிளை வழக்கு - உலக வழக்கு) அடிப்படையாகக் கொள்வதே படைப்பிலக்கியத் தின் (செய்யுள்) அடிப்படைப்பண்பு, கடன் என்கிறார். அதைப் போலவே உள்ளடக்கம் வடிவம், வெளிப்பாட்டு மொழிக்கூறு இவற்றுக்கிடையிலான ஒத்திசைவு மிக முக்கியமானது என்பதையும் செய்யுளியலில் தொல்காப்பியர் முதன்மைப்படுத்துகிறார்.

இவ்வாறான அவரின் கருத்தியல்கள் படைப்பியக்கம் என்பது வழக்கிலிருந்தும் வாழ்வனுபவங்களில் இருந்தும் அதன் அனைத்து விதமான கூறுகளில் இருந்தும் குழைந்து மலர்வது என்பதையே காட்டுகின்றன. இதன் கூறுகளைச் சங்கப் பனுவல்களிலும் காணமுடியும். பள்ளு, குறவஞ்சி முதலிய இலக்கியங்களில் இத்தகைய போக்கு தீவிரமடைகின்றது. பண்படுத்தப்பட்ட பொது மொழிவெளியினுள்ளும் சிறு வட்டாரத்தின் பண்புகள் இயல்பாக வந்துவிடுவதைத் தவிர்க்கவும் முடியாது என்பதைச் சொல்லத் தேவையில்லை. கிளை மொழி ஆய்வில் இவை முக்கியமான கூறுகள்.

இந்தப் பின்னணியில் தமிழின் புனைகதை வெளியைப் பார்க்கையில் வட்டாரப் பண்புகளுடன் அமையும் இலக்கியங்கள் அண்மைக் காலத்திலேயே தமக்கான அடையாளத்தை நிறுவி யிருக்கின்றன என்று கூறமுடியும். கடந்த 40 / 50 ஆண்டுகாலமாக உலகளாவிய பார்வையைப் பின்புலத்தில் ஏற்பட்ட தீவிரமான பல்வேறு சிந்தனைப் போக்குகளின் விளைச்சல் என்றும் இவற்றைப் பார்க்க முடியும்.

பண்படுத்தப்பட்ட பொதுமொழிவெளிக்குள் புழங்கும் புலமை மரபுக்கு மாற்றான இந்தப் போக்கு ஒருவகையில் மொழியின் அகண்ட பல்வேறு இயங்குதளங்களை எழுத்து / புலமை மரபின் விவாத களத்திற்குள் தவிர்க்க முடியாததாகக் கருத வைத்திருக்கிறது. வட்டார இலக்கியங்களின் போக்கை இவ்வாறு பார்க்கமுடியும். தமிழ்நாவல் / சிறுகதையின் மொழிக்கூறு மட்டும் தனியே மாற்றமடையவில்லை. உள்ளடக்கம், வடிவம், எடுத்துரைப்பு, உத்திகள் என்று அனைத்திலும் இந்த மாற்றம் நிகழ்ந்திருக்கிறது. அதாவது படைப்பிலக்கியம் மண்ணுடன் கலந்து தன்னைக் கண்டமைந்திருக்கிறது எனலாம். இதுவும் ஒரு மேல்நிலைப்பட்ட பார்வையே என்பார்க்குச் சொல்வதென்றால் சிறுசிறு பிரதேசங்களின் இயல்புகள் என்பவை தம்மைத் தமது மொழிகளிலேயே எழுதிக்கொள்கின்றன எனலாம். இந்த இடத்தில் தான் சோலை சுந்தரபெருமாளின் படைப்புகள் உயிர்ப்புடன் இயங்குகின்றன. “ஒரு படைப்பை அதன் மொழியை கொச்சை என்று சொல்வது அம்மண்ணை, அம்மண் சார்ந்த மக்களை, பண்பாட்டைக் கொச்சைப்படுத்துவதாகத்தான் ஆகிறது” (சோலை சுந்தர பெருமாள்: மருதநிலமும் பட்டாம்பூச்சிகளும், ப. 76)

தஞ்சை மொழியிலிருந்து வண்டல்மொழிக்கு - வேனிலில் இருந்து கார்காலத்தை நோக்கிய பயணம்

சோலை சுந்தரபெருமாள், தஞ்சை மண்ணின் எழுத்து, மொழி என்று அடையாளப்படுத்தப்பட்ட வ.ரா., கு.ப.ரா., ந.பி., க.நா.சு., கல்கி, தஞ்சைப் பிரகாஷ், தி.ஜா., மௌனி போன்றோரின் படைப்புகள் பொதுமொழியின் வெளிப்பாட்டுக்களத்தில் அமைந்ததோடு தஞ்சைப் பகுதி மக்களின் வாழ்வை முழுமையாக அவர்கள் மொழியில் சொல்லவில்லை என்று கடுமையாக விமர்சித்துத் தனது எழுத்தியக்கத்திற்கான தோற்றக் காரணத்தைக் கூறுகிறார். அதனை நிறுவும் பொருட்டு தஞ்சைச் சிறுகதைகள், தஞ்சைக் கதைக்களஞ்சியம் என்ற இரு தொகுப்புகளைக் கொண்டு வந்துள்ளார். இக்கதைகளின் போக்குகள் தஞ்சைப் பகுதியின் முழுமையான வாழ்வைச் சொல்லவில்லை என்று கூறி பெரும் பகுதியான உழைக்கும் மக்களின் துயர்மிகும் வாழ்வை இவை முற்றாகப் புறக்கணித்திருக்கின்றன என்று குற்றம் சாட்டுகிறார். "குபரா, நபி, தி. ஜானகிராமன், மௌனி போன்றவர்கள் வெளிப்படுத்திய இலக்கியப் பதிவுகள் ஒட்டு மொத்தத் தஞ்சை மண்ணையும் மக்களையும் வெளிப்படுத்த வில்லை. தஞ்சையை முழுமைப் படுத்தவும் இல்லை அதைக் கண்டுகொண்டும் கண்டுகொள்ளாததுபோல அவர்கள் காட்டும் இலக்கியப் பதிவுகள்தான் தஞ்சை மண்ணின் சித்திரம் என்று அடையாளப்படுத்தியது மோசடி என்று சொன்னேன்." (மேலது. ப. 212) என்று சாடுகிறார் சோலை சுந்தரபெருமாள். 'நிலவுடைமை - உழைக்கும் மக்களைச் சுரண்டிக்கொழுத்த மேல்தட்டுச் சமூகங்களின் பாலியல் வேட்கைகளையும், மனம்சார் பிறழ்நிலைகளையும் மொழியின் சாதுர்யமான கூறுகளால் குழைத்து எழுதி அதுவே உயர்ந்த இலக்கியம் என்று முன் வைத்தனர். இந்த ஆதிக்கச் சமூகங்களின் வாழ்வுக்கு ஆதாரமாக அமைந்தும் அவர்களால் ஒடுக்கப்பட்ட அடித்தட்டு மக்களின் வாழ்வை இவர்கள் கண்டுகொள்ளவேயில்லை. அவர்களையும் அவர்களின் வாழ்வு, மொழி அனைத்தையும் இழிவென்று கருதினர்.' இவ்வாறெல்லாம் கடுமையாக விமர்சிக்கும் சோலை இவற்றை இம்மண்ணின் முகம்காட்டும் இலக்கியங்கள் என்று எவ்வாறு ஏற்றுக்கொள்ளமுடியும் எனக் கேள்வி கேட்கிறார். அதன் பொருட்டே வண்டல் எனும் மண்சார்ந்த அடையாள

அரசியலைத் தனது கதைகளில் முன் வைப்பதாகக் குறிப்பிடுகிறார். அவரின் இந்தப் பயணத்தில் அவர் வெற்றியடைந்திருக்கிறார் என்று சொல்லமுடியும். வண்டல் எனும் தனித்த வட்டார இலக்கியம் இவ்வாறு தோற்றம் கொள்கிறது. இந்த வண்டல் இலக்கியத்தில் சோலை சுந்தரபெருமாளின் கதைகள் மையத்தில் இயங்குகின்றன.

சோலை சுந்தரபெருமாளின் படைப்புகள்: பின்புலமும் உள்ளடக்கமும்

90களில் இருந்து தீவிரமாக எழுதிவரும் சோலை சுந்தர பெருமாள் 2014 வரை 9 நாவல்கள், 8 சிறுகதைத் தொகுதிகள், 5 குறுநாவல் தொகுதிகள், 3 கட்டுரை நூல்கள், ஒரு கவிதைத் தொகுதி என எழுதியுள்ளார். செந்நெல், தப்பாட்டம் ஆகிய இரு நாவல்கள் குறித்தும் பல்வேறு விவாதங்களுடன் இரு நூல்கள் வந்துள்ளன. தஞ்சைச் சிறுகதைக் களஞ்சியம் (இரண்டு தொகுதிகள்), நாட்டுப்புறக் கதைகள்-வாய்மொழி வரலாறுகள் ஆகியனவற்றைத் தொகுத்தும் வெளியிட்டுள்ளார். மூவலூர் இராமாமிர்தம் அம்மையாரின் தாசிகளின் மோசவலையைப் பதிப்பித்துள்ளார். (நூல்களின் எண்ணிக்கை மாறுபடலாம்). இவ்வாறு 30க்கும் மேற்பட்ட நூல்களைத் தமிழுக்குத் தந்திருக்கும் சோலை சுந்தரபெருமாள் தமிழின் புனைகதை வரலாற்றில் தனக்கான தனித்த அடையாளத்தை நிறுவியுள்ளார்.

கீழத்தஞ்சை என்று அழைக்கப்படும் நீடாமங்கலத்திற்குக் கிழக்கே உள்ள நிலப்பகுதியைச் சார்ந்த மக்களின் வாழ்வியல் இவரின் கதைக்களம். இவரின் பெரும்பாலான படைப்புக்களின் வரலாற்றுக் காலம் 20ஆம் நூற்றாண்டு. எனினும் மராட்டியர், (காத்திருக்கிறாள்- அடிக்கல்) நாயக்கர், சோழர்காலம் (தாண்டவ புரம்) என்று தமிழ் வரலாற்றின் பல்வேறு கால எல்லைகளையும் உள்ளடக்கி இயங்குகின்றன.

பண்டைய தொல்குடி / இனக்குழுச்சமூகம் அரசுருவாக்கத் தின் பின்னர் நிலவுடைமைச் சமூகமாக மாற்றம் பெறுகையில் சமூகத்தில் சாதி-வர்க்கம், சமயம் என்று பல நிலைகளில் ஏற்பட்ட முரண்பாடுகளும் சிக்கல்களும் அதிலிருந்து மீள்வதற்கான முன்னெடுப்புகளும் கதைகளின் பொதுவான உள்ளடக்கங்

களாகும். இவற்றை மூன்று வகையாகப் பகுக்கலாம்.

அ. நிலவுடைமையால் ஏற்பட்ட உழைக்கும் மக்களின் வாழ்வியல் சிதைவுகளும் விடுதலை அரசியலும்.

ஆ. வண்டல் அரசியல்: வண்டல் மொழி இலக்கிய, வாழ்வியல் கூறுகளை முன்னெடுத்தல்.

இ. வைதீகத்தின் பிடியிலிருந்து மீண்டெழும் தமிழ் அடையாள அரசியலை முன்னெடுத்தல்.

அ. நிலவுடைமையால் ஏற்பட்ட உழைக்கும் மக்களின் வாழ்வியல் சிதைவுகளும் விடுதலை அரசியலும்:

பேரரசுகளின் ஆட்சிப் பின்புலத்துடனும் வைதீகத்தின் இணைப்புடனும் கலந்த நிலவுடைமை அமைப்பு உழைக்கும் மக்களிடமிருந்து அவர்களின் உழைப்பைத் தவிர அனைத்தையும் பறித்துக் கொண்டது. இன்றைய நவீனகாலத்தில் வெளிநாட்டுப் பெரும் வணிக நிறுவனங்கள், தொழிற்சாலைகள் கட்டுவதற்கு நிலம் கையகப்படுத்துவதுபோல் அன்று பிரமதேயங்கள் முதலியன. சங்க காலத்தில் புலவர்களுக்குக் கண்ணுக்கு எட்டிய தூரம்வரை நிலம் கொடையாகத் தரல் முதலியனவும் இப்படியே. இத்தகைய அதிகாரத்தின் போக்கும் அதற்கு உறுதுணையாக இருக்கும் ஆதிக்க சக்திகளின்போக்கும் உழைக்கும் சமூகக் குழுக்களிடமிருந்து நிலங்களைப் பறித்ததோடு அந்நிலங்களில் அடிமைகளாகவும் ஆக்கிக் கொண்டன. அவர்களை விளிம்பிற்குத் தள்ளின. தேவதான அறக்கட்டளைகள் முதலியன இதிலிருந்து சற்றே மாறுபட்டவை. இவ்வாறு நிலவுடைமை ஆதிக்க சக்தியாக வரலாற்றில் வருகிறது. அதற்கு அரசர்களும் சமயக் கருத்தியல்களும் அணுக்கமாக இருந்திருக்கின்றன. எனவேதான் சோலையின் எழுத்தில் மண்ணின் மொழியும் வாழ்வும் முன்னெடுக்கப்படுகின்றன. இவ்வாறான வரலாற்றுப் போக்கில் நிலவுடைமையின் உச்சகட்ட ஆதிக்கக் கொக்கரிப்பைச் செந்நெல்லும் தப்பாட்டமும் காட்ட அதன் மாபெரும் வீழ்ச்சியை தஞ்சை மனிதர்கள் முன்வைக்கிறது. மற்ற நாவல்களையும் சிறுகதைகளையும் இந்தப் போக்கில் பார்க்க முடியும்.

உழுவித்துண்ணும் சமூகம் அதிகாரத்தில் திளைக்க உழுதுண்ணும் சமூகம் அடிமையாக இருக்கிறது. இதற்குப் பாதுகாப்பாக வரலாற்றுக்காலந்தோறும் அதிகார அமைப்புகளும் சமய நிறுவனங்களும் இருந்து வருகின்றன.

தங்களின் உணவு, உடை, இருப்பிடம், குழந்தைப்பேறு என்று உழைக்கும் அடித்தட்டு மக்களுக்கு எந்த உரிமையும் இல்லை. அதனைத் தீர்மானிப்பவர்கள் பண்ணையார்களே. பண்ணை அடிமையின் வீட்டில் பிறக்கும் குழந்தை பண்ணைக்கு மீண்டும் ஒரு புதிய வேலையாள்தான். அவனுக்கு எந்த உரிமையும் இல்லை. அப்படித்தான் செந்நெல் நாவலில் வரும் ரெங்குசாமி, கண்ணுச்சாமி ஆகியோர் கருதப்படுகின்றனர். கண்ணுசாமி படித்துவிட்டால் அவனும் அவன் குடும்பமும் தெளிவு பெற்றுவிடும் என்பதில் கவனமாக இருக்கும் வேலு நாடார் படிப்பை நிறுத்தச் சொல்கிறார். கண்ணுசாமி நாடார் பண்ணையில் தந்தையுடன் வேலையாளாக வருகிறான். அதையே நாடார் விரும்புகிறார்.

அம்மை நோய் வந்த காளியின் பிள்ளைக்கு இளநீர் தரமறுப்பதும், கூலி உயர்வு கேட்டதற்காக மொத்த ஊரையே சூறையாடி வெண்மணியில் 44 பேரை வீட்டோடு எரிப்பதும் - எரிக்கையில் பிஞ்சுக்குழந்தையைப் பெற்றதாய் வெளியே தூக்கி வீச மீண்டும் கருணையே இன்றி நெருப்பில் போட்டுக் கொல்வதும் (செந்நெல்), சவுக்கடி - சாணிப்பால் கொடுப்பதும், தாயை மகனுடனும் தந்தையை மகளுடனும் புணரச்சொல்லி தண்டித்துக் கொலை செய்வதும், திருமணமாகவிருந்த உழைக்கும் அடித்தட்டுப் பெண்ணைப் பாலியல் கொடுமை செய்து கொலை செய்வதுமாகிய (தப்பாட்டம்) இவ்வாறான நிலவுடைமையின் எல்லையற்ற திமிர்த்தனத்தை எதிர்த்து யாரும் கேட்டுவிட முடியாதபடிக்கு சமூகத்தின் ஒழுங்கு விதிகள் அதிகார யந்திரங் களும் கவனமாக இருந்திருக்கின்றன என்பதைச் சோலை மிகத் துணிச்சலாகப் பதிவு செய்திருக்கிறார். அதன் பொருட்டே அவர் பல இடையூறுகளையும் சந்தித்திருக்கிறார், அதில் வெற்றியும் கண்டிருக்கிறார்.

ஆங்கிலேயர் காலத்திலும், விடுதலைபெற்ற தொடக்க காலத்திலும் நிலவுடைமையின் அதிகாரப்போக்கு சற்றும் குறைய வில்லை என்பதையே செந்நெல், தப்பாட்டம் போன்ற நாவல்கள் காட்டுகின்றன. நிலவுடைமையாளர்கள் நீதிக்கட்சியில் இருந்து சுதந்திரப்போராட்ட காலத்தில் காங்கிரசுக்கு மாறுகிறார்கள். அதன் பொருட்டே காங்கிரஸ் இயக்கமும் பின்னர் வந்த திராவிட இயக்கங்களும் நிலவுடைமையோடு சமரசம் கொண்டன என்று நாவல்கள் கூறுகின்றன. கோபாலகிருஷ்ண நாயுடு, வேலு நாடார் என்று பண்ணைகள் யாவரும் நெல் உற்பத்தியாளர் சங்கம் என்ற ஒன்றை நிறுவுகிறார்கள். அதற்கே அப்போதைய அதிகார அமைப்புகளும் ஆதரவாக இருக்கின்றன. இத்தகைய சூழலில் இந்த நிலவுடைமையால் ஒடுக்கப்பட்டு ஏழைகளாக இருக்கும் உழைக்கும் மக்களுக்குப் பொதுவுடைமைக் கட்சி பெரிய பற்றுக்கோடாகவந்துசேர்கிறது.அதைப்பிடித்துக்கொண்டு,தங்களின் அடிமை நிலையிலிருந்து மேலெழப் போராடுகிறார்கள். இந்தப் போராட்டமே செந்நெல், தப்பாட்டம் முதலிய நாவல்களின் மையமாகின்றது. ஆராயி போன்றவர்கள் இந்தக் கால்வயிறு கஞ்சும் கிடைக்காம போயிடும் என்று கூறிப் போராட்டத்தப் பின்னுக்குத் தள்ள, பட்டினி கிடந்து செத்தாலும் சாமி என்று கண்ணுசாமிப் போகிறான் (செந்நெல்). இந்தத் தீவிரம் பொதுவுடைமை இயக்கத் தின் விளைச்சலே.

நிலவுடைமை அமைப்பு உழைக்கும் மக்கள் ஓரணியில் வர்க்கமாகத் திரண்டு போர்தொடுப்பார்கள் என்பதை அறிந்தே சாதியாகப் பிரித்தாளும் சூழ்ச்சியில் இயங்குகிறது என்பதையும் பெரும்பாலான நாவல்கள் கூறுகின்றன. ஆனால் இத்தகைய போக்குகளில் இருந்து சமூக மாற்றங்களை முன்னெடுப்பவர் களாகவே வேலுச்சாமி (செந்நெல்), சுந்தரமூர்த்தி வாத்தியார் (தப்பாட்டம்), மணலூர் மணியம்மா (நஞ்சை மனிதர்கள்) போன்ற கதாப்பாத்திரங்கள் வருகின்றன. அந்த வகையில் நிலவுடைமைச் சமூகத்திற்கு எளிதான வலிய கலக அரசியலை மிகத் துணிச்சலாகச் செந்நெல்லும் தப்பாட்டமும் முன்னெடுத்திருக்கின்றன. தமிழ் நாவலுக்கு இவைகள் உண்மையில் மேன்மை தருவன. ஏனெனில் இலக்கியம் என்பதும் அதன் நோக்கம் என்பதும் தேன் தடவிய மொழிகளால் இன்புறுத்துவது என்ற ஒன்றுக்காக மட்டும் இல்லை.

நஞ்சை மனிதர்கள் நாவல் நிலவுடைமைச் சமூகம் எவ்வாறு தனது சுகபோகங்களாலும் உட்பூசல்களாலும் அழிகிறது என்பதைக் காட்டுகிறது. பெண்கள் உச்சகட்ட அடிமை நிலையில் வெறும் போகப்பொருளாகக் கருதப்படும் ஆணாதிக்கப் போக்கையும் அப்பட்டமாக இந்நாவல் எடுத்துரைக்கிறது. சோமுப்பிள்ளையும் குப்புசாமியும் அதனை நிகழ்த்திக் காட்டுகிறார்கள். குப்புசாமி, செந்நெல்லில் வரும் வடிவேலுவைப்போல் பொதுவுடைமையாளனாக முடியாது. ஆனால் குப்புசாமியின் பெண் பிள்ளை காயத்திரி மாறுவாள். ஏனெனில் அதன் சீரழிவுக்கான காரணங்களை அறிவாள். மணலூர் மணியம்மாவைப் போல வரலாம்.

இவ்வாறான நிலவுடைமைச் சமூகத்திற்கு எதிரான அரசியலை முன்னெடுக்கும் கதைகள் ஒருபுறமிருக்க நவீன கால மாற்றங்களினால் நகர்ப்புறம் சார்ந்தும், தொழில், கல்வி நிலைகளில் ஏற்படும் மாற்றங்கள் குறித்தும் அவரின் பல்வேறு கதைகள் பேசுகின்றன. அடித்தட்டு மக்கள் கல்விகற்று மேல்நிலைக்குச் செல்கையில் தனது சமூகத்தை இழிவாகக் கருதுவது தவறு என்பதை வெள்ளாடுகளும் சில கொடியாடுகளும், உதயவாசல் போன்ற கதைகள் காட்டுகின்றன.

வைதீகச் சமூகமும் நிலவுடைமையும் இணைந்திருந்ததையும் பல கதைகள் காட்டுகின்றன. இதில் நஞ்சை மனிதர்களில் வரும் நீலாயதாட்சி சோமுப்பிள்ளையையும், ஆசை கதையில் வரும் வைத்தி- ஜனனியையும் வேறுவேறு நிலையில் வைத்துப் பார்க்க வேண்டும்.

நிலவுடைமைச் சமூகத்தின் எல்லைக்கு உட்பட்டு அடித்துட்டு மக்களின் வாழ்வுக்காகத் தனது செயல்களை முன்னிறுத்தியவளாக அடிக்கல் குறுநாவலில் வரும் ஆரமுதுவைக் குறிப்பிடவேண்டும். உத்தண்டிச்சாம்பான், குப்பான் சாம்பான் இருவருக்கும் திருவாரூர் கோயிலில் யானையேறும் பறையர் எனும் பட்டத்தை மன்னர் சகஜி முன்னிலையில் கொடுத்து வழிபடு உரிமையைப் பெற்றுத் தருகிறாள் என்று படைத்திருக்கிறார். இது உண்மையில் போற்றத் தக்கது.

சோலை சுந்தரபெருமாளின் பொதுவான கதைகளின் உள்ளடக்கம் விளிம்புநிலை மக்களின் வாழ்வியல் துயரங்களைப் பேசுகிறது. அதிலிருந்து மீண்டெழும் அரசியலைக் கதைகள் முன்வைக்கின்றன.

ஆ. வண்டல் அரசியல்: வண்டல் மொழி இலக்கிய, வாழ்வியல் கூறுகளை முன்னெடுத்தல்:

இன்றைய தமிழ்ச் சூழலில் வட்டார எழுத்துக்கள் முதன்மை பெற்று வருகின்றன. அதில் தஞ்சை மண்ணின் உண்மையான இயல்பை வண்டல் எழுத்து என்று அடையாளப்படுத்தி வெற்றியும் கண்டிருக்கிறார் ஆசிரியர். வட்டாரத் தன்மைகளை முதன்மைப்படுத்தும் இன்றை போக்கில் இது தனித்துவமானது. உழைக்கும் மக்களின் வாழ்வும் அவர்களின் மொழியும் அவர் களின் உணர்வுகளுமே இவரின் படைப்பு மையம். அந்த வகையில் கீழத்தஞ்சைப் பகுதியில் உள்ள மக்களின் வழக்கு மொழியில் அவரின் படைப்புகள் அமைகின்றன.

வண்டல் வாழ்வியலை வண்டல் மொழியிலேயே சொல்ல வேண்டுமென்பதே அவரின் படைப்புகள் முன்வைக்கின்றன. பேச்சு மொழிக்கூறும் பழமொழிகளும், சொலவடைகளும் சொல்லல் முறைகளும் அதற்கேற்ப வண்டலின் நறுமணத்தோடு அமை கின்றன.

சான்றாக: கழுதை ஏருக்கு ஒத்துவந்தாலும் வரும் காவனூரரான் ஒத்துவரமாட்டான். (செல்நெல் ப. vii)

கட்டிக்க சீல இல்லன்னு நாத்தனா வீட்டுக்குப் போனாளாம். நாத்தினாக்காரி ஓலப்பாய சுத்திக்கிட்டு எதிரக்க வந்தாளாம் (செல்நெல் ப. 48)

கெப்புறு, அசமடக்குதல், நெகா வெதரணை சங்கை, இசு, அருணுப்பு, வசு, மம்மல், இவ்வாறு ஒவ்வொரு நாவலிலும் நூற்றுக் கணக்காக வண்டலுக்கென்று உள்ள தனித்த சொற்கூறுகள் உள்ளன. இவரது படைப்புக்களே வண்டல் சொற்களஞ்சியமாக விளங்குகின்றன.

வண்டல் வாழ்க்கையை விரிவாக அவரின் கதைகள் விளக்குகின்றன. சடங்குகள், நம்பிக்கைகள், சிறுதெய்வ

வழிபாடுகள், திருவிழாக்கள், பொருளாதார நடவடிக்கைகள், மணமுறைகள் என்று கீழத்தஞ்சை குறித்த பல்வேறு விதமான தரவுகளையும் தருகிறார். இவைகளில் இருந்து மானிடவியல், இனவரைவியல், சமூகக்கிளை மொழியியல், அகராதியியல் என்று பல்வேறு ஆய்வுகளை நம்மால் நிச்சயம் நிகழ்த்தமுடியும். கதைகள் வெறும் கதைகளாக இல்லை, வாழ்வின் அனைத்துக் கூறுகளையும் உள்ளடக்கிய களஞ்சியமாக இருக்கின்றன. வண்டலின் முழுமையை நோக்கிய தீராத காதல் கதைகளில் பெருநதியாய் பாய்கிறது.

இ. வைதீகத்தின் பிடியிலிருந்து மீண்டெழும் தமிழ் அடையாள அரசியலை முன்னெடுத்தல்:

சோலை சுந்தரபெருமாளின் படைப்புகளில் மிக நுட்பமாகவும் வெளிப்படையாகவும் இயங்கும் இன்னொரு கூறு வைதீகத்திற்கு மாற்றான தமிழரசியலை முன்னெடுத்தல் என்பது. நஞ்சை மனிதர்கள் போன்ற நாவல்களும் ஆசை போன்ற குறுநாவல்களும் இதற்குச் சான்றுகள். இதன் உச்சமாக தாண்டவபுரம் நாவல் அமைகிறது. வைதீகச்சார்பாளர்களால் கடும் எதிர்ப்பையும் மற்றையோர்களால் பெருத்த வரவேற்பையும் பெற்ற நாவல் இது. சமண பௌத்த, வைதீகசமயங்களின் உழைக்கும் மக்களுக்கு எதிரான, தமிழுக்கு எதிரான நிலைப்பாடுகளை முன்வைத்து அமைகிறது இந்நாவல். தமிழ் ஞானசம்பந்தன் எனத் தன்னை அழைத்துக்கொண்ட ஆளுடையப்பிள்ளை தமிழுக்கு எதிரான அனைத்துவிதமான போக்குகளையும் எதிர்க்கும் வல்லமையுடைய வரலாற்றுப் பாத்திரமாகப் புனையப் பட்டுள்ளார். வரலாற்றின் இடைவெளிகளை இவ்வாறு தாண்டவபுரம் இட்டு நிரப்புகிறது. சமண, பௌத்த சமயங்களின் வீழ்ச்சியை இவ்வாறு காண்கிறது. அதாவது தமிழ்ச் சைவம் சாதி, வருணப் பாகுபாடுகளுக்கு எதிராக நின்று உழைக்கும் மக்களை ஒன்றிணைக்கிறது என்கிறது. இகவாழ்வை முன்னிறுத்தியும் பழந்தமிழ்ச் சமூகம் தன்னைச் தமிழ்ச் சைவமாக முன்வைக்கிறது. இந்த நாவல் குறித்து பிறமொழியாளரின் தாக்குதலில் இருந்து தமிழைச் சம்பந்தர் காத்திருப்பதாகப் படைத்ததை வரவேற்று, இலக்கியம் புனைவென்பதைக் கூறி தாவின்சி கோடு நாவலோடு ஒப்பிட்டு அதைப்போலத்தான் தாண்டவபுரத்தைப் பார்க்க

வேண்டும்' (புதுப்புனல்: மே 2012 பக், 46-47) என்ற கோவை ஞானியின் கருத்து தாண்டவபுரத்தின் படைப்பியக்கத்தை வரலாற்றுச் சூழலில் வைத்து வரவேற்கிறது. இந்த வகையில் பழந்தமிழ் இனக்குழுவாழ்வின் அரசியலை மீட்டெடுக்கும் போக்கும் இவர் கதைகளில் முக்கிய உள்ளடக்கமாக இருக்கிறது.

படைப்பின் அழகியல்

கலை கலைக்காகவே, படைப்பு அதன் அழகியல் கூறுகளிலேயே இருக்கிறது. உள்ளடக்கங்களில் இல்லை என வாதிடுவோருக்கு சோலையின் படைப்புகள் வேறு ஒரு தளத்தை முன்வைக்கின்றன. வட்டார மொழி இழிவானது என்பதற்கு மாற்றான அரசியலை அவர் படைப்புகள் முன்னெடுக்கின்றன. படைப்பின் அழகியல் கலைக்கூறு என்பன அதன் மொழிகளாலே கட்டமைக்கப்படுகிறது என்பதை படைப்புகள் மறுக்கின்றன. அதாவது படைப்பின் உள்ளடக்கமும் அதன் மொழிவடிவமும் சொல்லல் முறைகளும் ஒன்றுடன் ஒன்று கலந்திருக்கின்றன என்பதையே கதைகள் வலியுறுத்துகின்றன. அடித்தட்டு மக்களின் வாழ்வும் உணர்வுகளும் அவர்கள் மொழியால் சொல்வதே சரி என்பது படைப்பின் நோக்கம். அதைக் கதைகள் நிகழ்த்திக் காட்டியிருக்கின்றன. வருணனை மொழிகளும் நெகிழ்ச்சியான சொற்கோவைகளும் இன்றிக் கதைகள் வறட்சியாக இருக்கின்றன என்றும் சிலர் விமர்சிக்கக் கூடும். வாழ்வு வரலாறு முழுக்க வறண்டு, உண்ண உணவும் இருக்க இடமும் உடையும் அற்று அதற்கான உரிமையுமற்று இருக்கிறபோது மொழியில் கார்காலத்தின் பாடலையும் வாடைக்காற்றையும் காணமுடியுமா? தேவையு மில்லை என்பதே படைப்பின் தீர்க்கமான குரல். இந்தத் தீராத கலவையே பசுமையான வண்டல் சேற்றின் நறுமணம்.

அதிகாரத்தின் முகத்தில் தெறிக்கும் வண்டல் சேற்றைக் கட்டாயம் நீங்கள் துடைத்துவிடத்தான் வேண்டும். ஏனெனில் அது நறுமணமுடையது. உங்களுக்குச் சொந்தமானதுமல்ல. சேற்றை வணங்கிவிட்டு வெளியேறுவதே மீதமிருக்கும் ஒற்றைவழி என்று செந்நெல்லில் வரும் கண்ணுசாமி, வேலுச்சாமி, குப்பான் சாம்பான், உத்தண்டிச் சாம்பான், நாச்சிமுத்துவாத்தியார், முனியாண்டிச் சாம்பான் (தம்பாட்டம்), உத்தராசு போன்றோரின் குரல்கள் ஒலிக்கின்றன.

உயர்ந்த இலக்கியப் போக்கு இதுதான் என்றும் அது தஞ்சையின் எழுத்து என்று தமிழ்ப் புனைகதை வெளியில் முன்வைக்கப்பட்ட நிலவுடைமை, வைதீக மேல்தட்டு அதிகாரத்தின் மாயையைக் களைந்து வண்டல் எனும் அடையாள அரசியலை வேரடி மண்ணோடு கட்டி யெழுப்பியவை சோலை சுந்தரபெருமாளின் படைப்புகள் என்பதை மண்ணோடும் மண்ணின் மொழியோடும் உறவுடைய எவரும் மறுக்கமுடியாது. அந்த வகையில் சோலையின் வண்டல் மொழி ஏற்றத்தாழ்வற்ற திணைக்குடி / தொல்குடிச் சமூகத்தை மீட்டெடுக்கும் இன்றைக்குத் தேவையான முன்னத்தி ஏர் என்று குறிப்பிடமுடியும். வண்டலின் தீராத கனவுகளை நனவாக்கும் தீராத பெரும் வேட்கையோடு ஒட்டுமொத்த கதைகள் அமை கின்றன. இன்னும் நுட்பமாகவும் நவீனகாலத்தின் பல்வேறு சிக்கல்களில் இருந்து வண்டலை மீட்டெடுக்கும் அரசியலாகவும் சோலை சுந்தரபெருமாளின் கதைகள் வண்டல் சேற்றின் மாறாத நறுமணத்துடன் பெருக்கெடுத்துப் பாயும் என்பதில் வியப்பில்லை.

(வண்டல் இலக்கியக் கருத்தரங்கம் எனும் பொருளில் சாகித்திய அகாதெமியின் சார்பில், தஞ்சையில் நடைபெற்ற கருத்தரங்கில் வாசிக்கப்பட்ட கட்டுரை)

☯

5. வட்டாரக் கதை மொழியின் விதை நெல் கோட்டை சி.எம். முத்து

-வியாகுலன்

சி.எம்.முத்து அவர்களின் படைப்புலகம் குறித்து உங்களுடன் பகிர்ந்து கொள்ள சாகித்திய அகாதெமி கொடுத்துள்ள இந்த நல்ல வாய்ப்பிற்கு எனது நன்றிகளைத் தெரிவித்துக் கொள்கிறேன்.

சி.எம்.முத்துவின் ஏழுமுனிக்கும் இளையமுனி என்ற சிறுகதை மூலமாகத்தான் முதன் முதலில் அவரது எழுத்துக்களின் பரிச்சயம் எனக்குக் கிடைத்தது.

கம்பர் நத்தம், சூரியக்கோட்டை, நெல்லுப்பட்டு, மூவர் கோட்டை, பள்ளியூர், இரும்புத்தலை, கரம்பத்தூர், அருமலைக் கோட்டை, நார்த்தேவன் குடிகாடு இப்படி தஞ்சை மாவட்டத்தின் கிராமங்கள், தெருக்கள், வீடுகள், மனிதர்களென கால்களில் புழுதிபடிய அம்மனிதர்களின் மனரேகைகளைப் பதிவு செய்த படைப்பாளி சி.எம்.முத்து அவர்கள்.

நெஞ்சின் நடுவே, கறிச்சோறு என்ற இரு நாவல்கள் தமிழ் இலக்கியத்தில் என்பதுகளில் தமிழின் முக்கிய நாவல்களாகப் பேசப்பட்டவை. இன்றளவும் தனது பங்களிப்பை தமிழ் நாவல் உலகிற்குத் தந்து கொண்டிருக்கும் சி.எம்.முத்து அறியப்படாத ஆளுமை என்றே சொல்லத் தோன்றுகிறது. 1950ஆம் வருஷம் பிப்ரவரி மாதம் 10ஆம் தேதி இடையிருப்பு என்ற தஞ்சாவூர் மாவட்டத்துக் கிராமம் ஒன்றில் சந்திரஹாசன், கமலாம்பாள் தம்பதியருக்கு மகனாகப் பிறந்தார். காவிரி டெல்டா மாவட்டத்து விவசாய வாழ்வு, மண்குடுவை, வில்வண்டி என்ற அக்காலத்திய மனிதர்களையும், அவர்களின் வாழ்வையும், வெளியையும், தமிழில் தனது 300 சிறுகதைகளின் மூலமாகவும் நெஞ்சின் நடுவே தொட்டு தற்போது அவர் எழுதிக்கொண்டிருக்கும் மிராசு நாவல் வரை ஏறத்தாழ தனது பத்து நாவல்களின் மூலமாகவும் பதிவு செய்த ஆளுமை.

தஞ்சாவூர் மாவட்டத்தை நான் எழுதியதைக் காட்டிலும் சி.எம். முத்து நிறையவே எழுதிவிட்டார் என்று தி.ஜானகிராமனால் புகழப்பட்டவர்.

ந. பிச்சமூர்த்தி, தி.ஜா.ரா., எம்.வி., கரிச்சான்குஞ்சு, தஞ்சை பிரகாஷ் போன்றவர்களின் நட்பைப் பெற்றவர்.

வெறும் நூறு பக்கங்களை எழுதிவிட்டுத் தன்னை முன் வைக்கத் துடிக்கும் இன்றைய இலக்கியச் சூழலில் சி.எம்.முத்து என்ற நதி சுமார் பத்தாயிரம் பக்கங்களைத் தாண்டி ஓடிக் கொண்டிருக்கிறது மௌனமாக.

மனிதர்களின் மனச் சித்திரங்களைத் தனது புறவயமான எழுத்தின் மூலமாகப் பதிவு செய்த படைப்பாளிகள் மிக முக்கிய மானவர்கள். ஒரு காலகட்டத்திய மனிதர்களை, அவர்களின் வாழ்வை, புழங்கு தளத்தை வெளிப்படுத்தியவர்கள். அந்த வகையில் ஒரு ஐம்பது ஆண்டுகாலத் தஞ்சாவூர் மாவட்டத்து வாழ்வைப் பதிவு செய்த படைப்பாளி சி.எம்.முத்து ஆவார்.

நாடோடித் தன்மையான எழுத்து வகைக்கென்று ஒரு தனி ருசி உண்டு. அந்த எழுத்து முறை இவரது எழுத்து பாணியாக இருக்கிறது. அந்த எழுத்து வகையில் சூதுக்கும், எழுத்து உற்பத்திக்கும் வேலையே இல்லை. இந்த விஷயத்தை வல்லிக்கண்ணன் அவர்களின் வார்த்தையில் சொன்னால் "தஞ்சை கிராமங்களில் விவசாயத்தில் ஈடுபட்டுள்ள மக்களின் வாழ்க்கையை சி.எம். முத்துவின் எழுத்து சுவாரஸ்யமாக விவரிக் கின்றது. தஞ்சை மாவட்டத்தின் சிற்றூர் ஒன்றைச் சேர்ந்த இக்கலைஞர் கிராம மக்களோடு கலந்து வாழ்ந்து அனுபவம் பெறுகிறார். தனித்துவ மான எழுத்து நடுகை" இவருடையது.

கறிச்சோறு நாவல் ஜாதியைப் பேசுகிறது என்ற விமர்சனங்களை இப்படைப்பாளி சந்திக்க நேர்ந்த காலகட்டத்தில் ஜாதி எங்கே ஒழிந்திருக்கிறது. நாளுக்கு நாள் அதன் வேரின் நீட்சி வளர்ந்து கொண்டேதான் இருக்கிறது. "எனது காலகட்டத்திய எழுத்து ஜாதியைப் பற்றியல்ல ஜாதிக்குள் இருக்கிற ஜாதியைப் பற்றியது என்று துணிவுக் குரல் கொடுத்த படைப்பாளி சி.எம். முத்து."

தஞ்சை மாவட்டத்து வட்டார மொழியோடும் விவசாய வாழ்வின் குடும்ப சமூகப் பின்னணிகளோடும் கூடிய இவரது "மிராசு" என்ற நாவலைத் தனது வாழ்நாள் இலக்காகக் கருதி தஞ்சை மாவட்டத்தின் முழுமையான சித்திரத்தை வரைந்து கொண்டிருக்கிறார் தனது வட்டாரக் கதை மொழியில்.

தீர்மானகர முடிவுகளை வலிந்து திணிக்காமல் தான் வாழ்க்கையில் வெவ்வேறு சாயல்களுடன் யதார்த்தமாகக் கண்டதை அதே யதார்த்தமான படைப்பாகப் பதிவு செய்துள்ளார். அதுவே வாழ்க்கைக்கு அர்த்தமும் புதிய பரிமாணமும் சேர்ப்பதாய் அமைந்துவிட்டிருக்கிறது. சி.எம்.முத்துவின் படைப்புகள் பாசாங்கற்ற பாணியில் நேர்த்தியான எழுத்து நடையில் ஒருவித இனிமை தரும் பேச்சு மொழியில் அவரது தஞ்சை வட்டாரத் தமிழில் தனிச்சிறந்த படைப்புபாளுமையோடு சித்திரமாகியுள்ளது என்று சா. கந்தசாமி குறிப்பிட்டுள்ளார்.

தஞ்சை மாவட்டத்துக் காவிரி விவசாயி இன்றைக்கு எங்கிருக்கிறான்? வைக்கோலிலிருந்து மஞ்சள் பூ பூத்துக்கிடந்த அவனது போரடி எங்கே? குதிர்கள் எங்கே? காவிரி டெல்டா மாவட்டத்து விவசாயியின் தற்கொலை வாழ்வையும் எலிக்கறி தின்ற அவனது அவல வாழ்வையும், விவசாயப் பின்னடைவையும் இவரது "மிராசு" நாவலில் பதிவு செய்து கொண்டிருக்கிறார்.

தமிழின் இனவரையறை நாவல்களில் வட்டார மொழி யோடு கூடிய தனித்த அடையாளத்தை உளச்சித்தரிப்பு, பாத்திரப்படைப்பு, கதை சொல்லும் த்வனி, நடை இப்படி படைப்பின் கூறுகள் கைவரப் பெற்றதால் காலம் முன்னிறுத்தும் படைப்பாளிகளில் சி.எம்.முத்துவும் ஒருவராக இருப்பார்.

சடங்கார்ந்த வாழ்வையும், நெற்குதிர்கள், மரக்கலப்பைகள், காளை மாடுகள், கூண்டு வண்டிகள், மண்பாண்டங்களென்ற புராதனச் சாயைகளை சொல் நடவாக அல்ல கதை நடவாகப் பதிவு செய்து கொண்டிருக்கிறார் கிராமத்துப் பிரபஞ்சத்தை நித்யமாய் சாஸ்வதமாய் ஸ்தாபித்து.

ஒரு 'ஜென்' கவிதையிலிருந்து இவரது படைப்பு உலகத்தை அணுகலாம் எனத் தோன்றுகிறது.

பூங்காவிலுள்ள அன்னங்களுக்கு
ஆகாயம் முழுவதும்
சொந்தமாயிருக்கும்
அவற்றின் இறக்கைகள்
வெட்டப்படாதிருந்தால்.
இப்போது
அவை உலவுகின்றன தினமும்
அதே விதமாகச்
சிற்றடி வைத்து.

(ஜென் கவிதை)

தமிழ் நாவல்களின் உளச்சித்தரிப்புக்கு என்று ஒரு பெரும் பரப்பு இருக்கிறது. அப்பெரும் பரப்பு இப்போது 'அப்பா என்றொரு மனிதர்' நாவல் மூலமாக சி.எம்.முத்துவால் இன்னும் விரிவடைந்திருக்கிறது.

இந்த வெளியில் புழங்குகின்ற சந்தரகாசு குச்சிராயர், மாரிமுத்து குச்சிராயர், வேம்புப் பிள்ளை, கனவம்பாள், கமலாம்பாள், வனரோஜா, சித்திரவேலு, தாமரை, பிச்சைக்கண்ணு என்ற கதை மாந்தர்களின் மனச் சித்திரங்களைத் தீட்டியபடிக்கு, மேலத் தஞ்சை டெல்டா மாவட்ட விவசாயிகளை, அவர்களின் விவசாய வாழ்வை சர்வ யதார்த்தமாக சி.எம்முத்துவால் தொடங்கப் பட்டிருக்கிறது முதல் நடவாக.

நாழி ஓடுகளின் அடுக்குகளைப் போல பூர்வமென்பது அடுக்கடுக்கான பந்தங்களால் உருவாகியிருக்கிறது. ரத்தமும், உறவும், பகையும், பிரிவும் சண்டை சச்சரவுகளையும் மீறி நாழிப் பாசி ஒவ்வொரு வீட்டிலும் பூத்தபடியிருக்கிறது.

'அப்பா என்றொரு மனிதரின்' கதாமாந்தர்களிடமும் பசி, ஏக்கம், காதல், வன்மம் எல்லாமுமிருக்கிறது. அதோடு மறதியு மிருக்கிறது. அந்த மறதியில் பூர்வம் மாத்திரமே ஞாபகங்களால் நிரம்பியிருக்கிறது.

ஆதியின் இயற்கையில் வாழ்தலுக்குட்பட்ட இந்த மனிதர்கள் தாங்கள் தொலைத்துவிட்ட ஆதி காலத்தையும் இயற்கையையும் நம்மிடம் கொடுக்கிறார்கள்.

அந்த இயற்கையும், புவியிலும் நம்மிடமிருந்து நம்மை எடுக்கத் தூண்டுகிறது. நமது தந்தையை, தாயை, தனயனை, சகோதரியை, நண்பர்களை, அண்டை வீட்டுக்காரனை நம்முள் பத்திரப்படுத்தத் தூண்டுகிறது.

ஒருவாராக இது ஒருவரின் கதையென்று முடிவுக்கு வர முடியாது. ஒரு மனிதனின் கதை. வீட்டின் கதை. வீட்டில் புழங்கும் பெண்கள், குழந்தைகள், ஆண்கள், அண்டை அயலாரின் கதை. ஒரு தெருவின் கதை. ஒரு கிராமத்தின் கதை என்ப தோடு மட்டுமின்றி ஒரு சமூகத்தின் கதை. அவ்வீட்டிலுள்ள ஏர்முனையில் மண்வீடு கட்டி வாழும் குழவியும் கூட இவரது பார்வையிலிருந்து தப்பவில்லை.

காவிரி டெல்டா மாவட்டத்து தஞ்சை விவசாயி நிலத்தையும் வீட்டையும் தனது தலையில் சுமந்து போடுகிற தள்ளாட்டம் இங்கு தஞ்சை மாவட்டத்து விவசாய வாழ்க்கை அச்சு அசலாக விரிந்திருக்கிறது. அவர்களின் நடைமுறை, உணவு, திண்ணைப் பேச்சு என்று நெல்லும் சாணமும் கூடிய வாசனையை தானடைந்த அதே மனக்கிளர்ச்சியை வாசகனுக்கும் கொடுத்திருக்கிறார் சி.எம். முத்து.

அதாவது மாப்பாசான் சொன்னதுபோல தான் அடைந்த உணர்ச்சியின் அதே உயரத்தில் தனது வாசகனையும் உட்கார வைத்திருக்கிறார்.

நமது நிலம் எது? நமது விவசாயம் எது? விவசாய உற்பத்தியின் குடும்ப சமூக உறவுகளை முன் வைத்து இந்த நாவல் உருவாக்கிய கேள்விகளுக்கு இன்றளவும் விடைதெரியாத புதிர்களாகிப் போன நமது துரதிர்ஷ்டமான யதார்த்தம் சுமை யைத் தருகிறது.

உணர்ச்சித்தளமும் அறிவுத்தளமும் இங்கு சமநிலைக்குட் படுத்தப்பட்டதில் கிடைத்த இந்நாவலின் வித்தகம் அதன் கதை சொல்லும் முறையையும் கலையையும் மேன்மையுறச் செய்வதோடு வாசக அனுபவத்திற்கான மதிப்பையும் பெற்றுத் தருகிறது.

கடந்த நாற்பதாண்டுகால எழுத்தனுபவத்தின் செறிவும், ஐம்பதாண்டுகால வாசிப்பனுவத்தின் செறிவும், ஒரு விவசாயியாக

இன்றளவும் வாழ்ந்து வரும் வாழ்வனுபவத்தின் செறிவும், "அப்பா என்றொரு மனிதர்" என்ற நாவலாக விரிவடைந்திருக்கிறது என்றே சொல்லத் தோன்றுகிறது.

நாற்பது ஆண்டுகளாக படைப்பிலக்கியத்தில் ஈடுபட்டு வரும் இந்நாவலாசிரியர் தன் கண்ணில் பட்டதையும் மனதில் பட்டதையும் பட்டவர்த்தமாக உள்ளது உள்ளபடியே உள்ளவாறே எழுதியுள்ளார். இதனை அவரது பாணியிலே சொன்னால் "உண்மை யைத் தவிர வேறு இலக்கியம் இல்லை நண்பா."

சந்திரகாச குச்சிராயர் குடும்ப சரிதம் சரவணன் என்ற பாத்திரத்தின் வழி நாவலாக விரிவடைந்திருக்கிறது.

நாவல் தஞ்சை மாவட்டத்து விவசாய வாழ்வை முன்னிறுத்தி குச்சிராயர் குடும்ப உறவுகள், நட்பு, முரண், சிக்கல், இழப்பு, காமம் என்ற உறவின் கிளைக் கதைகளோடு காவிரி டெல்டா மாவட்டத்து விவசாயி ஒரு சித்திரம் போல உருப்பெற்றுள்ளான்.

தஞ்சை மாவட்டத்தின் விவசாய வாழ்வை சொல்ல இன்னும் பகுதிகள் நிறைய உள்ளன என்பதற்கான மூல நாவலாகவும் இதனைக் கொள்ளலாம். தஞ்சைக் கிராமங்களின் வாழ்வு, விவசாயம், உறவு, சாதி, கள்ள உறவு இவற்றை மிக நுட்பமான மொழியில் சி.எம்.முத்து கையாண்டிருக்கிறார்.

தஞ்சை மண்ணில் பிராமண எழுத்தாளர்கள் கோவில் மரபையும் இசை மரபையும் நாவலில் பதிவு செய்தார்கள். அவர்களுக்கு எதிர் தமிழ் மரபாய் இனவரைவியல் தன்மையுட னும் நாட்டுப்புறவியல் உள்ளீடுகளாகவும் சி.எம்.முத்து என்ற படைப்பாளி உருப்பெறுகிறார்.

நாவலில் சரவணனின் அப்பாவை பற்றி கூறும் போது அப்பா பகல் 12.00 மணிக்குதான் சாப்பிடுவார் என்பதும் குடும்பத்தில் உள்ளவர்களைப் பற்றி வர்ணிக்கும் போது சிவப்பாக இருப்பாங்க என வருவதும் கருப்பு சிவப்பு என எதிர் முரணை கட்டமைத்துள்ளார். ரேடியோவில் கர்நாடக சங்கீதம் பாடுவது சரவணன் எரிச்சல் படுவதும் பிராமண எதிர்ப்பு உளவியலை காட்டுகிறது. நாவல்களும் தஞ்சாவூர் கிராம மண் மரபை சார்ந்துள்ளது. குறிப்பாக நாதஸ்வர இசை மரபும், கூத்து

மரபும் சுத்தமாக பதிவாகவில்லை. மாட்டுவண்டியில் போடும் காத்தவராயன் பாடல் பாடிச் செல்வதாகப் பதிவாகியுள்ளது. சரவணன் தாத்தா இறக்கும்போது தேவார திருவாசகம் பாடல் பாடி அடக்கம் செய்வது தஞ்சை மண்ணின் பண்பாட்டு வேர்களை நினைவூட்டி செல்கிறது.

சந்திரகாச குச்சிராயர் மிராசு பட்டம் மதிப்பீடு சார்ந்து வாழ்வதும், திருநாவுக்கரசு படித்தவர். இன்ஜீனியர் பிழைத்து கொள்வார். நாவலில் வாசிப்பனுபவத்தில் சரவணனும், அம்மா வும், மைதிலியும் மிகவும் துயரமான பாத்திரங்களாக அலையுறு கிறார்கள். சந்திரகாசு குச்சிராயர் வேம்புபிள்ளை இருவரின் சாதி தாண்டிய நட்பு நாவலின் முற்போக்கு பாத்திரமாக மலர்கிறது.

தமிழ் சினிமாவின் எதிர் முரண்கள் எம்.ஜி.ஆர், சிவாஜி, தி.மு.க. காங்கிரஸ் சினிமா வழி அரசியல் மனோபாவம் எப்படி வெளிப்படுகிறது என்பதை ரசனை மனோபாவத்துடன் படைப்பாளி வெளிப்படுத்தி உள்ளார். ஓர் இடத்தில் மட்டும் தனது சகாவின் அப்பா கம்யூனிஸ்டில் இருக்கிறார் என அரசியல் வெளிப்பாடுகளை தெரிப்பாக நாவலில் விழுகிறது. சரவணனின் கருப்பழகி ஒருதலை காதலும், ராமகிருஷ்ணனின் காதல் வழி உரையாடலும், குடியான பெண்கள் வயலில் வேலை செய்யும் போது ஏற்படும் மன கிளர்ச்சியும், நிலமானிய எதிர்மனநிலை வாழ்வும், தஞ்சை மண்ணின் வாழ்வும், நிலம் விவசாய கூலிகள் வாழ்வும் யதார்த்தமாக உண்மையாக பதிவு செய்துள்ளார். நாவல் இடையிருப்பு கிராமத்தின் உறவுகளின் சிடுக்குகளையும் வாழ்வின் சூதினை, காயங்களை எழுதி கடந்து செல்கிறார். இனவரைவியல் தன்மையுடன் பழைமையான மரபும் மனித மாண்புகளும் நவீன நாகரீகத்திற்கு நவீன வாழ்வுக்கு எதிராக இன்று வரை தமிழ்க் கிராமங்களும், தஞ்சைக் கிராமங்களும் போராடி வருகின்றன.

சீழை ராமநாதபுரத்து கீதாரிகள் வருகை நாவலில் தெரிப்புகளாக வருகிறது. விரிந்த தளத்தில் வேறு வகையான வரலாறாக மாறாமல் துட்டையாக சுருங்கி கீதாரிகளின் நாடோடி கிடை வாழ்வு கலையாகப் பரிணமிக்கவில்லை. சீமை உரம் வருவதற்கு முன் தஞ்சை மண்ணில் உயிர்ப்புடன் நிலத்தில்

ஆட்டு கிடைகள் கீதாரிகளும் ஆடுகளும் காணாமல் போய் சீமை உரம் வருவது பற்றியும் பசுமை புரட்சி நவீன விஞ்ஞானம், தொழில் நுட்பம், விதை திருட்டு, ஒட்டுரக நெல் ஆராய்ச்சி நிறுவனங்கள் தஞ்சை மண்ணின் கலாச்சாரத்தைச் சீரழித்தது. தஞ்சாவூர் டெல்டா பகுதியின் பொருளியல் மாற்றங்களை இலக்கிய பிரதியின் பதிவாக சி.எம். முத்துவின் படைப்புகள் உணர்த்துகின்றன.

சீமை உரம் வருகையும், கீழை ராமநாதபுரத்து கீதாரிகள் வெளியேற்றமும் வரலாறாக உருப்பெறாமல் மேலும் செட்டியார் களும், மரைக்காயர்கள், நிலத்தை வாணிபத்தை கைப்பற்றிய அளவு வருகை, இடையிருப்பு வரலாறாக உருப் பெறாமல் இனவரைவியல் தன்மையுடன் சந்திரகாசு குச்சிராயர் வம்ச சரித்திரமாகவும் விவசாயிகளின் வீழ்ச்சியை நாவலின் வெளியில் இன்னும் விரிந்திருக்க வேண்டும்.

சீமை உரம், ஆட்டு புலுக்கை உரம் என விவசாய மண்ணின் மாற்றங்கள் ஆட்டு புலுக்கை போல் சீமை உரம் மாட்டு வண்டியில் கொண்டுபோகும் மாற்றம் எப்படி உருவானது என கண்டுபிடிக்கும் போது விவசாயிகளின் பொருளாதார மாற்றம் சந்தை, வாழ்வியல் மாற்றம், அழிவு, அரசியல் தன்மையான நாவல் உருபெறுவதற்கு சாத்யபாடுகளை உருவாக்கியுள்ளது. விவசாயிகளின் வரலாற்று நாவலாக ஆவணமாகப் பரிணமித்து இருக்கும் நாவலாசிரியர் எளிமையான மனிதராகவும் விவசாயி யாகவும் இருப்பதால் வரலாற்று பொறுப்பு இருப்பதாக நினைக் கிறேன்.

நாவலின மொத்ததில் தமிழ் பிராமண எழுத்தாளர்கள் கோவில் மரபையும் இசை மரபையும் காவேரி நதிக்கரையையும், பண்பாட்டையும் நாவலாகப் படைத்தார்கள். அதற்கு எதிர் மரபாக தஞ்சை மண்ணின் இனவரைவியல் தன்மையுடன் சி.எம்முத்துவின் படைப்புகள் உள்ளன. இனவரைவியல் மரபு கட்டமைக்கப்பட்டுள்ளது. விவசாய வாழ்வுடன் கூடிய தனித்துவ மான படைப்பாளராகவும் சி.எம்.முத்து விளங்குகிறார் என்பது மிகையாகாது.

தஞ்சாவூர் வரலாறு, புதினம், படைப்பிலக்கியத்தில் இவர் காட்டும் வாழ்வியல் உத்திகளையும் நாவல் கட்டமைப்பையும் பார்க்கும்போது சி.எம்.முத்து இன்னும் அறிந்து கொள்ளப்பட வேண்டிய ஆளுமை என்றே தோன்றுகிறது.

பலவிதமான குணச்சித்திரங்கள் அலைவுறும் கதாமாந்தர்களோடு முத்துவின் படைப்புலகம் அமைந்திருக்கிறது. வெறுமனே கருத்து, நீதி போதனைகள் இவைகளையெல்லாம் புறந்தள்ளி அழகியல் மற்றும் கலையைச் சார்ந்து இயங்கும் எழுத்து இவருடையது.

காலம் மீதும் இடைவெளி மீதும் உள்ள கருத்துக்கள் வாழ்வின் அனுபவங்களோடும் கதைத்தன்மையுடன் வெளிப்படுபவையாகத் திகழ்கின்றன.

அவருடைய கதைகள் சூட்சும யதார்த்தம் என்பதும் கதையில் மறைந்துள்ள இன்னொரு கதையைக் காண்பதாகவும் இருக்கிறது.

இந்த வித்தையானக் கதைத்தன்மை ஆசிரியரின் வாழ்பனுபவங்களில் கிடைக்கும் ஒரு வெளிப்பாடு.

முத்துவின் கதை சொல்லும் த்வனியில் இருண்மையோ குழப்பமோ இல்லை.

மாறாக தெளிவும், மறைமுகமான அர்த்தச் சிதறல்களும் கொண்டிருக்கின்றன.

நவீனமயமான வாழ்வில் நாம் தொலைத்தவற்றில் மிக முக்கியமான ஒன்று “அன்பு.”

இவருடைய கதைகளில் முதுமையடைந்தவர்கள் அன்பைத் தேடி அலைகிறார்கள்.

நாடக வாத்தியார் தங்கசாமியும், அந்திமம் சிறுகதையும் இதற்கு பலமான சான்றாகக் கொள்ளலாம்.

ஏழுமுனிக்கும் இளையமுனி சிறுகதை வளர்ப்புப் பிராணிகளுக்கும், குழந்தைகளுக்கும், பெரியவர்களுக்குமான உறவோடு விரிகிறது.

தொன்றுதொட்ட தமிழ்ச் சிறுகதை மரபில் புறந்தள்ளிய வர்கள், அனாதைகள், ரோகிகள், அன்பிற்கென அலையும் மனிதர்கள் குறித்த கதாமாந்தர்கள் நிறைய உதாரணங்களாய் இருக்கிறார்கள்.

அவர்கள் கதைகளில் நமக்கு ஏற்படுத்தித்தந்த இனம்புரியாத உணர்வு என்பது முக்கியமான ஒன்று.

இப்படி இனம் புரியாத உணர்வில்தான் படைப்பாளியும் வாசகனும் தீண்டும் இடத்தை ஒரு சிறகைப்போல, விழுதைப் போல, துளி நீரைப் போல யாருமற்றத் தனிமையில் புதிய புதிய பிம்பங்களோடு நம்மை உரையாடச் செய்துவிட்டு படைப்பாளி தான்பாட்டுக்குத் தன் சித்திரத்தைத் தீட்டத் துவங்கிவிடுகிறான்.

யாருமற்ற நிழல் என்பதும் யாரும் அற்ற அன்பே என்ற ஒன்றைச் சொல்லைத் தூக்கி நிறுத்தும் குரலாகத்தான் சி.எம். முத்துவின் மழை, விளைநிலம், ஆயிரங்கண்ணுடையாள், மரத்துண்டும் சில மனிதர்களும் ஆகிய கதைகளில் பார்க்கிறேன்.

உணர்ச்சிகளின் வயப்படுபவன் கலைஞன். காரியார்த்தமான அறிவுக்கும் அவனுக்கும் வெகுதூரம். கண்ணில் பட்டதை யெல்லாம் கதையாக்கலாம் என்பது சிலரது கணக்கு. அரிய படைப்பாளிக்கு அது ஒவ்வாத செயல். ஒப்பற்ற படைப்புகளே அவனிடமிருந்து வரும். இளம் வயது முதலே இது வாய்த்துப் போகும். பந்தயத்தில் யாரையேனும் முந்தவேண்டும் என்ற எண்ணம் அவனுக்கு உதிப்பதில்லை.

சி.எம்.முத்து போன்ற ஒப்பற்ற படைப்பாளிகளின் கதையின் கடைசி வார்த்தை எல்லா மனிதக் கரங்களையும் நம் கரத்தோடு கோர்த்து வைத்துவிட்டு மெல்ல விலகிச் சென்றுவிடுகிறது. விலகிச் சென்று வெகு நேரமானதும் மனசு தவிக்கிறது. அந்தத் தவிப்பைத் தருவதே உன்னதமான படைப்பு.

எழுபதுகளில் எழுதத் துவங்கிய சி.எம்.முத்து தனது கறிச்சோறு, நெஞ்சின் நடுவே போன்ற நாவல்களால் கவனம் பெற்றார்.

அதிராமல் பேச்சுவழக்கில் ஒருவிதமான வட்டார வழக்குத் தன்மையோடு கதை சொல்லிப் போகிறவர்.

இவரது கதைகளின் இறுதி மௌனம் நம்மை அடுக்கடுக்கான அலைக்குள் வீழ்த்துகிறது.

விவரணைகள் கொஞ்சம் அதிகமாகத்தோன்றி தேவைதானா என்கிற சலிப்பைத் தராமலே சல்லடை நீராய் கதைக்குள் இறங்குகிறது.

கதைகளுக்குள் சிலர் ஓவியம் தீட்டுவார்கள். சிலர் இசையை மீட்டுவார்கள். முத்து இதில் இரண்டாம் வகை. தான் கண்ட அத்தனை வகை மாந்தர்களையும் தனது கதாமாந்தர்களாக்கி யிருக்கிறார்.

சி.எம். முத்துவின் உரைநடை முதலில் வாசிக்கும் ஒரு வாசகனை எளிதாகவும் ஆர்வமுடனும் உள்ளே செல்ல அனுமதித்து அக்கதாமாந்தர்களோடு ஒரு நெருக்கத்தை உண்டாக்குகிறது.

இவரது கதைகள் காதலையும் ஜாதியையும் மையமிட்டே இருக்கின்றது. சம்பவங்கள், தருணங்கள், இளகிய வடிவம் என்ற பனுவல் சாயலோடு இவரது கதை மொழி வட்டார வழக்கோடு வாழ்வியல் சார்ந்தும் புனைவுகளைச் சார்ந்தும் வெளிப்படுகிறது.

நிறைய நினைவுகளுக்கும் இடம் அளித்து புவியியல் தன்மை, இயற்கை உறவு நிலை என்ற மனித வாடைகளோடு சி.எம்.முத்து தனது நாவலின் அத்தியாயங்களை நகர்த்துகிறார்.

சுமார் ஆறு வருஷங்களுக்கு முன்பாக பெருநாழியில் வைத்து ராஜேஸ்வரனின் கல்யாணத்தன்று வேல. ராமமூர்த்தியுடன் பேசிக் கொண்டிருந்த போது,

தமிழ் சிறுகதைப் பரப்பின் பெருவெளியைப் பற்றிய உரையாட லுடன் அந்த இரவு தொடர்ந்தது. கரிசல் கதைகளை, கொங்குக் கதைகளை என வட்டார ரீதியான எழுத்தாளர்களைப் பேசிக் கொண்டிருந்த போது, தஞ்சாவூர் ஜில்லா இடையிருப்பிலிருந்து எழுத்துக்கு வந்திருக்கும் கதை சொல்லி சி.எம்.முத்துவைப் பற்றிச் சொல்லிக் கொண்டிருந்தார்.

காரைக்குடியிலிருந்து துரை. அறிவழகன் பொறுப்பில் நிழல் பத்திரிக்கை சிறுகதை சிறப்பிதழாகத் தயாராகிக் கொண்டிருந்த நேரமது.

முத்துவிடம் நிழலுக்கு கதை கேட்டேன்.

நிழல் இதழுக்காக அவரிடமிருந்து "சைக்கிள்" என்ற சிறுகதை 2002இல் வந்தது.

வலைதள எழுத்துக்களைத் தமிழ்ச் சூழல் கொண்டாடத் துவங்கிக் கொண்டிருந்த நேரமது. Real writting என்ற அற்புதமான புனைவோடு அந்த சிறுகதையில் முத்துவைப் பார்த்த கணமும் அதுதான்.

காவிரியையும், விவசாயத்தையும், ஊர் மனிதர்களையும் இடையிருப்பு வீதிகளையும் எழுதியிருந்தார்.

மழை உருகி ஆறு போல் ஓடும் வண்டல் மண்ணுக்குள் கருநாகமாக உருவெடுத்து ஓடியிருந்தார். அந்த காவிரி மண்ணை அதன் தொன்மத்தை வரைந்திருந்தார்.

தஞ்சாவூர் ஜில்லாக்காரனின் வேலை லேசுபட்டதல்ல. அதனை ஸ்தாபிதம் செய்தவர்ளென தி.ஜானகிராமன், எம்.வி.வி.., கரிச்சான் குஞ்சு, கு.ப.ரா., தஞ்சை பிரகாஷ் என்ற பெரும் பட்டியலே இருக்கிறது.

இப்போது இந்த அடுக்கின் அடுத்தகட்ட முதன்மைப் படைப்பாளியாக முத்துவைச் சொல்லத் தோன்றுகிறது.

இப்படி சைக்கிள் என்ற சிறுகதையில் தொடர்ந்த நட்பு பத்து கதைகளுடன் கூடிய ஏழுமுனிக்கும் இளையமுனி என்ற அவரது சிறுகதை தொகுப்பை கொண்டுவரும் சூழலை எனக்கு உருவாக்கித் தந்தது.

எட்வர்ட் மன்ஞ் என்ற ஜெர்மனிய ஓவியனிருந்தான்.

வெறும் Expression movement-ல் ஓலத்தை வரைந்திருப்பான். அந்த ஓவியங்களை அப்படியே பிரதிபலிக்கிற மாதிரியான கதைகள் முத்துவினுடையவை.

கிராமத்தின் இருட்டை மௌனத்தை அடைகாக்கிற ஓலத்தை கலைப்படுத்திய சிறுகதைகள் இவை.

காரியார்த்தமான அறிவு இல்லாமல் கிராமத்து மனிதனுக்குள் ஒளிந்து கிடக்கின்ற வெள்ளந்தியான உணர்வு

நிலைகளுக்குள் ஓடும் ஒரு பேத நிலையை அல்லது பைத்திய நிலையை எழுதுகிற கலை அரிய படைப்பாளிகளுக்குத்தான் வாய்க்கும்.

அந்த நிலையை அடைவது என்பது அவ்வளவு லேசுபட்ட காரியமல்ல.

கதை வெளியோடும், கதைக் களனோடும், கதை விவரனை யோடும் கதை மாந்தர்களோடும் மிகத் துல்லியமாக உறவாடத் தெரிந்த படைப்பாளிக்கு மாத்திரமே அது சாத்தியம்.

அந்த வகையில் இச்சிறுகதைகளின் கதை மாந்தர்களான தீக்கண்மறவன், கந்தன்மாறன், சந்திரஹாச குச்சிராயர், வீரைய்யன் நாட்டார், கனகம், புஷ்பா என்று முத்து உறவாடி யிருக்கிறார்.

அவரது மனக்குளத்துக்குள் இவர்கள் குளித்துக் கொண்டிருக் கிறார்கள்.

இவரது கதைகளை ஒரு சேர வாசித்தபின் ஒருதாள கதியில் இல்லாமல் பல தளத்தில் மனநிலை இயங்குவதை உணர முடிகிறது. இக்கதைகள் வலியால் உருவாகியுள்ளதையும் இத்துடன் சேர்த்துக் கொள்ளலாம்.

நவீன மற்றும் மூன்றாம் உலக வாழ்வில் மனிதர்களின் இருப்பும் வாழ்வும் நிராசையால் உருவாகும் ஒன்று.

இக்கதை மாந்தர்களின் துயரை தனது படைப்பால் அதன் கலையால் நேசிப்பவராக முத்து இருக்கிறார்.

எழுதுவதற்கான சுதந்திரம் எந்த அளவிற்கு உள்ளதோ அதே அளவிற்கு வாசிப்பிற்கும் தந்துள்ள தொகுப்பு என்று படுகிறது.

தன் தீர்மானங்கள், லட்சியங்கள், விதிகள், பிரச்சாரங்களுக்கு கலையை உருமாற்றுவது இதெல்லாம் ஒரு சிறுகதைக்காரனுக்கு தேவையற்ற ஒன்றுதானே.

இச்சிறு பலவீனங்களைக் கடந்து இவரது எழுத்து உரையாடலுக்கான மறைமுகப் பின்புலத்தைத் தக்க வைத்திருப்ப தைப் புரிந்துகொள்ள முடிகிறது. அந்தப் பின்புலம் வாசகருக்குத் தெரியவும் கூடும். தெரியாமலும் போகலாம்.

அது வாசிக்கப்போகும் நம் கையில்தான் உள்ளது. எழுதுப வரிடம் ஒருபோதும் அது இல்லை.

ஒரு படைப்பாளி பர்சனலாகவும் கமிட்மென்ட் கொண்டிருக்க வேண்டும். சோஷியலாகவும் கமிட்மென்ட் கொண்டிருக்க வேண்டும் என்று ஆத்மாநாம் கூறுவார். இது முத்துவுக்கும் பொருந்தக் கூடிய ஒன்று.

தன்னைச் சுற்றியுள்ள சக மனிதர்களின் துக்கத்தை இழிவான வாழ் நிலையை இவர்களின் மீதான வரையறைகளை பதிவு செய்துள்ள கதைகளாக நாடகம் பார்த்தவன், குளத்தலவே ஆகுமாம். த்வனி, புளிப்புக்கனிகள் போன்ற கதைகளைச் சொல்ல வேண்டும்.

வெறும் சமூகம் மட்டுமேயல்லாமல் கலை உதிரிகளும் நிறைய உலவும் கதைகள்.

இலை உதிரிகளின் மூலமாக சமூகத்தின் மேல்நிலையின் அதிகாரத்தை மறைமுகமாக வெளிப்படுத்தியும் விடுகிறது. எங்கும் அன்பான மனிதர்கள், விளை நிலங்கள் இருப்பினும் குறைபட வேண்டிய சமூகம் எனப்பல திசைகளில் இந்த எழுத்துக்கள் விரிவதை உணர்ந்து கொள்ள முடிகிறது.

மிக முக்கியமாகப் பேசப்பட வேண்டியது இக்கதைகளின் பேச்சுமொழி. அக்கிசு, ஜாலாக்கு, ட்ரூட்ரூ, வெங்காரி, பட்டா போடுகிறது, ஆயி, அம்மாடி என்று வட்டார வழக்கு சொல்லகராதி போடுமளவிற்கு இந்த வண்டல் மண்ணின் பேச்சு மொழியும் இக்கதைகளில் பரவிக் கிடக்கிறது. தன் தஞ்சை வட்டாரச் சொல்லாடல்களை முன் வைக்கும் இவர் மக்களின் அன்றாட வாழ்வியலை அவர்களின் பேச்சுக்களைப் பதிவு செய்கிறார்.

சிறிது வெளிப்படையான ஆனால் சிறப்பான கலை அழகோடு காணக் கிடைக்கும் இக்கதை மொழி அதன் மையமான நிலவியலை வெளிப்படுத்தி விடுகிறது.

இதன் வடிவம் ஒரு மரபின் சாயலைக் கொண்டது. மரபென்றால் இந்த இடத்தில் நம் மூதாதையர்களை மனதில் நிறுத்திக் கொள்ள வேண்டும்.

மன உணர்வுகளை அடிப்படையாகக் கொண்டு இயங்குபவை.

உணர்ச்சியின் கொந்தளிப்பில் நடை, குறியீடு என்பவை கற்பனையை மீறிய திறந்த மொழியிலும், செறிவானதொரு வடிவத்தில் தன்னளவில் படைப்புகளை ஸ்திரப்படுத்துபவைகளாக அமைந்திருக்கின்றன.

ஆனால் முத்து தொடர்ந்து ஸ்திரத் தன்மைக்குள்ளும் சுகம் கண்டுவிடக் கூடாது.

அவர் அடுத்த அடுத்த நாவல்களில் சில மாறுதல்களையும் செய்திருக்கிறார்.

ஐந்து பெண்மக்களும் அக்ரஹாரத்து வீடும், பொறுப்பு, அப்பா என்றொரு மனிதர், முன்னத்தி ஏர் நாவலாகட்டும், மனிதம், விளைநிலம் போன்ற சிறுகதைத் தொகுதியாகட்டும் அவற்றில் கதைக்களன், மொழி, உத்தி இவற்றில் உருமாற்றம் கொண்டிருப்பதையும் என்னால் உணர முடிகிறது.

ஒரு படைப்பாளி மொழி அடிப்படையிலும், வடிவ அடிப்படையிலும் வெளிப்பாட்டு அடிப்படையிலும் தன்னை உருமாற்றிக் கொள்வது ஏற்புடைய ஒன்று.

இக் கதாபாத்திரங்களின் வாழ்வின் மனசின் சாரம்சங்களின் சலனங்கள்தான் இவரது கதைகள் என்று குறிப்பிடத் தோன்று கிறது.

இன்னொன்று...

ஒவ்வொரு பாத்திரத்திற்குள் (Character) தொடர்ந்து ஒரு ஹாஸ்ய உணர்வு ஒருவிதமான ஆனந்தத்தன்மை தொடர்பையும் ஒருசேர மீண்டும் வாசிக்கும் போது உணர்ந்தேன்.

கடைசியாக...

தனது வண்டல் மண்ணை நன்றாகத் தோண்டியிருக்கிறார் முத்து.

இன்னும் நன்றாகத் தோண்ட வேண்டும். இந்த காவிரி டெல்டா மாவட்டத்து மண்ணைத் தோண்டத் தோண்ட நிறைய மூதாக்கள் வருவார்கள் போல. கதைகள் பல முத்துக்குக் கிடைக்கும் போல.

அவர் இன்னும் நிறைய எழுத வேண்டும். இவர் போன்ற படைப்பாளிகள் மன அமைதியுடனும், சந்தோஷத்துடனும் தனது படைப்புப் பணியை தொடரும் சூழலை அரசு அமைக்க வேண்டும். நமது அண்டை மாநிலமான கேரளத்தில் உள்ளது போல தமிழகத்திலும் படைப்பாளிகளைக் கொண்டாடும் சூழல் உருவாக வேண்டும். ஏனெனில் படைப்பாளி என்பவன் காலத்தின் குறியீடு.

இந்த இடத்தில் தி. ஜானகிராமன் சொன்னது நினைவிற்கு வருகிறது. தஞ்சாவூர் மாவட்டத்தை, அந்த விவசாய வாழ்வை நான் எழுதியதைக் காட்டிலும் சி.எம்.முத்து நிறையவே எழுதியிருக்கிறார்.

ஒரு படைப்பாளி இன்னொரு படைப்பாளியைப் பற்றி இப்படிச் சொல்கிற சொல்லாடல் எப்படி சுகமாக இருக்கிறது பார்த்தீர்களா!

இப்படி ஒரு சூழல் இருக்க வேண்டும். படைப்பாளிகளிடையே நட்பும் அன்பும் பெருக வேண்டும்.

ழான் பால் சாத்தரும், காம்யூவும் நண்பர்களாக இருந்திருக்கிறார்கள்.

ழானும் காம்யூவும் எதிரெதிர் கருத்துக்கள் உடையவராக இருந்தாலும் தினமும் ஒருவரை ஒருவர் நினைத்துக் கொண்டிருப்போம்” என்கிறார் சாத்தர்.

இப்படி படைப்பாளிகளைப் பற்றி பேசிக் கொண்டே போகலாம். முக்கியமாக வாழும் காலத்திலேயே இப்படி படைப்பாளியைக் கொண்டாட வேண்டும் என்ற அழகான ஒரு எண்ணத்திற்கு சாகித்திய அகாதெமி வடிவம் கொடுத்திருக்கிறது.

இம்மாவட்டத்து எழுத்தாளர்களே அவர்களது எழுத்துக்களை உணர வைப்பதற்கு கிடைத்திருக்கும் சந்தர்ப்பத்தைப் பார்ப்பதற்கு சந்தோஷமாக இருக்கிறது.

தமிழ்ப் புனைவுப் பரப்பில் புதிதாகவே அமைந்துள்ளது இவரது படைப்புலகம். Liner writing ற்குள்ளும் பல்வேறு சாத்தியக் கூறுகளை உள்ளடக்கிய படைப்புகளாக இவரது படைப்புலகம் அமைந்துள்ளது.

கதைகள் தொன்மங்களையும் சடங்குகளையும் திருவிழாக் களையும் சுமந்து சிறப்பான Craftஐ பெற்றிருக்கின்றன.

காலம் மீதும் இடைவெளி மீதும் உள்ள சொல்லாடல்கள் வாழ்வின் அனுபவங்களோடு கதைகளைப் போடுபவராக முத்து எனக்குத் தெரிகிறார்.

முடிவாக...

ஒரு கதைச் சொல்லிக்குத் தேவையான அம்சங்களாகத் தொன்மங்களைக் கொண்டாடுதல் அர்த்தங்களை உருவாக்குதல் வாழ்வின் சாரத்தை கதையாக்குதல் அசட்டு உணர்வின் வலிகளைச் சொல்லுதல் மனதின் சாரம்சங்களைத் தனிமையோடு உறவாட விடுதல் தனது நிலப்பரப்பை வரைதல் என்ற ஆறு தன்மைகளும் முத்து என்ற கதைச் சொல்லிக்கு இத்தொகுதியில் கிடைத்திருப்பதைக் கண்டேன்.

இவரது படைப்புகளில் வருகிற இடையிருப்பு, முனியூர், அரித்துவாரமங்கலம் என்ற மேற்கெல்லையையும் நீடாமங்கலம், சாத்தனூர், பூந்தோட்டம், இராஜைபயன்சாவடி என்ற தெற்கு எல்லையையும் மணகரம், மனக்குண்டு, வளத்தாமங்கலம், அகரமாங்குடி என்ற வடக்கு எல்லையையும் ஒரத்தநாடு, பாப்பாநாடு, மேலஉளூர், ஒக்கநாடு கீழையூர், ஆம்பலப்பட்டு என்ற கிழக்கு எல்லையையும் என இப்படி இருக்கிற வண்டல் மண்ணின் 1000 கிராமங்களின் தஞ்சாவூர் ஜில்லாவை அந்த மண்ணை இன்னும் முத்து தோண்டி எடுக்க வேண்டும்.

அதிலிருந்து வெளியேறுகிற விவசாயிகளை, விவசாய வாழ்வை, விவசாயிகளின் வலியை, விவசாயிகளின் வலிமையை எழுத வேண்டும்.

சி.எம்.முத்து என்ற பெயரை வியாகுலன் ஒரு பறவையின் பெயராக மாற்றி அந்தப் பறவை பறக்கும் உயரத்தை இனி பறக்கப்போகும் உயரத்தை பார்த்துக் கொண்டிருக்க வேண்டும்.

☯

6. ச. சுபாஷ் சந்திரபோஸ் படைப்புகள்

-மா. கோவிந்தராசு

முகவுரை

"உழைப்பே உயர்வு; சிந்தனையே சிறப்பு." இந்தத் தொடர் களைத் தாராக மந்திரமாகக் கொண்டு வாழ்ந்து வருபவர் "எழுத்துச் சித்தர்" என்று அழைக்கப்பெறும் பேராசிரியர் முனைவர் ச.சுபாஷ் சந்திரபோஸ் அவர்கள். தஞ்சாவூர் மாவட்டம் ஒரத்தநாடு வட்டம் ஒக்கநாடு கீழையூரில் திரு. சி. சண்முகம், ஐ.என்.ஏ. - திருமதி பாக்கியம் இணையர்க்கு ஒரே மகனாக 13-3-1949 அன்று சுபாஷ் சந்திரபோஸ் பிறந்தார். தமிழ் இலக்கியத்தில் முதுகலைப் பட்டம், ஆய்வியல் நிறைஞர், முனைவர் பட்டங்களையும் மொழியியலில் முதுகலைப் பட்டமும் பெற்ற அவர், தஞ்சாவூர் தமிழ்ப் பல்கலைக்கழகத்தில் ஆய்வுப் பணியையும் தஞ்சாவூர் சத்திர நிருவாகம் திருவையாறு அரசர் கல்லூரியில் தமிழ்ப் பேராசிரியராகவும் பணியாற்றியவர்; 2008ஆம் ஆண்டு பணி நிறைவு அடைந்தவர்.

பணியாற்றிய காலத்தில் பகுதி நேரமாக எழுத்துப் பணியைச் செய்து வந்த பேராசிரியர், பணி நிறைவுக்குப் பிறகு முழு நேரப் பணியாக எழுத்துப் பணியைச் செய்து வருகின்றார். அவருடைய படைப்புகள் ஒரு நூற்றாண்டுக் கால மக்கள் வாழ்க்கையை வெளிப்படுத்துகின்றன. அவருடைய ஆய்வுகள் மூவாயிரம் ஆண்டுக் கால மொழி வரலாற்றைப் பேசுகின்றன. அவருடைய இலக்கண உரைகளும், உரைநடை நூல்களும் இலக்கியம், இலக்கணம், மொழியியல் கருத்துக்களை ஒப்பிட்டுக் காட்டிக் கற்போர்க்கு இனிமையையும் எளிமையையும் ஆர்வத்தையும் புலமையையும் அளிக்கின்றன.

படைப்பாளராகவும் ஆய்வறிஞராகவும் உரையாசிரியராகவும் திகழும் பேராசிரியரின் படைப்புகளில் ஒருங்கிணைந்த தஞ்சாவூர் மாவட்ட மக்களின் பழைய வாழ்க்கை முறை, பழக்க வழக்கம், பண்பாடு, நாகரிகம், பண்ணையார்களின் ஆதிக்கம், தொழிலாளர்களின் துயரம், பொதுவுடைமைக் கருத்துக்கள், மக்களின் இயல்பான வாழ்க்கை முறை, பேச்சு வழக்கு, பழமொழிகள், உவமைகள், நாட்டுப்புறக் கூறுகள் முதலானவை மிளிர்கின்றன. அவற்றை இந்தக் கட்டுரை விளக்குகின்றது.

பேராசிரியர் ச. சுபாஷ் சந்திரபோஸ் அவர்களின் படைப்புக்கான தொடக்கம் 1980களில் ஏற்பட்டாலும் முதல் படைப்பு 1997இல் வெளிவந்தது. அதனைத் தொடர்ந்து இன்றுவரை பலவகைப் படைப்புகள் வெளிவந்த வண்ணம் உள்ளன. அவருடைய படைப்புகளும் ஆய்வும் இங்கு வகைப்படுத்தப்பட்டுக் காட்டப் பெறுகின்றன.

I. **கவிதை**

1. பாரதி நமது நிதி, ஸ்ரீராம் நிறுவனம் வெளியீடு, சென்னை, 1997.

2. ஆம்பல் ஆறுமுகம், பாக்கியம் பதிப்பகம், ஒக்கநாடு, கீழையூர், 2002.

II. **புதினம்**

1. மாவீரன் வாட்டாக்குடி இரணியன், பாக்கியம் பதிப்பகம், ஒக்கநாடு கீழையூர், 1999.

2. சாம்பவான் ஓடைச் சிவராமன், பாக்கியம் பதிப்பகம், 1999.

3. பயிர் முகங்கள், அறிவுப் பதிப்பகம், சென்னை, 2000.

4. அக்கினிக் குழந்தைகள், அறிவுப் பதிப்பகம், சென்னை, 2000

5. மலைப்பாம்பு மனிதர்கள், அலைகள் வெளியீட்டகம், சென்னை, 2004.

6. கால வெள்ளம், பாவை பப்ளிகேஷன்ஸ், சென்னை, 2005.

7. பொதுவுடைமைப் போராளி ஏ.எம்.கோபு, பாவை பப்ளிகேஷன்ஸ், சென்னை, 2010.

8. கூத்தாயி, இயல் வெளியீடு, தஞ்சாவூர். 2012.

மேலும் "அற்றைத் திங்கள் இம்மண்ணில்" என்னும் புதினமும் "எந்தையும் தாயும்" என்னும் மூன்று தொகுதிப் புதினமும் அச்சில் உள்ளன. "அனுமாயணம்," "அம்மா... அம்மா...," "கல்யாணி" ஆகிய மூன்று புதினங்கள் கையெழுத்துப் பிரதியாக உள்ளன.

III. **சிறுகதை**

1. கனவுகள், அறிவுப் பதிப்பகம், சென்னை, 2000.
2. சிவப்பு நாளங்கள், அறிவுப் பதிப்பகம், சென்னை, 2000.
3. குதிரைக்கு வைக்கோல், பாவை பப்ளிகேஷன்ஸ், சென்னை, 2004.
4. மாத்தாத்தா, பாவை பப்ளிகேஷன்ஸ், சென்னை, 2005.
5. ஐம்பது விழுக்காடுகள், இயல் வெளியீடு, தஞ்சாவூர், 2011.
6. யார் முந்தி? இயல் வெளியீடு, தஞ்சாவூர், 2012.

தாம் படைப்பதில் காட்டும் ஆர்வத்தினைப்போல் தம் முன்னோடிகளின் படைப்புகளைத் திரட்டி வெளியிடுவதிலும் ஆர்வம் காட்டும் பேராசிரியர், புதுமைப்பித்தன் சிறுகதைகளை ஐந்து தொகுதிகளாக வெளியிட்டுள்ளார். 'தாமரை' என்னும் மாத இதழில் வெளிவந்த சிறுகதைகளைத் தொகுத்து 'தாமரைச் சிறுகதைகள்' என்னும் நூலாக வெளியிட்டுள்ளார்.

IV. **சிறுவர் இலக்கியம்**

1. மயக்குறு மாக்கள், பாவை பப்ளிகேசன்ஸ், சென்னை, 2008.

V. **நாட்டுப்புற இலக்கியம்**

1. நாட்டுப்புறக் கதைகள், தமிழினி வெளியீடு, சென்னை.
2. நஞ்சை நாட்டு மனிதர்கள், மருதம் பதிப்பகம், ஒரத்தநாடு.
3. நாட்டுப்புற நகைச்சுவைகள், பாவை பப்ளிகேஷன்ஸ், சென்னை, 2008.

VI. *சமுதாயவில்*

1. நல்லதோர் வீணை, இயல் வெளியீடு, தஞ்சாவூர்.

VII. *இலக்கண மொழியியல் ஆய்வுகள்*

1. எழுத்தியல் ஆய்வுகள், மணிவாசகர் பதிப்பகம், சிதம்பரம், 2000.
2. சொல்லியல் ஆய்வுகள், மணிவாசகர் பதிப்பகம், சிதம்பரம், 2000.
3. காலங்கள், மணிவாசகர் பதிப்பகம், சிதம்பரம், 2000.
4. வினைப் பாகுபாட்டில் எச்சங்கள், தமிழினி வெளியீடு, சென்னை, 2005.
5. பழந்தமிழ் வடிவங்கள் - மீள் பார்வை, பாவை பப்ளிகேஷன்ஸ், சென்னை, 2007.

VII. *உரைநடை நூல்கள்*

1. தமிழ் இலக்கிய வரலாறு, இயல் வெளியீடு, தஞ்சாவூர்,
2. தமிழ் மொழி வரலாறு, இயல் வெளியீடு, தஞ்சாவூர்.
3. திராவிட மொழிகள் வரலாறு, இயல் வெளியீடு, தஞ்சாவூர்.
4. மொழியியல் - தமிழ் மொழியியல், இயல் வெளியீடு, தஞ்சாவூர்.
5. செம்மொழிக் கோட்பாட்டில் செந்தமிழ், இயல் வெளியீடு, தஞ்சாவூர்.
6. தமிழில் தவறின்றி எழுதுவோம், இயல் வெளியீடு, தஞ்சாவூர்.

IX. *இலக்கண, இலக்கிய உரைகள்*

1. தொல்காப்பியம் - எழுத்ததிகாரம் மூலமும், உரையும், இயல் வெளியீடு, தஞ்சாவூர்.
2. தொல்காப்பியம் - சொல்லதிகாரம் மூலமும் உரையும், இயல் வெளியீடு, தஞ்சாவூர்.

3. தொல்காப்பியம் - பொருளதிகாரம் மூலமும் உரையும், இயல் வெளியீடு, தஞ்சாவூர்.
4. நன்னூல் - எழுத்ததிகாரம் மூலமும் உரையும், இயல் வெளியீடு, தஞ்சாவூர்.
5. நன்னூல் - சொல்லதிகாரம் மூலமும் உரையும், இயல் வெளியீடு, தஞ்சாவூர்.
6. நம்பியகப் பொருள் விளக்கம் - மூலமும் உரையும், இயல் வெளியீடு, தஞ்சாவூர்.
7. புறப்பொருள் வெண்பாமாலை - மூலமும் உரையும், இயல் வெளியீடு, தஞ்சாவூர்.
8. யாப்பருங்கலக் காரிகை - மூலமும் உரையும், இயல் வெளியீடு, தஞ்சாவூர்.
9. தண்டியலங்காரம் - மூலமும் உரையும், இயல் வெளியீடு, தஞ்சாவூர்.
10. திருக்குறள்- தெளிவுரை, இயல் வெளியீடு, தஞ்சாவூர்.
11. வீரபத்திர இராமாயணக் கும்மி - உரைநடை, பாக்கியம் பதிப்பகம், ஒக்கநாடு கீழையூர்.

X. சுவடிப் பதிப்பு

1. வீரபத்திர இராமாயணக்கும்மி - தொகுதி - 1., பாக்கியம் பதிப்பகம், ஒக்கநாடு கீழையூர்.
2. வீரபத்திர இராமாயணக் கும்மி - தொகுதி 2, பாக்கியம் பதிப்பகம், ஒக்கநாடு கீழையூர்.

நாற்பதுக்கும் மேற்பட்ட நூல்களுக்கு ஆசிரியராக விளங்கும் பேராசிரியர் அவர்களின் படைப்புகளில் காவிரிப் பாசனப் பகுதியில் காணப்பெறும் வண்டல் மண்ணின் வாசனையும் மக்களின் வாழ்க்கையும் பெரிதும் இழையோடிக் காணப்பெறுகின்றன. இவற்றுக்காக இரணியன், சிவராமன் முதலான தஞ்சை மாவட்ட வரலாற்றுக் கதை மாந்தர்களைக் கதைத் தலைவர்களாகத் தேர்ந்தெடுத்துள்ளார்.

"சோழ வளநாடு சோறுடைத்து." காவிரியாறு சோழ நாட்டைச் செழுமையாக்குகின்றது. காவிரி நன்செய் நிலத்தில் பாய்வதுபோல் புன்செய் நிலத்தில் பாய்வது இல்லை. நன்செய்யும் புன்செய்யும் காணப்பெறும் சோழ வளநாட்டில் விவசாயக் கூலி மக்கள் மிகுதி; பெருநிலக்கிழார்களாகப் பண்ணையார்கள் விளங்கினார்கள். சோழ நாட்டில் வண்டல் மண் பரப்பு அதிகம். அதில் விளையும் விளைச்சலும் அதிகம். ஆனால் விவசாயக் கூலிகள் பாதி நாட்கள் பட்டினியாகக் கிடந்தார்கள். விளையும் மகசூல் அனைத்தும் பண்ணையார் வீட்டுக்குச் சென்று விடும். இதனைப் பட்டுக்கோட்டை கல்யாண சந்தரம், திரையிசைப் பாடல் ஒன்றில் தலைவன் தலைவி உரையாடலாக, "மாடா ஓழச்சவன் வாழ்க்கையில பசி வந்திடக் காரணம் என்ன மச்சான்?" என்றும் பாடியுள்ளார்.

பண்ணையார்கள் பெருச்சாளியாகவும் மலைப்பாம்பாகவும் வாழ்ந்தார்கள். அவர்களின் அராஜகப் போக்கினைத் தட்டிக் கேட்க, மற்றவர்கள் பயந்தார்கள். ஆனால் தட்டிக் கேட்க வேண்டும் என்று நினைத்தார்கள். "பூனைக்கு முதலில் மணி கட்டுவது யார்?" என்பதுபோல் இருந்தார்கள். பண்ணையார் களைத் தட்டிக்கேட்டுப் போராடி, உழைக்கும் மக்களுக்கு ஊக்கமும் ஆக்கமும் தந்தவர்கள் வரலாற்றில் இடம் பிடித்தார்கள். செயற்கரிய செயல்களைச் செய்பவர்களே பெரியவர்கள் ஆவார்கள். அவர்களே வரலாற்று நாயகர்கள்.

ஒருங்கிணைந்த தஞ்சை மாவட்டம் வாட்டாக்குடியில் பிறந்து வளர்ந்து, சிங்கப்பூர் சென்று துறைமுகத் தொழிலாளர்கள் பன்னிரண்டாயிரம் பேர்க்குத் தலைவனாக இருந்து, தொழிலாளர் களுக்கு உரிமைகளைப் பெற்றுத் தந்து, நான்கு ரவுடிகளைச் சுட்டுக் கொன்று, தன்னுடைய ஊதியத்தையும் பொதுவாழ்க்கைக்காகச் செலவிட்டு, தாயகம் திரும்பி வண்டல் மண் பண்ணையார்களை எதிர்த்துப் போராடி, உழைக்கும் ஏழைக் கூலி மக்களுக்காக உரிமைகளைப் பெற்றுத் தந்து, காவலர்களால் சுட்டுக் கொல்லத் தன் இன்னுயிரை வண்டல் மண் மக்களுக்காக ஈந்தவன் மாவீரன் வாட்டாக்குடி இரணியன். இவனைத் தலைவனாகக் கொண்டு, "மாவீரன் வாட்டாக்குடி இரணியன்" என்னும் புதினத்தைப் பேராசிரியர் ச. சுபாஷ் சந்திரபோஸ் 1999இல் படைத்துள்ளார்.

இந்த நூலுக்கு அணிந்துரை வழங்கிய சி. மகேந்திரன் அவர்கள், வண்டல் மண்ணையும் அம்மண்ணின் மக்களையும் பற்றிப் பின்வருமாறு குறிப்பிடுகின்றார்.

"எங்கள் பகுதி காவிரிப் புது ஆற்றின் கடைமடைப் பகுதி. ஆற்றுநீரைவிட வியர்வை ஓட்டத்திலேயே எங்கள் நிலங்கள் ஈரமாகி இருக்கும். நீர்ப் பசையற்ற நிலத்தில் தங்களின் கடின உழைப்பாலேயே கால் வயிற்றை நிரப்பிக் கொண்டிருந்தார்கள். சேறு படிந்த கால்களும் கவலை தோய்ந்த முகங்களுமே இந்த மக்களின் வாழ்க்கைக்கு முத்திரைகளாக இருந்தன.

ஏட்டுக் கல்வி இந்த மக்களுக்கு எட்டாத உயரத்தில் இருந்தது. கையெழுத்துப் போட வேண்டிய அரிய வாய்ப்புகள் எப்போதாவது ஏற்படுமானால் கைநாட்டிற்காக வண்டி மையைத் தேடியே வாழ்க்கையே கழிந்தது. எங்கள் பகுதியில் கல்வியைப் பற்றிய புரிதலே வித்தியாசமாக இருந்தது. கல்வியின்பால் கொண்டுள்ள ஈடுபாட்டால் கண்ணை மட்டும் வைத்துவிட்டு மற்றைய உறுப்புகளைச் சித்தரவதை செய்யச் சொல்லும் பெற்றோர்களின் கனவுகள் இமயத்தைவிட உயர்ந்தவை. ஆனால் கற்கும் பிள்ளைகளுக்குக் கல்விச் சாலை சிறைச்சாலையாகக் காட்சி அளித்தது. அடி கொடுக்கும் பிரம்புகளுக்கு அருமையானகாவலர் மாணவர்களே! பள்ளியில் படித்துப் பயங்கரமாக அடி வாங்குவதைவிட ஆடு, மாடுகள் மேய்த்துச் சுதந்திரக் காற்றைச் சுவாசிப்பதையே எங்கள் பகுதியின் முரட்டு மனங்கள் விரும்பின. கல்வியின் புரிதல் இளம் வயதில் கரடுமுரடாக இருந்தது. பள்ளிக்கு வராத மாணவர் களைத் தேடுதல் வேட்டையே புலி வேட்டையாக மாறிவிடும்." (மாவீரன் வாட்டாக்குடி இரணியன், பக். vii-viii).

திருவாளர் ஆர. நல்லக்கண்ணு அவர்கள் தம் அணிந்துரையில் தஞ்சை மாவட்ட வண்டல் மண்ணின் செழுமையையும் அங்குள்ள மக்களின் செழுமையின்மையையும் பின்வருமாறு குறிப்பிடுகின்றார். "பசுமைப் புரட்சி துவங்கிய காலத்தில் அமெரிக்க ஆய்வு ஒன்று தஞ்சை மாவட்டத்தைப் பற்றி 1965இல் குறிப்பிட்டுள்ளது. பசுமை நிறைந்த செழிப்பான நீண்ட நெடிய சமவெளி இந்தியாவில் வேறு எங்கும் இல்லை. ஆனால் பசுமைக் கம்பளம் விரித்தால் போலுள்ள சமவெளியில்

வாழும் உழவர்களின் முகத்தில் செழிப்பு இல்லை; வறட்சிதான் காணப்படுகிறது என்று குறிக்கப்பட்டுள்ளது.

பண்ணையார்களும் மடாதிபதிகளும் காவிரிப்படுகையின் அத்தனை வளங்களையும் கையகப்படுத்தியிருந்ததால் மக்கள் வறுமையில் வாடினார்கள். தாழ்த்தப்பட்ட மக்கள் கொத்தடிமை களாக நடத்தப்பட்டார்கள். கட்டமைப்பின் அடுத்த படியில் இருந்த பிற்பட்ட மக்கள் வாய்க்கும் கைக்குமாக வாழ்ந்து, உரிமையற்ற ஜீவன்களாக நடமாடித் திரிந்தனர். ஆட்சி, அதிகாரம், சமூகப் பிடிப்பு அனைத்தும் பண்ணையார்களிடமும் மடாதிபதி களிடமுமே இருந்தன. நீதி, நிர்வாகம் என்பவை யெல்லாம் சமூகக் கட்டமைப்பின் மேல்தட்டிலுள்ள மேட்டுக் குடியினரின் பாதுகாப்புக்கும் பணிக்குமே செயல்பட்டு வந்தன." (மாவீரன் வாட்டாக்குடி இரணியன், அணிந்துரை, பக். x-xi).

இந்த நிலையை மாற்றுவதற்கு இளைஞர்கள் பலர் முன்வந்தனர். அவர்களுள் குறிப்பிடத்தக்கவர்கள் வாட்டக்குடி இரணியன், ஆம்பல் ஆறுமுகம், சாம்பவான் ஓடைச் சிவராமன், களப்பால் குப்பு, மணலி கந்தசாமி, பி. சீனிவாச ராவ் முதலானோர் ஆவர். பண்ணையார்கள் விவசாயக் கூலித் தொழிலாளர்களின் உழைப்பைச் சுரண்டினார்கள்; வேலையை வாங்கிக் கூலியைக் குறைத்தார்கள். பகல் பன்னிரண்டு மணி நேரமும் உழைத்த தொழிலாளர்களைச் சாட்டையால் அடித்தார்கள்; சாணிப் பாலைக் கொடுத்துக் குடிக்கச் செய்தார்கள்; ஏழைகளின் குடிசைகளைக் கொளுத்திவிட்டார்கள். இவற்றை எதிர்த்துப் போராடியவர்களே இரணியன், சிவராமன், ஆறுமுகம் முதலானோர். காலை நேரத்தில் கால தாமதமாகப் பண்ணைக்குச் சென்றால் தண்டனை உண்டு. வேலை நேரத்தில் கைக்குழந்தைக்குப் பால் கொடுத்தால் தண்டனை உண்டு. பச்சிளங் குழந்தைகளின் பசிக்கும் இரங்காதவர்கள் பண்ணையார்களும் கார்வாரிகளும்.

கதிரோன் தோன்றினான்
கவலைகொண்டு ஏங்கினோம்
உடையோ கோவணம்
உணவோ நீராகாரம்

(மாவீரன் வாட்டாக்குடி இரணியன், பக். 31)

இதுதான் உழைக்கும் கூலித் தொழிலாளிகளின் நிலைமை. வண்டல் மண்ணின் மக்கள் சூரியன் உதயமாவதிலிருந்து மறையும் வரை உழைப்பார்கள்; நேரா நேரத்திற்கு உணவு உண்ண வசதி இருக்காது; சத்தான உணவு இருக்காது.

வண்டல் மண்ணின் உழைக்கும் மக்கள் விடியற்காலையில் எழுந்து, தம் வீட்டு வேலை, சோறு கஞ்சி ஆக்குதல் முதலான வற்றைச் செய்து முடித்து, காலை ஆறு மணிக்கெல்லாம் கூலி வேலைக்குச் சென்றுவிடுவார்கள். இரணியனின் தாய் தையல் அம்மையாரின் உழைப்பைப் பற்றிப் படைப்பாளர், ச. சுபாஷ் சந்திரபோஸ் பின்வருமாறு குறிப்பிடுகின்றார்.

விடியற்காலையில் எழுந்த தையல், "வாசலப் பறட்டு பறட்டு என்று கூட்டுவாள்; அரைத் தூக்கத்தில் இருக்கும்போது கும்பகர்ணன் தூக்கத்தைக் கலைக்க உலக்கையால் இடித்ததைப் போன்று, உரலில் சோளத்தைப் போட்டு மொட்டு மொட்டு என்று குத்துவாள். சோளக் கூழினை ஆக்கிப் போடுவாள்.

அந்தக் காலத்தில் பிள்ளைகளின் மத்தியில் நெல்லுச் சோறு முதல் இடத்தையும் சோளமும் கேழ்வரகும் சேர்த்துக் காய்ச்சிய கூழ் இரண்டாவது இடத்தையும் கேழ்வரகு கூழும் களியும் கடைசி இடத்தையும் பிடித்து இருந்தன. கூலித் தொழிலாளர்களின் குழந்தைகள் அமாவாசை எப்போது வரும் என்று பார்த்திருப்பார்கள். அன்றுதான் நெல்லுச் சோறும் சாம்பாரும் சாப்பிடலாம்.

தையல் கூலி வேலைக்குச் சென்று விடுவாள். வெளியில் வேலைக்குப் போகாத நாட்களில் சூரியன் உச்சிக்கு வரும்போது தான் தையல் பல் தேய்ப்பாள், வைக்கோல் காரையைச் சுட்டு விரலில் சுற்றிக்கொண்டு செங்கல்லைத் தேய்த்துத் தூவாளி மண்ணை வாயில் அள்ளிப் போட்டுத் தேய்ப்பாள். கட்டையில் கால் நீட்டும் வரை வேலை ஓயாது என்று அடிக்கடி சொல்வாள்." (மாவீரன் வாட்டாக்குடி இரணியன், பக். 42-43).

இரவு பகலாக உழைக்கும் கூலித் தொழிலாளர்களின் வேலைப் பளு அதிகம்; கூலி வருமானம் குறைவு. கூலியை உயர்த்திக் கேட்க அஞ்சினர். பண்ணையார் சொல்லுக்கு மறுப்பு

இல்லை. மறுத்துக் கேட்டவர்க்குத் தண்டனை உண்டு. கடுமையான தண்டனையைக் கண்டு அனைவரும் பயந்தனர். இந்தச் சூழலில்தான் கூலித் தொழிலாளர்களுக்கு ஆதரவாகக் கம்யூனிஸ்டு கட்சி செயல்படத் தொடங்கியது. ஒருங்கிணைந்த தஞ்சாவூர் மாவட்டத்தில் முதல் விவசாயச் சங்கம் "தென்பறை" என்னும் ஊரில் தொடங்கப்பட்டது. இரண்டாவது விவசாயச் சங்கம் "ஆம்பலாப்பட்டு" என்னும் கிராமத்தில் தொடங்கப் பட்டது. காலமெல்லாம் இருந்து வந்த அடிமைப் பழக்கவழக்கங்களை விவாசாயச் சங்கங்கள் எதிர்த்துக் கேட்டன. இதனால் பண்ணை முதலாளிகள் ஆத்திரம் அடைந்தார்கள். வண்டல் மண்ணின் விவசாயக் கூலி மக்கள் பட்ட துயரங்களைப் படைப்பாளர் ச. சுபாஷ் சந்திரபோஸ் பின்வருமாறு காட்டுகின்றார்.

"கூலி வேலை செய்பவர்களுக்கு அரை மரக்கால் நெல் கூலியாகக் கிடைக்கும். பண்ணையில் சாணி அள்ளுவதற்கும் மாடு மேய்ப்பதற்கும் சிலர் இருந்தார்கள். பண்ணைகளில் இவர்களுக்கு இழைக்கப்படும் கொடுமைகள் சொல்லி மாளா முடியாதவையாக இருக்குமாம். கார்வாரிக்குப் பண்ணை ஆட்களின் மீது கோபம் வந்தால் இல்லாதது பொல்லாததை எல்லாம் சொல்லுவானாம். தேங்காயைத் திருடிவிட்டான்; மாங்காயைத் திருடிவிட்டான்; நெல்லினை அள்ளிவிட்டான்; வேலையை ஒழுங்காகச் செய்யாமல் முறைக்கிறான் என்று கோள் சொல்லுவானாம்.

ஏதாவது ஒரு காரணத்தைச் சொல்லிச் சாட்டையால் அடிப்பார்களாம். இவர்களை அடிப்பதற்காகவே திருக்கை வாளையும் பாடம் செய்து, பித்தளைப் பூண் கட்டி வைத்து இருப்பார்களாம். மரத்தில் கட்டி வைத்து மூங்கில் குழாயை வாயில் நுழைத்துச் சாணியைக் கரைத்து ஊற்றிக் குடிக்க வைப்பார்களாம். இதைவிடத் கொடுமையானது அவன் பெண்டாட்டியின் மூத்திரத்தைக் குடிக்கச் சொல்லியும் துன்புறுத்துவார்களாம்.

குத்தகை விவசாயம் செய்பவர்கள் நிலையும் கொடுமையாகத் தான் இருந்தது. கார்வாரி குத்தாம் மதிப்பாகப் புள்ளி சொல்வானாம். விளைந்தாலும் விளையாட்டாலும்

சொல்லியபடிக் குத்தகையை அளக்கவேண்டும். இல்லாவிட்டால் நிலத்தைப் பிடுங்கி இன்னொருத்தரிடம் கொடுத்துவிடுவார்கள். இதற்குப் பயந்து குத்தகைச் சாகுபடி செய்பவர்கள் அடுத்த வருசமாச்சும் மிஞ்சுதா? என்று நம்பிக்கையையே மூலதனமாக வைத்துக் காலத்தைத் தள்ளுவார்களாம். வருசா வருசம் குத்தகைப் பாக்கி அதிகரித்துக் கொண்டே போனதால் பலர் ஊரை விட்டே ஓடிவிட்டார்களாம்.

வாரத்துக்குச் சாகுபடி செய்பவர்களுக்கும் இதே நிலைதான். விளைச்சலில் நான்கில் மூன்று பங்கை வாரமாகக் கொடுக்க வேண்டும் சரியாகக் கொடுக்காவிட்டால், அடுத்த வருசம் நிலத்தை வேறு ஒருவருக்கு மாற்றிக் கொடுத்துவிடுவார்களாம்.

இந்த மூன்று பிரிவினரும் பண்ணைக்குச் சொந்தமான இடங்களில் பெரும்பாலும் குடிசை போட்டுக்குடி இருக்கிறார்கள். கொஞ்ச பேருக்குத்தான் சொந்தக் கட்டுமனை இருந்தது. பண்ணைக்கு எதிரானவர்கள் என்று யாரையாவது நினைத்துவிட்டால் அவ்வளவுதான். பரம்பரையாக என்னென்ன தண்டனை கொடுப்பார்களோ அத்தனையும் செய்வார்கள். குடிசைக்கு முன் உள்ள பாதையை அடைப்பார்கள். கிணற்றில் உள்ள சோடிப்புகளைப் பிடுங்கிக் கிணற்றின் உள்ளே போடுவார்கள். கிணற்றுத் தண்ணீரைப் பயன்படுத்தாமல் இருக்க கிணற்றில் சுள்ளியை வெட்டிப் போடுவார்கள். பொழுது விடிகின்றது என்றால் இந்தப் பண்ணை அடிமைகளின் வயிறு எல்லாம் பற்றி எரிவதைப் போல இருக்குமாம். பயங்கரமாகக் காதைப் பிடித்துத் திருகிப் பிரம்பால் கன்னாபின்னாவென்று அடிக்கும் வாத்தியாரைக் கண்டு நடுங்கும் சிறுபிள்ளைகளைப் போலப் பொழுது விடிவதைக் கண்டு அவர்கள் மனம் பயப்படுமாம்." (மாவீரன் வாட்டாக்குடி இரணியன், பக். 151-152)

தொழிலாளர்களின் அடிமை விலங்கைக் களைவதற்காகக் கம்யூனிஸ்டுக் கட்சியினர் பாடுபட்டனர். இந்த கம்யூனிஸ்டுக் கட்சியில் இணைந்து வீரதீரச் செயல்களைச் செய்தவர்கள் வாட்டாக்குடி இரணியன், ஆம்பலாப்பட்டு ஆறுமுகம், சாம்பவான் ஓடைச் சிவராமன், களப்பால் குப்பு, மணலி கந்தசாமி, பட்டுராசுக் களப்பாடியார், வெங்கடேச சோழகர் முதலானோர் ஆவர்.

உழைத்து உழைத்து ஓடாய்த் தேய்ந்த கூலித் தொழிலாளர் களின் பொருளாதார நிலை வறுமைக்கோட்டிற்கும் கீழேயே இருந்தது. நல்லது கெட்டது எனக் கல்யாணம், கருமாதி செலவுகள், மருத்துவச் செலவுகள் இவற்றிற்குப் பணம் இருக்க வாய்ப்பு இல்லை. அன்றாடப் பொழுது போக்கிற்கே செலவுக்குப் பணம்பற்றாக் குறையாக இருந்தது. கூலி வேலை இல்லாத நாட்களில் குடும்பச் செலவுக்குப் பணம் இருக்காது. இந்தச் சூழலில் வட்டிக்குக் கடன் வாங்குவார்கள். பிறகு வட்டியும் முதலும் கூடிவிடும். அவற்றை அடைப்பதற்குள் அவர்கள் குடும்பம் இன்னும் மோசமான கீழ்நிலைக்கு ஆளாகிவிடும். அதனால் அவர்கள் அடிமை நிலையிலிருந்து மீள முடியாமல் தவித்தார்கள். இப்படிப்பட்ட வண்டல் மண்ணின் மக்களைச் ச. சுபாஷ் சந்திரபோஸ் பின்வருமாறு பதிவு செய்துள்ளார்.

"தை மாதத்தில் களத்தில் கிடைக்கும் கூலியை நம்பி வருசம் முழுவதும் சேரி மக்கள் கடன் வாங்குவார்கள். இவர்களிடம் கடன் கொடுத்தே இந்த ஊரில் பணக்காரர் ஆனவர்கள் நிறைய இருக்கிறார்கள். எதிர்த்துப் பேசமாட்டார்கள். பின்னால் அதற்கு எவ்வளவு வட்டி என்பதைப் பற்றிக் கவலைப்படமாட்டார்கள். அவர்களுக்கு அந்த நேரத்துக்குப் பணம் வேண்டும். வட்டிக்கு வருடம் முழுவதும் சம்பாதித்துக் கொடுப்பார்கள். வட்டிக்காகப் பிள்ளைகள் குடியான வீடுகளில் மாடு மேய்த்துச் சாணி அள்ளுவார்கள். அசல் மட்டும் அப்படியே இருந்து குட்டி போட்டுக் கொண்டிருக்கும். (சாம்பவான் ஓடைச் சிவராமன், ப. 23)

அறுபது ஆண்டுகளுக்கும் முன்பு வாழ்ந்த வண்டல் மண்ணின் மக்கள் வாழ்க்கையைச் ச. சுபாஷ் சந்திரபோஸ் பல புதினங்களிலும் சிறுகதைகளிலும் படிமக் காட்சிகளாகக் காட்டு கின்றார். உழைக்கும் மக்களின் வீடுகள் அனைத்தும் குடிசைகள். அவர்கள் ஆடுமாடுகள் ஒன்றிரண்டையும் கோழிகளையும் வளர்த்து வருவார்கள். பஞ்சம் ஏற்படும்போது அவற்றை விற்றுக் காசாக்கிக் குடும்பம் நடத்துவார்கள். வயதாகி நடக்கும் வரையிலும் கால்நடைகளை மேய்ப்பார்கள். அவற்றிற்குத் தேவையான புல், இலை, தழை முதலானவற்றைக் கொண்டு வருவார்கள். மழை காலங்களில் ஆடுமாடுகளைப் பராமரிப்பது கடினம். ஒழுகும் கூரையை மேய்வார்கள்; மாட்டுக் கொட்டகையைச் சரி

செய்வார்கள்.

"பயிர் முகங்கள்" என்னும் புதினத்தில் "மணி" என்னும் இளைஞன் கதைத் தலைவன் ஆவான். அவன் தன் ஊரில் உழைக்கும் மக்களின் வாழ்க்கை முன்னேற்றத்திற்குப் பாடுபடுகின்றான். பத்தாம் வகுப்பு படித்த பெண்களுக்கு வங்கியின் மூலம் கடன்பெற்று, தையல் பயிற்சி தந்து, தையல் இயந்திரங்களை வாங்கித் தருகின்றான். மகளிர் சுய உதவிக் குழுவினைத் தோற்றுவிக்கிறான். வனத் துறையினர் உதவியுடன் மரக் கன்றுகளை நட்டுக் காடுகளை வளர்க்கின்றான். ஊர் மக்களுக்குத் தூய்மையான குடிநீரை வழங்குவதற்கு ஆழ்குழாய் அமைத்து, மேனிலை நீர்த் தேக்கத் தொட்டி கட்டிக் குடிநீர் வழங்குகின்றான். மழைக் காலங்களில் தெருக்களில் நீர் தேங்காமல் இருப்பதற்கு தெரு ஓரங்களில் இரண்டு பக்கமும் வடிகால்களை வெட்டுகின்றான். செயற்கை உரத்தினைக் குறைத்து இயற்கை உரங்களை உற்பத்தி செய்ய, ஆடுமாடுகளை வளர்ப்பதற்கு வங்கியின் மூலம் கடன்பெற்றுத் தருகின்றான். வங்கிக்கடன் மூலம் பால் மாடுகளை வாங்கிப் பால்பண்ணை அமைக்கின்றான். வண்டல் மண்ணின் மக்கள் வாழ்க்கையை மேம்படுத்துவதற்கு மணி தன்னிகரில்லாத் தலைவனாக விளங்குகின்றான்.

சுற்றுப்புறத் தூய்மையைப் படைப்பாளர் ச. சுபாஷ் சந்திரபோஸ் பல இடங்களில் கதைமாந்தர்களின் செயல் பாடுமூலம் வலியுறுத்துகின்றார். "கூத்தாயி" என்னும் கதைத் தலைவியின் பெயரில் அமைந்த ஒருபுதினம். இவள் படிக்காத பெண். ஆனாலும் தூய்மையைப் பேணுபவள். குப்பைகளைப் போடுவதற்குத் தனியாகக் குழி வெட்டி வைத்தவள். தன்னலம் இல்லாமல் வாழ்ந்தவள்; பொதுநல வாழ்க்கை வாழ்ந்தவள். தன் வீடு, வீட்டில் சமைக்கும் சோறு, குழம்பு, தன் முலைப் பால், தன் உழைப்பு அத்தனையையும் ஊர் மக்களின் பயன்பாட்டிற்குச் செலவழித்தாள்.

"வேண்டியவர் வேண்டாதவர் என்றில்லை. பிறந்த இடம், பங்காளி வீடு என்றில்லாமல் தெருவில் யாருக்குக் கல்யாணம் நடந்தாலும் கூத்தாயி வீட்டில் ஒருவேளை விருந்து நடக்கும். 'ஒனக்கு எதுக்கு இந்த வேலை; பொண்ணெல்லாம் கட்டிக்குடுத்துட்டே;

நீ விருந்து ஆக்கலேன்னா யாரும் கோச்சுக்க மாட்டாவோ' என்று பலபேர் சொல்வார்கள். அவர்கள் பேசுவதை அவள் காதில் வாங்கிக் கொள்வதில்லை.

வீட்டுக்குத் தூரமாக இருப்பவர்கள், நாலாம் தலை குளிப்பதற்கு முன்னால் மூன்று நாட்கள் கூத்தாயியின் வீட்டுத் திண்ணையில்தான் படுத்துக் கிடப்பார்கள். வயிற்றை வலிப்பவர் களுக்குச் சுடு தண்ணீர், கோபமாகச் சாப்பிடாமல் இருப்பவர் களுக்குச் சாப்பாடு என எல்லா வசதிகளும் கூத்தாயி வீட்டுக்கு வந்தால் கிடைக்கும்.

புருசன்காரன் ஏதாவது சண்டை வம்பில் பெண்டாட்டி யைப் போட்டு அடித்து நொறுக்கிவிடுவான். அடிபட்டவள் கூத்தாயி வீட்டில் வந்து சாய்ந்து விடுவாள். கூத்தாயி எல்லாப் பணிவிடைகளையும் செய்வாள். அடிபட்டிருந்தால் மஞ்சள் அரைத்துப் பற்றுப் போடுவாள். பட்டை சோம்பு, கண்டத் திப்பிலிக் குச்சி, ஓமம், கசகசா, சதகுப்பை, சித்தரத்தை போன்ற வற்றைக் கொஞ்சம் கொஞ்சம் கலந்து மருந்து சாமானாகக் கடையில் கொடுப்பார்கள். வாங்கி வந்து அரைத்துக் கூவாத கோழிக் குஞ்சினைச் சுடுதண்ணீரில் நனைப்பாள். இறகை எல்லாம் புடுங்கிவிட்டு, அரிவாள்மணையில் அரிந்து மருந்து ரசம் வைத்துக் கொடுப்பாள்." (கூத்தாயி, பக். 22-23)

பேராசிரியர் ச. சுபாஷ் சந்திரபோஸ் அவர்களின் படைப்பு களில் இயற்கையைப் பாதுகாத்தல், சுற்றுப்புறத் தூய்மையைப் பேணுதல், மனித நேயத்தை வளர்த்தல், கூட்டுக் குடும்ப வாழ்க்கையின் சிறப்பு, இயற்கை மருத்துவக் குறிப்புகள், மருந்து குழம்பு வைத்தல், மனித ஒழுக்கம், வாழ்க்கை மேம்பாட்டிற்கு இளைஞர்களை ஊக்கப்படுத்துதல், இயற்கை உரத்தின் நன்மைகள், செயற்கை உரத்தின் தீமைகள், அரை நூற்றாண்டுக்கும் முன்பு வாழ்ந்த வண்டல் மண்ணின் மக்கள் வாழ்க்கை முறைகள், விடுகதைகள், பழமொழிகள், தாலாட்டு, ஒப்பாரி, தத்துவங்கள், பொதுவுடைமை சித்தாந்தம், நாட்டு வரலாறு, உலக வரலாறு, வட்டார வழக்கு, பிறருக்கு உதவி செய்தலின் சிறப்பு, நன்றி மறவாமை, இலக்கிய ஆளுமை எனப் பல்வேறு கருத்துக்கள் பதிவாகியுள்ளன. கூத்தாயி இறந்த அன்று நடந்த செயல் ஒன்று பின்வருமாறு:

"வயதானவர்கள் செத்த இடத்தில் அதிகமாக அழுவ மாட்டார்கள். நடக்கும் கச்சேரிகளைப் பார்ப்பார்கள்; கேட்பார்கள். ஒருத்தரைப் பரிகாசம் பண்ணித் தன்னானே கொட்டு கிறார்கள்."

ஏ தன்னானே நானன்னே
நன்னானே நானன்னே

கும்பகோணம் டேசனுல
குமாஸ்தா வேல என்னாவோ
கும்பகோணம் போயிப் பாத்தா
கோழி மேச்சு நின்னாரு (ஏ தன்னானே...)

தஞ்சாவூரு டேசனுல
தாசில் வேல என்னாவோ
தஞ்சாவூரு போயிப் பாத்தா
தாருப் போட்டு நின்னாரு (ஏ தன்னானே...)

மாயவரம் டேசனுல
மதிச்ச வேல என்னாவோ
மாயவரம் போயிப் பாத்தா
மாடு மேச்சு நின்னாரு (ஏ தன்னானே...)

விவசாயக் கூலி மக்களுக்குத் தை மாதத்தில் வருமானம் இருக்கும். அதனால் கிராம மக்கள் பொங்கல் திருநாளினைச் சிறப்பாகக் கொண்டாடுவார்கள். ஆனால் நகர மக்கள் தீபாவளியைச் சிறப்பாகக் கொண்டாடுவார்கள். கிராம மக்களுக்குத் தீபாவளி வறுமையாகக் காட்சியளிக்கும். இதனை மையமாகக் கொண்டு நாட்டுப்புறப் பாடலே உருவாயிற்று. இதனைப் படைப்பாளர் பதிவு செய்கின்றார்.

தீஞ்சபய தீவாளி
காஞ்சபய காத்திய - எம்
மகாராசன் பொங்க வந்தா
பக்கத்துக்குப் பதினாறு
உருண்டை உருட்டலாம் (பயிர் முகங்கள், ப. 98)

அஃறிணை உயிர்கள் பேசுவது போல் கதை கூறுவது உண்டு. அவற்றின் பேச்சில் தம் கருத்தினை ஏற்றிக் கதை கூறும்

பெரியவர்களைப் பார்க்கலாம். பயிர் முகங்கள் புதினத்தில் மணியின் அப்பாயி தவளைகள் ஒலிப்பதை வைத்துப் பேசு கின்றாள்.

"தவளைகள் வெவ்வேறு நிலையில் ஒலித்தன. சிறு பிள்ளையாக இருந்தபோது அவற்றின் ஒலிகளை அப்பாயி பிரித்துச் சொல்லுவாள். சில தவளைகள்,

ஆடு இருக்கு
மாடு இருக்கு
கோழி இருக்கு
குஞ்சு இருக்கு

என்று கூறுவதைப் போலிருக்குமாம். அடக்கிக் கட்டைத் தொண்டையில் ஒரு தவளை,

வெறும் பீத்து
வெறும் பீத்து
என்று கேலி செய்யுமாம்."

(பயிர் முகங்கள், ப. 104)

பேராசிரியர் ச. சுபாஷ் சந்திரபோஸ் அவர்களின் படைப்பு ஒவ்வொன்றும் ஒவ்வொரு குறிக்கோளுடன் அமைந்துள்ளது. "கால வெள்ளம்" என்னும் புதினம் படைப்பதற்கான நோக்கத்தினைத் தம் முன்னுரையில் பதிவு செய்துள்ளார்.

"தஞ்சாவூர் மாவட்டத்தில் ஒரத்தநாடு வட்டம் சாகுபடித் தொழிலைச் சார்ந்த மக்கள் வாழும் பகுதியாகும் குடியானவர்கள் எனப்படுபவர்கள் கள்ளர் இனத்தைச் சார்ந்தவர்கள். இவர்களைச் சார்ந்து சில தொழிலைச் செய்பவர்களும் வாழ்கின்றார்கள்.

வெந்ததைத் தின்று விதியை நினைத்து வாழ்வதுதான் வாழ்க்கை. புது ஆற்றுப் பாசனம் வருவதற்கு முன்பு மேட்டுப் பகுதியில் கொத்தி வெட்டித்தான் வாழ்க்கை ஓடியது. ஆற்றுப் பாசனம் வந்த பிறகு வாழ்க்கை முறையில் சற்று மாறுதல் ஏற்பட்டது. இந்தச் சூழல்களில் வாழ்ந்த மக்களின் வாழ்க்கையை அறிமுகப்படுத்துவதே கால வெள்ளம் என்னும் புதினம் ஆகும். ஏறக்குறைய ஒரு நூற்றாண்டு வாழ்க்கையை முழுமையாக

விவரிக்கவில்லை என்றாலும் ஓரளவுக்குத் தொட்டு செல்லும் என்பது உறுதி.

புதிய புதிய தொழில் வளர்ச்சி, கல்வி முறை போன்றவற்றால் மரபு சார்ந்த சாகுபடி முறை, உணவு, உடை, நடைமுறை என அனைத்துமே மாறிக்கொண்டு வருகின்றன. சரளமாகப் பேச்சில் வரும் பழமொழி, உவமைகள் எல்லாம் மறைந்து வருகின்றன. இவற்றை எல்லாம் பதிவு செய்ய வேண்டும் என்பதும் இப்புதினம் எழுத அடிப்படை நோக்கமாகும். கபிலை இறவை, கூழ் காய்ச்சுதல், மருந்துக் குழம்பு வைத்தல் எனப் பல செயல்களை எப்படிச் செய்வது என்பதே இனிமேல் தெரியாமலே போய்விடும்." (கால வெள்ளம், முன்னுரை, ப. xiv-xv)

"பொதுவுடைமைப் போராளி ஏ.எம்.கோபு" என்னும் புதினத்தைப் படைத்ததற்கான காரணத்தைப் பேராசிரியர் பின்வருமாறு தம் முன்னுரையில் பதிவு செய்துள்ளார்.

"சோழ நாடு என்றால் காவிரிக் கரையிலுள்ள சைவ, வைணவத் தலங்கள், இங்கு வளர்க்கப்படும் ஆய கலைகள் அறுபத்து நான்கு என்னும் ஒரு பக்கம்தான் காட்டப்படுகின்றது. இன்னொரு பக்கமும் இருக்கின்றது; அதுவும் பெரும்பான்மையான உழைக்கும் மக்களைச் சார்ந்தது என்பதைப் பொதுவுடைமைக் கட்சிதான் புடம்போட்டுக் காட்டியது.

ஆலமரத்தை விழுதுகள் தாங்கிப் பிடிப்பதைப் போன்று தமிழகத்தின் நாலா பக்கங்களிலும் பல தோழர்கள் பொதுவுடை மைக் கட்சிக்காகப் பாடுபட்டுள்ளதை நூல்கள் வழியாகவும் சந்தித்தோர் வழியாகவும் அறிய முடிந்தது. அப்படி அறியப் பட்டவர்களுள் ஒருவர்தான் ஜனசக்தியின் ஆசிரியர், ஏ.ஐ.டி.யு.சி-யின் மாநிலத் தலைவர் ஏ.எம்.கோபு அவர்கள். என் இளவல்கள் இந்தியப் பொதுவுடைமைக் கட்சியின் மாநிலத் துணைச் செயலாளர்சி. மகேந்திரன், ஏ.ஐ.டி.யு.சி. யின் தஞ்சை மாவட்டத் தலைவர் சி. சந்திரகுமார் ஆகிய இருவரும் தோழர் ஏ.எம்.ஜி. அவர்களின் வீர வரலாற்றைப் பதிவு செய்ய வேண்டும் என்று கேட்டுக் கொண்டார்கள்.

வண்டல் மண்ணின் மக்கள் தம் அன்றாடப் பேச்சு பல பழமொழிகளையும் உவமைகளையும் கையாளுகின்றனர்.

அவற்றை வண்டல் மண் படைப்பாளராகிய ச. சுபாஷ் சந்திர போஸ் தம் படைப்புகளில் பரவலாகப் பதிவு செய்துள்ளார்.

பழமொழிகள்

"பாலைக் குறுக்கிக் குடிக்க வேண்டும்; மோரை நீட்டிக் குடிக்க வேண்டும்." *(காலவெள்ளம், ப. 2)*

"பிறப்புக்குக் கசப்பு இல்லை" *(காலவெள்ளம், ப. 5)*

"பெண்டாட்டி சூத்துக்குத் தழ ஒடிச்சுப் போடுறவனா இருக்கானே." "மக வாழுற வாழ்வுக்கு மாதம் பத்துக் கட்டு வெளக்குமாறு." "காடு வாவாங்குது; வீடு போபோங்குது." *(கால வெள்ளம், ப. 7)*

உவமைகள்

"மாடு இளைத்தாலும் கொம்பு இளைக்காததைப் போன்ற மீசை, தொடை முழங்கால் என வேறுபாடு என தெரியாத ஆள்காட்டிக் குருவியின் கால்களைப் போன்ற கால்கள். கிழட்டுப் புலியின் சுருங்கிய வயிற்றைப் போன்ற வயிறு." *(பயிர் முகங்கள், ப. 21)*

"யானை ஆளைத் தூக்கிப் போட்டு மிதிப்பதைப் போலப் பீடியைக் காலில் போட்டு மிதித்தான்." *(பயிர் முகங்கள், ப. 69)*

"அக்கா சோளத்துட்டை குஞ்சம் வைத்து இருப்பது போலத் திரங்கிப் போய் இருந்தாள்." *(மாவீரன் வாட்டாக்குடி இரணியன், ப. 41)*

"வெடித்த நிலத்தில் வதங்கிய பயிர் போல"
"வேர் வெளியே தெரிவதைப் போல"

"வரால் குட்டியைப் போல" *(காலவெள்ளம், ப. 5)*
"புளியம் பழம் உலுக்குறமாரி" *(காலவெள்ளம், ப. 7)*

நம்பிக்கை

"வெள்ளிக் கிழமை பசுமாடு நெற்றிக்கட்டி பூவாலியுடன் காளைக் கன்றைப் போட்டது. இந்தக் குடும்பத்திற்கு அடித்துக் கொண்டிருக்கும் யோகத்தைப் பார்த்து ஊரே மூங்கில் விரலை வைத்தது." *(காலவெள்ளம், ப. 11)*

விடுகதை

"அப்பன் சொறியன்"
ஆயி சடச்சி
புள்ள சக்கரக்கட்டி
அது என்ன?

(பயிர் முகங்கள், ப. 207)

ஒப்பாரிப் பாடல்

அல்லியும் தாமரயும்
ஆறு அடச்சுப் பூத்தாலும்
அல்லி கொணம் அறிஞ்சு எங்கள
ஆதரிக்க யாருமில்லே
கோரயும் தாமரயும்
கொளம் அடச்சுப் பூத்தாலும்
கோர கொணம் அறிஞ்சு எங்கள
கொண்டாட யாருமில்லே

(பயிர் முகங்கள், ப. 310)

"எட்டுப் பொன்னு எடுத்து
எழப்பு எழச்சு வீடுகட்டி
எழப்பு எழச்ச வீட்டுலே
எலந்த பழுத்து இருக்கும்
எட்டு லெச்சம் பச்சி
எலந்தப் பழம் திங்க வரும் அப்போ
எங் கொறயச் சொன்னேனுன்னா
எலந்தப் பழம்திங்காம
ஏங்கிக் கேட்டு இருக்கும்
ஏந்திரிச்சு ஓடு விடும்
எங்கொறயும் தீராதய்யா!

(காலவெள்ளம், ப. 21)

நகைச்சுவைகள்

"தொட்டு நக்குனேன் இந்தக் கதி
எடுத்துத் தின்னா என்னா கதியோ"

(நாட்டுப்புற நகைச்சுவைகள், ப. 26)

சாந்து ரெத்தினம்
சவ்வாது ரெத்தினம்
ஏண்டி ரெத்தினம்
சோத்தக் கொழச்சே?

(நாட்டுப்புற நகைச்சுவைகள், ப. 43)

தொகுப்புரை

வண்டல் மண் படைப்பாளர் ச. சுபாஷ் சந்திரபோஸ் அவர்கள் தம்முடைய மண்ணில் வாழும் மக்களின் வாழ்க்கை முறைகள், அவர்கள் அடையும் இன்ப துன்பங்கள், உழைப்பின் சிறப்பு, பண்ணையார்களின் அடக்குமுறை, பொதுவுடைமைக் கட்சித் தோழர்களின் போராட்டங்களால் கூலித் தொழிலாளர் களின் வாழ்க்கை முன்னேற்றம், அன்பு, மனித நேயம், மனித உறவுகளின் மேன்மை, இளைஞர்களின் கடமைகள், முதியவர்களின் வழிகாட்டுதல், இயற்கை வாழ்க்கை, விவசாயத்தோடு தொடர்புடைய உவமைகள், பழமொழிகள், சொல்லாட்சிகள் முதலானவற்றைப் பதிவு செய்துள்ளார். இந்துப் பதிவுகள் கவிதை, சிறுகதை, புதினப் படைப்புகளில் வெளிவந்துள்ளன. இவை எதிர்கால சந்ததியினருக்குப் பண்பாட்டின் பதிவுகளாகத் திகழும். பேராசிரியரின் படைப்புகள் வண்டல் மண்ணின் கருவூலங்களாக விளங்குகின்றன.

☯

7. பாவைச் சந்திரனின் நல்ல நிலம் – நிலமும் நிலம் சார்ந்தும்

–சே. கல்பனா

நவீன தமிழிலக்கிய மரபில் உருப்பெற்ற புனைகதை வடிவம் தமிழில் மிகப்பெரும் பாய்ச்சலை நிகழ்த்திக்கொண்டு இருக்கிறது. தொடக்கத்தில் பழைய கதை சொல்லும் மரபிலிருந்து விடுபடாமல் கதை கூறும் போக்கு காணப்பட்டாலும், பின்பு கதையின் உருவத்திலும் உள்ளடக்கத்திலும் புதுப்புது முயற்சிகள் மேற்கொள்ளப்பட்டு வந்துள்ளன. பொது நிலையில் உருவாகிய கதைகளிலிருந்து, மண் சார்ந்து, இனம் சார்ந்து அம்மக்களின் வாழ்வியலைப் பேசும் யதார்த்த புனைகதைகள் உருவாகத் தொடங்கின. சங்க இலக்கியங்கள் பேசும் திணை சார் வாழ்வியலின் தொடர்ச்சியாகவே இதனைக் கருதலாம். இவ்வாறு தோன்றிய இலக்கியங்கள் வட்டார இலக்கியம் என்று அறிமுகமானாலும் தற்போது திணை சார்ந்தவை, இனம் சார்ந்தவை என்று பகுக்கப்படுகிறது. தமிழகத்தில் பல்வேறு வட்டாரங்களில் இருந்து புனைகதைகள் உருவாகியுள்ளன. அவற்றுள் வண்டல் வட்டாரப் (தஞ்சை) படைப்பாளுமைகளுள் எம்.வி. வெங்கட்ராமன், இந்திரா பார்த்தசாரதி, செம்மலர் கே. முத்தையா, சா. கந்தசாமி, தஞ்சை பிரகாஷ், சி.எம்.முத்து, சோலை சுந்தரபெருமாள், ச. சுபாஷ் சந்திரபோஸ், சு. தமிழ்ச்செல்வி, பாவை சந்திரன் ஆகியோர் குறிப்பிடத்தக்கவர்கள். இவர்களுள் தஞ்சை மண்ணை, வேளாண் மக்களின் வாழ்க்கையை வலியை, கொண்டாட்டத்தை, வட்டார மொழியில் எழுதியவர் சோலை சுந்தர பெருமாள், சி.எம். முத்துவும் தஞ்சை மக்களின் வாழ்க்கையை உள்முரணை எழுதியுள்ளார். சு. தமிழ்ச்செல்வி இனவரைவியல் அடிப்படையில் எழுதுகிறார். பாவை சந்திரனும் நாகப்பட்டினத்தின் அருகே உள்ள மங்கலம் கிராமத்தில் வசிக்கும் மக்களின் வாழ்க்கையை, குடும்பத்தின் நிகழ்வை, சிக்கல்களை அவர்கள் எதிர்கொள்ளும் முறைகளை அவர்களோடு தொடர்புடைய ஊரினை, மனிதர்களை, சமூக மாற்றங்களை யதார்த்தமாக நல்ல நிலத்தில் காட்சிப்படுத்துகிறார்.

பாவை சந்திரனும் சரி அவரது நல்ல நிலமும் சரி இரண்டுமே எனக்குப் புரியாத புதிர்களாக இருக்கின்றன என்று வெங்கட் சாமிநாதன் வியக்கிறார். காரணம் நல்ல நிலம் கதை எழுதுவதற்கு முன்பு அவர் சிறுகதையோ, குறுநாவலோ எதனையும் எழுத வில்லை. ஆனால் முதிர்ந்த, எழுதி பக்குவப்பட்ட படைப்பாளர் போல், செய்நேர்த்தியோடு, நுட்பமான விவரணைகளோடு இப்படைப்பு வெளிவந்துள்ளமையே. தமிழில் எழுதப்பட்ட பெருங்கதைகளின் சிறப்பு வரிசையில் பாவை சந்திரனின் நல்ல நிலம் சேர்ந்துள்ளது என ஞானக்கூத்தனும், நல்ல நிலம் ஓர் எளிய நாவல். எளிய என்பதற்கு கொண்டு இருக்கும் எல்லா அர்த்தங்களையும் புரிய வைக்கிறது. மக்கள் எளியவர்கள், எளிமையாகப் பேசுகிறார்கள். அறிவாளிகள் என்று எளிதாகச் சொல்லுகின்ற மாதிரி இல்லை. அவர்கள் வாழ்க்கை எதன் மீது ஆதாரப்பட்டு இருக்கிறது. இது தான் நாவல் இந்த அம்சத்தை நாவலாசிரியர் பாவை சந்திரன் தான் சம்பந்தப்பட்டவராக இல்லாமல் - அதிகமாக ஒதுங்கி இருந்து நாவலை எழுதியிருக்கிறார். அந்த ஒதுக்கம் கூட ஏற்கனவே தீர்மானிக்கப்பட்டது என்றோ புத்திசாலித்தனம் என்று தீர்மானமாகச் சொல்ல இடம் இல்லாதது மாதிரி - இயல்பாகவே எழுதி இருக்கிறார். இந்த இயல்பு யதார்த்தம் என்பது சாதாரண மக்களின் வாழ்க்கை என்பதால் அது அசாதாரணமான தொனியைப் பெற்றுவிடுகிறது. ஒரு நாவலை அதிகமாகப் பேச வைப்பதற்கு இந்த மாதிரியான சித்தாந்தமும் - எழுத்தும் நேர் எதிர். இப்படி எழுத தைரியம் வேண்டும். அந்த தைரியத்தோடு தடம் புரளாமல் இந்த நல்ல நிலத்தை வெகு நேர்த்தியாக எழுதியிருக்கிறார் பாவை சந்திரன் எனச் சா. கந்தசாமியும் நல்ல நிலம் குறித்த விமர்சனத்தை முன்வைக்கின்றனர். நல்ல நிலம் புனைகதை 1998இல் தமிழக அரசின் முதல் பரிசும், கஸ்தூரி சீனிவாசன் அறக்கட்டளை, கோவை சார்பாக முதல் பரிசினையும் பெற்றுள்ளது குறிப்பிடத்தக்கது.

(பாவை சந்திரனின் நல்ல நிலம் ஒரு கலவையாக, கனமான விஷயங்களையும், கவர்ச்சியான அம்சங்களையும் ஒரு விகிதாச்சாரத்தில் கலந்த கலவையாக (வெங்கட் சாமிநாதன்) வெளிவந்த புதிய பார்வை இதழில் தொடராக வந்தது என்பதும் குறிப்பிடத்தக்கது.) அதோடு மட்டுமல்லாமல் தொடக்கத்தில்

சில வாரங்கள் எழுதும் ஆசிரியர் பெயர் குறிப்பிடப்படாமலே வெளிவந்தது. வாசகர்களிடம் ஆசிரியர் யார் என்னும் போட்டி அறிவிக்கப்பட்டு, பத்து இதழ்களுக்குப் பிறகே ஆசிரியர் பாவை சந்திரன் என அறிவிக்கப்பட்டது. தொடர்கதை பின்பு தொகுக்கப் பெற்று நூலாக்கம் பெற்றது. "தமிழில் 1931 காலகட்டங்களில் தோன்றிய தொடர்கதை எழுதுகை சிற்றிதழ்கள் அல்லாமல் வணிக இதழ்களில் பெரும் வெற்றியைப் பெற்றது. வாசகரை முன்னிருத்தியே எழுத்துக்களும் உருவாகத் தொடங்கின.

ஒரு நாவல் தொடர்கதையாக வெளிவரும்பொழுது அதன் மிக முக்கிய பண்பாக அமைவது, அது பல்வேறு அறிவு வளர்ச்சி நிலையை உடையவர்களால் ஒரே வேளையில் வாசித்து விளக்கப்படத் தக்கதாகவிருக்க வேண்டுமென்பதே. அதாவது சாதாரண எழுத்தறிவு மாத்திரமுடையோர் முதல் உயர்ந்த எழுத்தறிவுடையோர் வரை யாவருக்குமெளிதில் விளங்கக் கூடியதாகவிருத்தல் அவசியமாகின்றது. இப்பண்பினை விளங்கிக் கொள்வதற்கும் சமூக உளவியளாளரும் கல்வி உளவியலாளரும் 'மனவயது' அல்லது 'உள்ள வளர்ச்சி வயது' என்னும் கோட்பாட்டினைப் பயன்படுத்துவர். உடல் வயதால் முதிர்ந்தவர்கள் மனவயதிற் குறைந்தவர்களாகவிருக்கலாம். மனவயதிற் கூடியவர்களில் உடல் வயது குறைவாகவிருக்கலாம். ஆனால் பாலர்களாக விரும்பமாட்டார். இத்தகைய உடல் வயது, மனவயது இயைபைத் தேடுகின்ற பொழுது, வெளிவரும் ஆக்கங்கள் சராசரி வளர்ச்சியுடையோரின் அறிவு மட்டம் கொண்டு தீர்மானிக்கப் படும். பெரும்பாலான தமிழ்த் தொடர்கதைகள் 11 முதல் 19, 21 வயது வரையுள்ள மனவயதினரை மனதிற்கொண்டு எழுதப்படுகின்றன எனலாம்." (நாவலும் வாழ்க்கையும், பக். 74, 75)

என்று கார்த்திகேசு சிவத்தம்பி கூறுவதற்கிணங்க வளரிளம் பருவத்தினரை மனதில் கொண்டு அவர்களைக் கவரும்பொருட்டு ஆக்கங்கள் உருவாகின. மேலும் புனைபெயரில் எழுதுகின்ற மரபு இருந்த நிலையில் வாசகர்களிடம் ஒரு பரபரப்பை உருவாக்க வேண்டும் என்னும் நோக்கத்தில் ஆசிரியர் பெயர் குறிப்பிடப்படாமலே நல்ல நிலம் தொடர் வெளிவருகின்றது. இது வாசகரை ஈர்க்கும் ஒருவகை உத்தி.

1960 முதல் வாசிப்புக்கான வாசிப்பு என்ற எடுகோளுடன் பிரசுரிக்கப்படும் சஞ்சிகைகள் வெளிவரத் தொடங்குகின்றன. வாசிப்புக்கான எழுத்து ஒரு முக்கியப் பண்டம் ஆகின்றது. அந்த வேளையில் இந்தப் புதிய பிரசுரங்கள் இலக்கு வைத்த வாசகத் தொகுதிகளுள் பெண்களும் ஒரு பிரிவினர் ஆயினர் (இளைஞர் வாசிப்பும் ஒரு தொகுதியாக இருந்தது). இந்தப் பெண் வாசகர்களை நோக்கிய எழுத்துக்கள் முதன்மைப் படுத்தப் பட்டன. வார, மாதமொரு நாவல் என்ற வகை பிரசுரங்களும் இந்தச் சந்தைத் தேவையைப் பூர்த்தி செய்வனவாக அமைகின்றன. (நவீனத்துவம் - தமிழ் - பின்நவீனத்துவம், கார்த்திகேசு சிவத்தம்பி, பக். 71) நவீன கல்வி அது சார்ந்து உருவான வாசகர் வட்டம், பெண் கல்வி பெண்களுக்கான தேவைகளைப் பூர்த்தி செய்யக் கூடிய வகையில் இலக்கிய ஆக்கங்களும் உருவாகத் தொடங்குகின்றன. பாவை சந்திரனின் நல்ல நிலமும் காமாட்சி என்னும் காமுவை மையமிட்டே கதை உருவாக்கப்பட்டுள்ளது என்பது குறிப்பிடத்தக்கது.

கதை

மாப்ள பாக்கப் போனது என்னாச்சு? வாயத் தொரப்பீங்கனு பாத்தா வயெத் தொறக்குற வழியக் காணும் என்று பொத்தாம் பொதுவில் கேட்டு வைத்தார் கோவிந்து என்று கதை தொடங்கு கிறது. கதையின் தொடக்கத்திலே யாருக்கு மாப்பிளைப் பார்க்கப் போனார்கள்? ஏன் மாப்பிளை பார்த்தது குறித்துப் பேசத் தயங்குகிறார்கள்? என்ற ஐயத்தை வாசகனுக்கு ஏற்படுத்திக் கதையினுள் பயணிக்க ஒரு சுவாரசியத்தை உருவாக்குகிறது. காமு என்னும் காமாட்சிக்கு மாப்பிள்ளை பார்க்க அவளுடைய அம்மா, மாமா, தம்பி மூவரும் செல்கிறார்கள். சென்று வந்த பிறகு அவளுடைய தந்தை மாப்பிளை குறித்துக் கேட்கிறார். அவளுடையத் தாயார் தயக்கத்துடன் பேசத் தயங்குகிறாள். காரணம் ஏற்கனவே மணமகனுக்குத் திருமணமாகி ஓர் ஆண் குழந்தை இருப்பதே. அவர்கள் பேசிக்கொண்டு இருக்கும் பொழுதே அச்செய்தி காமு காதில் விழுகிறது. அவளுக்கு அச்சம் இருந்தாலும், பெற்றோரின் விருப்பத்திற்கிணங்க ஏற்கனவே திருமணமான சுப்பிரமணி என்கிற சுப்புணியைத் திருமணம் செய்து கொள்ள இசைகிறாள். அவளுக்கு அடிக்கடி ஒரு கனவு வருகிறது. தான்

பறப்பது போலவும் ஓர் இராச குமாரன் அவளின் கையைப் பிடிக்க முயன்று அது நழுவது போலவும். திருமணத்திற்குப் பின் கனவில் கண்ட இராசகுமாரனின் முகம் போன்று சுப்புணி முகம் இருப்பதைக்கண்டு வியப்பும் அச்சமும் கொள்கிறாள். சுப்புணியின் உதவியாக இருக்கக் கூடிய மாணிக்கம் பிள்ளை திருமண ஏற்பாட்டை முழுமையாகக் கவனித்துக் கொள்கிறார். சுப்புணியின் குழந்தை திருமணத்திற்குப் பிறகு குழந்தை இல்லாத சுப்புணியின் அக்கா வளர்ப்பார் என்னும் நிபந்தனையைக் காமுவின் மாமாவிடம் கூறிய பிறகே திருமணம் நடைபெறுகிறது.

திருமண நாளன்று குழந்தை அழ, சுப்புணி வாங்கி மடியில் வைத்துக்கொள்ள, தாலி கட்ட வரும் சூழலில், காமு அழும் குழந்தையைத் தன் மடியில் சுமக்கிறாள். அதிலிருந்து அவள் அக்குடும்பத்தின் சுமை தாங்கியாகிறாள்.

சுப்பிணிக்கு எதிரி நமசிவாயம். திருமணம் முடிந்து மகிழ்ச்சியான வாழ்க்கை. குழந்தை சந்தானமும் பிறக்கிறான். நமசிவாயத்திற்கும் சுப்பிணிக்கும் தகராறு ஏற்படுகிறது. நமசிவாயம் கொல்லப்படுகிறான். அன்றிலிருந்து சுப்புணியும் காணாமல் போகின்றான். எங்குச் சென்றான் என்பது யாருக்கும் தெரியவில்லை. நமசிவாயத்தின் கொலை வழக்கில் அவன் மேல் சந்தேகம் ஏற்படுகிறது. அவன் செல்லும் போது மூன்று மாத கர்ப்பிணி காமு, இதனைச் சுப்புணி அறிந்திலன். காமுவின் நிலை துயரமாகிறது. தன்னையும் பார்த்துக்கொண்டு தன்னை நாடி வருபவர்களுக்கும் தன்னால் இயன்ற உதவிகளைச் செய்கின்றாள். தன்கணவன் தன்னை விட்டு நீங்கி சென்றது மன உளைச்சலை உருவாக்கினாலும், தன் துன்பத்தை யார் மீதும் ஏற்றிவிடாமல் வாழ்க்கையை அதன் போக்கில் வாழ்கின்றாள். மூத்த மனைவியின் மகன் குழந்தைவேலும் யாரிடமும் சொல்லாமல் பர்மாவிற்குச் சென்றுவிடுகிறான். சுப்புணி 15 ஆண்டுகள் கழித்துத் திடீரென ஒருநாள் வருகிறான். ஆனால் அவள் மனம் அவனை ஏற்க மறுக்கிறது.

கதையை மூன்று பிரிவாகப் பிரித்துக்கொள்ளலாம்

1. காமு சுப்புணி திருமணம் அதன் பிறகு அவர்கள் மேற்கொள்ளும் வாழ்க்கை. அவர்களைச் சுற்றி நடக்கும்

நிகழ்வுகள். அரசியல், சமூக வெளியில் நடைபெறும் அசைவுகள்.

2. சுப்புணி காணாமல் போன பிறகு காமு எதிர்கொள்ளும் சிக்கல்கள். இந்தச் சமூகம் அவளுக்குக் கொடுக்கும் நெருக்கடிகள், அதனை அவள் எதிர்கொள்ளும் மனநிலை. அவள்மனதில் ஏற்படும் மாற்றங்கள். அதன் ஊடாகச் சமூக நகர்வுகள்.

3. சுப்புணி திரும்பி வந்த பிறகு காமுவின் மனநிலை அவனை அவள் எதிர்கொள்ளும் விதம்.

கனவு

திருமணத்திற்கு முன்பு காமுவுக்கு உருவாகும் கனவு பின் நடக்கப் போவதை முற்கூறும் உத்தியாகப் பயன்படுத்தப் பட்டுள்ளது. அழகிய ராஜகுமாரன், வான வீதியில் பறக்கும் கம்பளத்தில் அவன் உட்கார்ந்திருக்கிறான் அவனது உருவம் அவளை வசீகரிக்கிறது. அந்த முகத்தைப் பார்க்கிறாள். அவனும் இவளை ஆசையோடு பார்க்கிறான் புன்னகைக்கிறான். தனது கையை இவள் இருக்கும் பக்கம் நீட்டுகிறான். இவள் முதலில் வெட்கம் கொண்டு மறுக்கிறாள். அவன் தொடர்ந்து கையை நீட்டிக்கொண்டே இருக்கிறான். இவள் அவன் கையைப் பற்றிக் கொள்ளாவிடினும், அவள் அப்படியே நீட்டிக்கொண்டு இருக்க வேண்டுமென்று விரும்புகிறாள். எங்கே அவன் கையை இழுத்துக் கொண்டு விடுவானோ என்ற பயம் வேறு அவளை ஆட்கொள்கிறது. நல்லவேளை அவன் கை நீட்டியபடியே இருக்கிறது. இவள் மனம் மாறி அவனது கையைப் பிடிக்கும் சமயம் அவனது பறக்கும் கம்பளத்திலிருந்து திடீரென இறக்கைத் தோன்றி வேகமாகப் பறக்க அவள் தொப்பென்று அந்தரத்தில் விழ அவனது கையோ நீட்டியபடியே இருக்க... இருக்க...

இந்தக் கனவு திரும்பத் திரும்ப வருகிறது.

கனவுகள் தெய்வத்தின் விருப்பம் கொண்டு உருவாவது என்ற நம்பிய நம் மூதாதையர்கள் அதன் காரணிகள் யாவை என அறியும் முயற்சியில் ஈடுபடவில்லை. கனவு ஒரு நம்பிக்கை சார்ந்த விஷயமாகவே இருந்துவிட்டது. எனவே அது விஞ்

ஞானத்தின் பிரச்சனையாயிற்று. பல சந்தேகங்கள், ஆராய்ச்சிக்குப் பின் கனவு உண்டாவதற்குப் பல வகைப்பட்ட காரணங்கள் உண்டு எனவும், அது உளவியல் ரீதியாகவுமிருக்கலாம், உடலியல் ரீதியாகவுமிருக்கலாம் என்று விஞ்ஞானம் கண்டுபிடித்தது. உடல் ரீதியான கனவைத் தூண்டுபவை புற உணர்வு தூண்டுதல்கள் காரணமாகின்றன (கனவுகளின் விளக்கம், பக். 17)

காமுவுக்குச் சுப்புணியை நிச்சயம் செய்து திருமணம் செய்து கொள்ளப் போகும் நாளின் முன்னிரவில் இதுபோன்ற கனவு வருகிறது. காமுவின் ஜாதகப் பொருத்தம் முக்கியமாகிறது. பலருடைய ஜாதகம் ஒத்துப்போகாத நிலையில் சுப்புணியின் ஜாதகம் பொருத்தமாக இருக்கிறது. திருமணம் குறித்தும் தனக்கு வரப்போகும் கணவன் குறித்தும் ஒரு கற்பனை அவளுள் இருந்திருக்கும். ஏற்கனவே திருமணம் செய்து கொண்ட ஒருவனைத் திருமணம் செய்து கொள்வது ஒருபுறம் இருந்தாலும், தன் விருப்பங்கள், ஆசைகள் நிறைவேறாமல் சென்றதே, கம்பளம் இறக்கை முளைத்து பறப்பதின் குறியீடாகவும் கொள்ளலாம். காமுவின் எண்ணம் நிராசையின் விளைவே இது போன்ற கனவு உருவாகியிருக்கிறது. அக்கனவு சந்தர்ப்ப சூழ்நிலையால் நிறைவேறியும் விடுகிறது. அதுபோலவே சுப்புணியும் நமச்சிவாயத்தைக் கொல்வது போல, கனவு காண்கின்றான். பின்னால் நமசிவாயம் கொல்லப்படுகிறான். சுப்புணிக்கும் மங்கலம் கிராமத்திற்கும் கேடு செய்யும் நமச்சிவாயம் வாழத் தகுதி இல்லாதவன் என அவன் மனம் எண்ணுகின்றது. அதுவே கனவாக வருகிறது. புறச் சூழல் காரணமாக அது உண்மையாகவும் ஆகிவிடுகின்றது. இங்குக் கதையை நகர்த்திச் செல்ல கனவு ஓர் உத்தியாகப் பயன் படுத்தப்பட்டிருக்கிறது. பொதுவாகப் பொதுவெளியில் கனவின் மீதும் அது சார்ந்து உருவாகக் கூடிய கருத்தியல் மீதும் எப்பொழுதும் தீராத மயக்கம் உண்டு. இது போன்ற கனவுகள் வாசகனிடம் இவ்வகையான தூண்டுதலை உருவாக்கி, ஆர்வத்தையும் கதையினுள் பயணிப்பதற்கான சுவாரசியத்தையும் உருவாக்குகிறது.

காமு என்னும் ஆளுமை

திருமணத்திற்கு முன்பு காமு சிந்தனை வயப்பட்டவளாக இருக்க அவள் அம்மா ஏன் இப்படி இருக்கிறாய் என்று வினவ 'ஒண்ணுமில்லம்மா... போவப்போற ஊரைப் பத்தி நெனச்சேன்... கவலையாயிட்டு. ஏம்மா அங்கேயும் இதே போல தானே சூரியன் உதிப்பான். அங்க உள்ள மனுசங்களும் நம்ம ஊர்க்காரங்க போலத்தானே இருப்பாங்க!' என்றாள் சிறு குழந்தை போல. வெள்ளந்தியாக வினவுகிறாள். கதை உருவாக்க உதவும் கூறுகள் பல உள்ளன. ஐந்து கூறுகள் இவற்றில் முக்கியமானவை என்று சில கொள்கையாளர்கள் கூறுகிறார்கள். கதாபாத்திரம், சூழலமைவு, போராட்டம், கதைப்பின்னல், கதைக்கரு என்பவை. இன்னும் சிலர் இவற்றுடன் வேறுசில கூறுகளையும் சேர்த்துக் கொள்ளுகிறார்கள். கதைப்பின்னல், கதாபாத்திரம் வார்ப்பு, கதைக்கரு, நோக்குநிலை, சூழலமைவு, குறிப்பு முரண், உணர்ச்சிப் பாங்கு போன்றவை (கதையியல், பக். 8) காமு என்னும் கதாபாத்திரம் ஒரு சாதாரணப் பெண்ணாகத் தனக்கான அறிவினை குடும்பத்திடமிருந்து மட்டும் பெற்றவளாகவே அறியப் படுகிறாள். ஆனால் திருமணத்திற்குப் பிறகு கணவனுடன் நாகப்பட்டினம் செல்லும் பொழுது ஒவ்வொன்றையும் புதிதாகக் காணுகின்றாள். அதற்கான விளக்கத்தை, தனது கணவன் மூலமே பெறுகிறாள். திருமணத்திற்குப் பிறகே பொது வெளி சார்ந்த அறிவினை அவள் பெறுகிறாள். பலதரப்பட்ட மனிதர்களோடு பழகத் தொடங்குகிறாள். அவர்களைப் புரிந்துகொள்ள முயற்சி செய்கிறாள். திருமணத்திற்குப் பிறகு மகிழ்ச்சியான வாழ்க்கை என்றாலும், மீனவப் பெண்ணான மீனா குறித்து, காமு மனதில் ஒரு சிடுக்கு விழுகிறது. அவள் மனதில் உறுத்தலாகவே இருக்கிறது. திருமணத்திற்கு முன் பெற்றோரின் ஆளுகையிலும், திருமணத்திற்குப் பிறகு கணவனின் ஆளுகையிலும் இருக்கும் காமு, சுப்புணி அவளை விட்டு ஓடியதும் அவளுடைய சூழல் மாறுகிறது. எதிர்பாராமல் உருவாகும் இச்சூழலை எதிர்கொள்ளும் மனப்பக்குவத்தை வாழ்க்கையே அவளுக்கு வழங்குகிறது. அதன் பிறகு அவள் எடுக்கும் ஒவ்வொரு முடிவும் தீர்க்கமாகவே அமைகின்றது. சூழலே சமூகவெளியில் தனக்கான இருப்பைத் தக்க வைத்துக் கொள்ளும் மனோதிடத்தை அவளுக்கு வழங்குகிறது. ஆனாலும் புறச்சூழலும், அகச்சூழலும் உருவாக்கும் நெருக்கடி, அதனால்

உருவாகும் மன அழுத்தமும் வெளிப்படத்தான் செய்கிறது. சுப்புணியின் அக்கா முத்துவேல் நடத்தை சரியில்லை என்ன செய்வது என்று, காமுவிடம் பேசுவதற்கு வருகிறாள். அப்போது,

நான் ஒருத்தி எவ்வளவுதான் தாங்கிக்கிறது... மனுசனா பொறந்தவங்க பொண்டாட்டிய - இப்படியா தவிக்கவுட்டுட்டு ஓடிப் போவலாமா? பாருங்க! இந்த பொண்ணு கமலாவுக்காக யாருக்கு முந்தானை விரிச்சாளோன்னு ஒரு பேச்சு. அவுங்க செத்துப் போய்ட்டாங்கன்னு ஒரு பேச்சு... இவ இன்னும் பூவும் பொட்டுமா சிங்காரிச்சிக்கிட்டு லாத்திக்கிட்டு - மினுக்கிட்டு திரியறான்னு ஒரு பேச்சு ஊர்ல பேசுற பேச்சு இன்னதுன்னு இல்லே - நா எவ்வளவுதான்னு கேட்கிறது என்று சொன்ன காமு ஓவென்று வாய்விட்டு அழுது. (நல்லநிலம், பக். 398) புலம்புகிறாள்.

தனது நாத்தனார் செல்வசெழிப்புடன் இருந்தாலும் உறவுகளிடம் எவ்வித உதவியையும் எதிர்பார்க்காமல், கணவன் சென்ற பிறகு தாய் வீட்டிற்கு வந்து இருக்கச் சொல்லும் பொழுதும் அதனை மறுத்து எனக்கான வாழ்க்கை இங்குதான் உள்ளது, எது வந்தாலும் அதனை எதிர்கொண்டு வாழ்வேன் என்று வாழ்கின்றாள். அவளுடைய தோழி அம்புஜம் விரக்தியில் புலம்ப, ஆறுதல் கூறும்பொழுது சுப்புணியின் மேல் கொலை பழி விழுந்ததால், ஊர் ஒதுக்கி வைத்த நிலையைக் கூறி மனதைரியம் ஊட்டுகிறாள்.

இதெப்பாரு அம்புஜம்! கஷ்டங்கிறது உனக்கு மட்டும்தான்னு நெனச்சிக்காதே என்னெப்பாரு, ஊருல அப்பாக்கிட்ட செல்லமா வளர்ந்தேன். காலத்துல கல்யாணமாவலங்கிற குறைத் தவிர வேறு குறை எனக்கு அவுங்க வைக்கல, ரெண்டாந்தாரமா இவுகளுக்கு வாக்கப்படப் போறேமேன்னு ஆரம்பத்துல திகிலா இருந்துச்சு. கழுத்தையும் நீட்டியாச்சு. கழுத்துல தாலி ஏறினப்புறம் இவுங்க மனுஷியாயிட்டேன். வந்த இடத்துல அனுசரிச்சுப் போவணும்னு இருந்தேன். இப்போ பாரு - ஊருல ஒரு கொலை நடந்துச்சு. இவுங்கதான் கொன்னிருப்பாங்கன்னு பலருக்கு சந்தேகம். அவுங்களோடு அண்ணன் தம்பியா பழங்கினவங்களே இப்ப ஒதுங்கிட்டாங்க. ஒதுங்கினதுதான் ஒதுங்கினாங்க சும்மாவாவது

இருக்கப்படாதா? எங்க நெலத்துல யாரும் கூலி வேலை செய்யப் படாது - ஒத்தாசையா இருக்கப்படாதுன்னு தண்டோரா போட்டாங். (நல்ல நிலம், பக். 389).

என்று வேதனையோடு கூறுகிறாள். சுற்றியுள்ள மனிதர்கள் உருவாக்கக் கூடிய சிக்கலில் இருந்து போராடி அதிலிருந்து மீளுகிறாள். ஆனால் அவளுடைய அகம் சார்ந்த சிக்கலுக்கு, கலாச்சாரத்தின் விளைபொருளான அவள் தன்னை நிலை நிறுத்திக்கொள்ள எங்கிருந்து பெறுகிறாள். மரபார்ந்து கட்டமைக்கப்பட்டுள்ள பெண் என்னும் பிம்பத்தைத் தக்க வைத்துக் கொள்பவளாகவே காமு இருக்கிறாள். அதன் அழுத்தம் வேறு வேறு வடிவங்களில் வெளிப்படுகிறது. வாழ்க்கையின் மீது வெறுப்பும் சலிப்பும் அவ்வப்போது உண்டானாலும், தன்னை இயங்க வைத்துக் கொள்ளுவதற்குச் சக மனிதர்களை நேசிக்கிறாள், அதே நேரத்தில் எண்ணப் பிறழ்வு உள்ளவர்களை விலக்குதலும் செய்கிறாள். அனைத்தும் விதியென நொந்துகொண்டு மூலையில் முடங்கிவிடவில்லை வாழ்க்கையை எதிர்த்துப் போராடுகிறார். தெய்வங்கள் துணை நிற்கும் என நம்பிக்கை வைக்கிறாள்.

மீனவப் பெண் மீனாவுடனான தன் கணவன் கொண்டிருந்த தொடர்பையும் அதன் மூலம் உருவான நீலமேகத்தையும் அவள் வெறுக்கவில்லை. அதைப் பற்றிய சிறு உறுத்தல் இருந்தாலும் ஏற்றுக்கொள்ளுகிறாள். மூத்த மனைவியின் குழந்தை முத்து வேலனையும் வேறுபாடு தெரியாமலே வளர்க்கிறாள். ஆனால் 15 வருடங்கள் கழித்து வரும் சுப்புணியிடம் துணையாகயிருக்க வேண்டிய காலத்து இல்லாமல் இப்பொழுது வந்து என்ன என்று பொருமுகிறாள்.

ஒரு வருஷமா இரண்டு வருஷமில்லே.. பதினைஞ்சு வருஷம் - எத்தன தினுசா விஷமப் பார்வை - ஊர்ல பெரிய மனுஷன் சின்ன மனுஷன்னு வரைமுறை இல்லாம எத்தனை கரிசனை- எல்லாமே எதுக்கு? படுத்துக்கிறதுக்குத்தானே - ம்ம்... பின்னே அது இல்லாம பொறவு வேறென்ன? நான் பொறப்பெடுத்த இந்த ஊருக்கு வந்தது- கண்டவனுக்கிட்டே முந்தானை விரிககத் தானா? அப்பப்பா - எத்தனை பேர்கிட்ட பயந்து - ஓடி ம்ம் - நெனச்சா நெஞ்சு பதறுது!

ம்ம் - எவ்வளவோ பட்டாச்சு - அப்போ அனுபவிக்கிற வயசுல ஊரை விட்டு ஓடிப்போயாச்சு - இப்போ இஞ்சி காஞ் சா சுக்குங்கிற கதையா இங்கே எல்லா ஆசையும் அவிஞ்சு போனப்புறம் வந்து நின்னா எப்படி? காமுவுக்கு துக்கம் தொண்டையை அடைக்க உடம்பும் மனமும் பலவீனமுற, அப்படியே நகர்ந்து தூணோரம் சாய்ந்து குத்துக்காலிட்டு அமர்ந்து கொண்டாள் (நல்ல நிலம், பக். 608). இனி அவன் துணை தேவையில்லை என முடிவும் செய்கிறாள். அதே நேரத்தில் தென் ஆப்பிரிக்காவில் பாக்கியம் மூலம் உருவான சகுந்தலாவை ஏற்றுக்கொள்ளுகிறாள், தாய் இல்லாத பெண் என அளவுகடந்த பாசத்தோடு, இந்த வயதில் தாய் துணை தேவை எனத் தன்னோடு வைத்துக்கொள்கிறாள். தன்னை அலட்சியம் செய்து, தவிக்கவிட்டு, நிராதரவாக விட்டு ஓடிய சுப்பிணியை எண்ணி மருகினாலும், மனத்திடத்துடன், கௌரவத்துடன், தலை நிமிர்ந்து தானும் வாழ்ந்து, பிறரையும் வாழவைக்கின்றாள்.

அவளுடைய சிறு வயது தோழி அம்புஜம் நிராதரவாக வந்து நிற்கும் பொழுது அவளுக்கான ஒரு வழியைக் காட்டுகிறாள். காமுவின் அயல்வீட்டு அம்மாக்கண்ணுவுக்கு, கணக்கப்பிள்ளையுடன் ஏற்பட்ட உறவைக் கண்டித்ததோடு மட்டுமல்லாமல், அவருக்குப் புத்திக் கூறி, துணையாக நின்று அவளுடைய சிக்கலைத் தீர்த்து வைக்கின்றாள். உனக்கு ஏன் இந்த வேண்டாத வேலை என்று மாணிக்கம் பிள்ளை கூறும் பொழுது அதனைப் புன்னகையால் கடந்து செல்லுகின்றாள். தன் சக மனிதர்கள் படும் துயர் கண்டு தன்னால் ஆன உதவிகளைச் செய்பவளாக இருக்கின்றாள்.

சுப்புணியின் வாழ்க்கை முதல் மனைவி அபயாம்பிகை, தொடுப்பு மீனா, இரண்டாம் மனைவி காமு. தென் ஆப்பிரிக்காவில் பாக்கியம் என நால்வருடன் இணைந்துள்ளது. ஊரை விட்டுப் போகும் போது சரி அவன் திரும்பி வந்து பிறகும் சரி எவ்விதமாகக் குற்ற மனப்பான்மையும் அற்றவனாகவே இருக்கிறான். சுப்புணி தான் செய்ததற்கெல்லாம் சொல்ல முடிந்தது இவ்வளவுதான் மகனே வேலு! இந்த குடும்பத்துல யாருக்கும் வேண்டாதவனா போய்ட்டேன்கிறது வாஸ்தவம் தான், ஆனா என்னாலே அப்படி மத்தவங்களைப் போல ஒதுங்கிப் போய்விட

முடியலப்பா. நீ ஊரை விட்டு போறதுக்கு எதுவோ ஒண்ணு காரணமாக இருந்தது போலவே நானும் ஊரை விட்டுப் போகும்படியா ஆச்சு அதைத் தவிர நான் வேற எந்த குத்தமும் செய்யலேப்பா என்று மெல்லிய குரலில் அவனுக்கும் மட்டும் கேட்கும் குரலில் கூறுகிறான். என்ன காரணமாக இருந்தாலும் இங்கிருந்து அதனை எதிர்கொள்ள முடியாமல் கோழையைப் போல் எங்கோ சென்றதை எப்படி நியாயப்படுத்த முடியும்.

1895 - 1896இல் கதை தொடங்கி 1947இல் முடிகிறது. சுதந்திர போராட்டக் காலக்கட்டத்தில் கதை துவங்குவதால் அன்றையச் சூழலில் நடைபெற்ற அரசியல் அசைவுகளையும், சுதந்தர வேட்கையையும், அது தொடர்பாக நடைபெற்ற போராட்டங்கள், சமூக மாற்றங்கள் போன்றவை, கதையின் ஊடாக நெய்யப்பட்டிருக்கிறது. அதோடு தஞ்சை மாவட்டத்தின் நாகப்பட்டினம் பகுதி வாழ்க்கையைத் தற்போது காணமுடியாத ஒரு வாழ்க்கையை சுதந்திர போராட்டம், பொன்மலை ரயில்வே ஒர்க் ஷாப் மாறியது. விவசாயி தொழிலாளியாக மாறியது. பர்மாவிற்கு ஓடிப்போனவன் இரண்டாம் உலக மகாயுத்த காலத்தில் தப்பி வருவது, அதன் சிரமம் என்னும் பல இழைகளைக் கோவையாக்கி புனைகதையை உருவாக்குகிறார்.

இப்புனை கதையினுள் பல்வேறு விதமான பெண்கள் வந்து போகிறார்கள் காமுவின் தோழி அம்புஜம், நாத்தனார் லட்சுமி, கோகிலத்தம்மாள், அம்மாக்கண்ணு, நமசிவாயத்தின் அக்கா சரசு, மீனா, சாத்தூரான் மனைவி சீதா. அம்புஜம் கணவனை இழந்து நாதியற்றுக் காமுவிடம் வரும்பொழுது, அம்புஜம் சுயமாக வாழ அவளுக்கு வழி செய்து கொடுக்கிறாள். சாத்தூரான் மனைவி சீதா முதலில் நமச்சிவாயத்தோடு தொடர்பும், பின்னால் சந்தர்ப்பவசத்தால் கணக்கப் பிள்ளையோடும் தொடர்பு ஏற்படு கிறது. காமுவின் வாழ்க்கை பாழானதற்குத் தான் காரணமோ என்ற எண்ணம் அவள் மனதில் உறுத்திக்கொண்டு இருந்ததால் சந்தானத்தைத் தத்து எடுத்து, தனது சொத்தை அவனிடம் ஒப்படைக்கவேண்டும் என்று எண்ணுகிறாள். அதற்கு, கணக்கப் பிள்ளை எதிராகச் செயல்படுகிறான். இந்தப் பெண்கள் அனைவரும் அவரவர் போக்கிலே தங்களின் வாழ்க்கையை அமைத்துக் கொள்ளுகின்றனர்.

(பாவை சந்திரன் ஐம்பது ஆண்டுகால வாழ்க்கையைப் பதிவு செய்கிறார். தாம் கண்டு, கேட்டு, வாழ்ந்து பெற்ற அனுபவமாகவே கதை மாந்தர்களைப் படைத்துக்காட்டுகிறார். நாகப்பட்டினம் மாவட்டத்தின் கடல்கரையோர கிராமத்தின் குடும்ப வரலாற்றினை எழுதுகிறார். அவர்கள் வாழும் மண்ணின் தன்மை, அந்த மண்ணுக்கு ஏற்றார் போல அவர்கள் தங்களது வாழ்க்கையை அமைத்துக்கொள்ளும் முறையைக் காட்சிப்படுத்துகிறார்) இதில் முற்போக்கு சிந்தனைகளோ அல்லது கதாமாந்தர்களை இலட்சிய மாந்தர்களாக நகர்த்திச் செல்லும் போக்கோ காணமுடியாது. அவரவர் வாழ்க்கையை அவரவர் வாழ்கிறார்கள். இதில் காமுவின் தம்பி முத்துச்சாமி உப்பு அள்ளும் போராட்டத்தில் கலந்துகொண்டு, அதில் காயமுற்றுப் பிரஞ்சை இல்லாமல் ஒரு மருத்துவரின் உதவியால் காப்பாற்றப்படுகிறான். அங்கு அவருடைய மகள் கணவனை இழந்து ஒரு குழந்தையுடன் இருக்கிறாள். அவனை வாஞ் சையோடு கவனித்தும் கொள்ளுகிறாள். அவளை அவனுக்குத் திருமணம் செய்து வைத்திருக்கலாமே என்ற எண்ணம் நமக்குத் தோன்றுகிறது. ஆனால் ஆசிரியர் காமுவின் ஆத்தா சாவை முன்னிருத்தி அவளின் ஆசை காரணமாகக் காமுவின் மகளைத் திருமணம் செய்து கொள்வதாக இயல்பாக எழுதிச்செல்கிறார். அது போலவே சுப்புணியின் மூத்த தாரத்து மகன் முத்துவேலன் பர்மாவில் இருந்த போது ஐயர் குடும்பத்துப் பெண் சகுந்தலா வுடன் பழகியதாகக் காட்டுகிறார். இவர்களுக்குத் திருமணம் செய்து கூட வைக்கலாம் ஆனால் அப்படியானப் புரட்சி சிந்தனைகளையெல்லாம் அவர் கூற வரவில்லை. அன்றைய சூழலில் மக்கள் வாழ்ந்த வாழ்க்கை அப்பட்டமாக அப்படியே பதிவு செய்கிறார்.

வரலாற்று மனிதர்கள் குறிப்பாக மீனாட்சிசுந்தரம் பிள்ளை, உப்புச் சத்தியாகிரகத்தில் முன்னணியில் இருந்த சர்தார் வேதரத்தினம் பிள்ளை போன்றோர் இயல்பாக கதையோட்டத் தோடு கலந்துவிடுகிறார்.

ஓர் ஆண் இல்லையென்றால் அக்குடும்பத்தின் முக்கியத்துவம் இழக்கப்படுகிறதா என்ற கேள்வி எழுகிறது? எந்தக் காலமாக இருந்தாலும் ஒரு பெண் தனித்து வாழ எத்தனையோ பாடுகளைக்

கடந்து வரவேண்டியுள்ளது. காமு தனித்து விடப்பட்டாள் என்றாலும் மங்கலத்தில் இருந்த மாணிக்கம் பிள்ளை, ஐயர் குடும்பம், நாகப்பட்டினத்துக் குடும்பம் அனைத்தும் துணை நிற்கின்றனர். ஒரு புறம் சுப்புணி மீது கொண்ட நல்ல அபிப்பிராயம் அக்குடும்ப மரபும் அதற்குக் காரணமாக அமைவதாக உள்ளது. ஆனால் சுப்புணி இருந்தவரை நண்பன் போல் உதவிய கணக்கப்பிள்ளையின் உண்மை சொரூபமும் வெளிப்படுவதையும் காட்டுகிறார். பாக்கியத்தின் மகள் சகுந்தலா பாட்டுக் கற்றுக்கொள்ள வேண்டும் என்று கூறும் போது, நம் குடும்பத்தில் இது போல் பழக்கமில்லையே என்று மறுத்தாலும் கால மாறுதலுக்கு ஏற்ப மாற்றம் தேவை என்பதை உணர்ந்து சம்மதிக்கும் சமூக மாற்றத்தையும் பதிகிறார். கதையின் இறுதியில் முத்துவேலன் திருமணம். சென்னையில் சுதந்திர தின கலவரத்தில் மாட்டிக் கொள்கிறான். திருமண நாளன்று அவனைக் காணாது அனைவரும் தவிக்கின்றனர். முகூர்த்தவேளையும் வந்துவிட்டது. அப்பொழுதுதான் காமுவின் தம்பி முத்துச்சாமி உண்மையைக் கூறுகின்றான். மணமகளின் வீட்டார் எதிர்ப்பு தெரிவிக்க, மணமகள் முத்துவேலனுக்காக, காத்துக்கொண்டிருப்பதாகக் கூறி வாயிலை நோக்குவதாகக் கதை முடிகிறது. வாழ்க்கை என்பது நம்பிக்கையின் மீது ஆதாரப்பட்டு நிற்கிறது. அவளும் நம்பிக்கை யோடு காத்திருப்பதான முடிவினைக் கூறுகிறார்.

(இந்நாவல் குரல் மிக மென்மையானது, கனிவு கொண்டது, நட்புணர்வு கொண்டது எங்கும் இரைச்சல் இல்லை கோஷங்கள் இல்லை கொள்கைகளின் கோரத்தாண்டவம் இல்லை என்று வெங்கட் சாமிநாதன் குறிப்பிடுவது போல யதார்த்தமான மனிதர்களை நம்மோடு உலவ விடுகின்றார். இப்புனைகதையினுள் பயணிக்கும் போது கதைகூறும் நிலம் குறித்த வருணனை, அன்றாட வாழ்க்கையில் நடக்கக் கூடிய ஒவ்வொரு அசைவுகளும் நுட்பமாகப்பதிவு செய்யப்பட்டிருப்பதை அவதானிக்கலாம். இக் கதையில் படைக்கப்பட்டுள்ள கதாபாத்திரங்கள் அதனதன் வேலை நிறைவாக செய்கிறது. ஒரு சிக்கலை உருவாக்கி அச் சிக்கலுக்கான சூழலமையும் யதார்த்தமாக அமைந்து, அதனை எதிர்கொண்டு போராடும் நிலையையும், கதைப் பின்னலோடு தேர்ந்த கதை சொல்லியாகப் பாவை சந்திரன் கதைக்கின்றார். எதார்த்தம்

என்றாலும் புறச்சூழல், புறத்தேடலுக்கான காரணங்களோடு அகச்சூழல், அகத்தேடலும் இருந்திருந்தால் இன்னும் நன்றாக இருந்திருக்கும். இக்கதையின் தொடர்ச்சி இரண்டாம் பாகம் விரைவில் வெளிவரவுள்ளது.

ஆசிரியரைப் பற்றி

பாவை சந்திரன் பத்திரிக்கையாளர், பொறுப்பாசிரியர், நாளிதழ் ஆசிரியர், இலக்கியம், சின்னத்திரை, நூல் பதிப்பு எனப் பன்முகம் கொண்டவர். நல்ல நிலம் மட்டுமல்லாமல் இலங்கைத் தமிழர் போராட்ட வரலாறு (1986), ஈராக் - மனித நாகரிகத்தின் தொட்டில் (2004) தினமணியில் ஈழப்போராட்ட வரலாறு (2010) குறிப்பிடத்தக்கது.

உசாத்துணை

நல்ல நிலம், பாவை சந்திரன், இரண்டாம் பதிப்பு - 2013.

நவீனத்துனம் - தமிழ் - பின் நவீனத்துவம், கார்த்திகேசு சிவத்தம்பி, முதல் பதிப்பு - 2010.

நாவலும் வாழ்க்கையும், கார்த்திகேசு சிவத்தம்பி, முதல் பதிப்பு - 2013.

கனவுகளின் விளக்கம், தமிழில் நாகூர் ரூமி, இரண்டாம் பதிப்பு, 2014.

கதையியல், க. பூரணச்சந்திரன், முதல் பதிப்பு - 2012.

8. சிந்துக் கவிஞர் வாய்மைநாதன் படைப்புகள்

-அ.ப.பாலையன்

வாய்மைநாதன்:

ஒன்றுபட்ட தஞ்சை மாவட்டத்தின் கீழத்தஞ்சையைச் சார்ந்தவரும் இன்றைய நாகப்பட்டினம் மாவட்டத்துக் காரருமான சிந்துக்கவிஞர் வாய்மைநாதன் அவர்கள் வாழும் மரபுக்கவிஞர்களில் தனியிடம் பெற்றவர். பாரதிக்குப் பிறகு சந்தக்கவிகள் படைப்பதில் தலைசிறந்தவர் எனச் சான்றோர்களால் பாராட்டுப் பெற்றவர்.

கட்டுரை, சிறுகதை, நவீனம், காவியம், கவிதை, நாடகம், வாழ்க்கை வரலாறு, நாட்டுப்பாடல் சேகரிப்பு எனப் பல்வேறு துறைகளிலும் தனித்தன்மை வாய்ந்த நூல்களைப் படைத்து படிப்பாளிகள் வாசகர்களின் பேராதரவை அடைந்தவர், பண்புடையார்ப் பட்டுண்டு என்பது போலப் பல பரிசுகளையும் பாராட்டுகளையும் பெற்று மகிழ்ந்தவர்; அகவை முதிர்ந்தாலும் அனுபவ முதிர்வால் இன்றும் மொழிக்கும் மக்களுக்கும் பயன் படும் நல்ல நூல்களைச் சளைக்காமல் தந்து வருபவர்.

பேராசிரியர் நா. வானமாமலையின் கட்டளைக்கு ஏற்ப தஞ்சை மாவட்ட நாட்டுப்புறப் பாடல்களைச் சேகரித்தவர்களில் இவரும் ஒருவர்.

இவர் படைத்த நூல்கள்:

தஞ்சை நாட்டுப்புறப் பாடல்கள், சின்னச் சின்ன திண்ணைக் கதைகள் இரண்டும் நாட்டார் இலக்கியங்கள்.

அலைமகள், நாலி-புதினங்கள், நாலி கடற்கரைப் பகுதியில் புதிதாக முளைத்த இறால் பண்ணைகளைப் பற்றித் தமிழில் முதல் முதலாகப் பதிவு செய்த நூல். உயிரின் விலை, புதிய மனிதன் இரண்டும் சிறுகதைத் தொகுப்புகள்.

மதுரை வீரன் கதையைக் கவிதை நாடகமாகத் தந்துள்ளார்.

நேதாஜி காவியம், கப்பலுக்கொரு காவியம் (வ.உ.சி. வரலாறு) பகத்சிங் புரட்சிக் காப்பியம் ஆகிய மூன்று காவியங்களைப் படைத்துள்ளார். நேதாஜி காவியம் கல்லூரிகளில் பாட நூலாக இருந்தது. இந்தி மொழியிலும் மொழிபெயர்க்கப்பட்டுள்ளது. கப்பலுக்கொரு காவியம் தமிழக அரசின் பரிசினைப் பெற்றுள்ளது. கீழத்தஞ்சை மாவட்டத்தில் தாழ்த்தப்பட்ட மக்களின் விடுதலைக்குத் தோழர் சீனிவாசராவோடு தோளோடு தோள் நின்று போராடியவர் களப்பால்குப்பு எனும் புரட்சி மறவர். அவர் வரலாற்றைக் களப்பால் குப்பு என எழுதிப் பெரும் புகழ் பெற்றவர்.

இனி அவர் நூல்கள் சிலவற்றின் தனித் தன்மைகளைப் பார்ப்போம்.

தஞ்சை நாட்டுப்புறப்பாடல்கள்:

1969இல் பேராசிரியர் நா. வனமாமலை அவர்கள் தஞ்சை நாட்டுப்புறப் பாடல்களைத் தொகுக்குமாறு தஞ்சை மாவட்டக் கலை இலக்கியப் பெருமன்றச் செயலாளர் பாரதிபித்தன் அவர்களைக் கேட்டுக் கொண்டார். அவர் அப்பணியை முனைவர் அரசக் கண்ணனிடமும் கவிஞர் வாய்மை நாதனிடமும் ஒப்படைத்தார். அவ்விருவரும் தொகுத்த பாடல்களே தஞ்சை நாட்டுப்புறப் பாடல்கள் எனும் தலைப்பில் கவிஞர் வாய்மைநாதன் அவர்களால் வெளியிடப்பட்டுள்ளது.

நாட்டுப்புறப் பாடல்களில் தஞ்சை மாவட்ட வண்டல் மண் வளம், உழைக்கின்ற மக்களின் விழாக்கள், சடங்குகள், வறட்சி, வழிபாடு, காதல், திருமணம், விளையாட்டு ஆகிய எல்லாம் பாமரமக்கள் பாடல்வழி வெளிப்பட்டுள்ளன.

மணல்வீடு விளையாட்டு:

குழந்தைகள் பல வித விளையாட்டுக்களை விளையாடுவர். கண்டு பிடித்தல், நொண்டியடித்தல், சில்லாடுதல், கிட்டிப்புல், பல்லாங்குழி, தாயம் ஆடுதல், மணல்வீடு கட்டுதல் எனப் பலவற்றை விளையாடுவர். இங்கு மணல் வீடு கட்டி மாப்பிள்ளை-பெண் வைத்து விளையாடுவதைப் பார்ப்போம்.

ஆவாரங் கொத்தொடிச்சு
தாவாரம் போட்டு
அதுக்கேத்த மாப்பிள்ளைக்கு
அச்சாரம் கொடுத்து
கோளிமுட்டையைக் குப்புறப்போட்டு
கூத்துப் பார்த்ததும் நாங்கதான்
தூங்கு மூஞ்சி மாப்பிள்ளைக்கு
வாக்கப்பட மாட்டேன்
துக்கூனிப் பானைவச்சுப்
பொங்கலிட மாட்டேன்.

வயது வந்தவர்கள் பெண் வீடு மாப்பிள்ளை வீடு பார்த்தல் போலவே சிறுவர்கள் விளையாட்டிலும் அந்நிகழ்ச்சி இடம் பெறுவதைச் சுவையோடு படித்து ரசிக்கமுடிகிறது.

மாப்பிள்ளை பார்க்கும் போது தாவரங்களை ஒடிக்கிறார்கள். பிறகு மாப்பிள்ளைக்கு அச்சாரம் கொடுக்கிறார்கள். அச்சாரம் கொடுக்கும் போதே கோழி முட்டையைக் குப்புறப் போட்டுக் கூத்தடித்துக் கும்மாளம்மிட்டுக் கேலியும் கிண்டலும் செய்கிறார்கள்.

இப்படிப் பார்த்த மாப்பிள்ளையைப் பெண்ணுக்குப் பிடிக்காமல் போய் விடுகிறது. அவள் மாப்பிள்ளையின் முகம் தூங்குமூஞ்சி முகம் என்று கேலி செய்கிறாள். தூங்குமூஞ்சி என்றால் தூங்கி வழியும் சோகமுகம் என்று பொருள். ஆகவே அந்த முகத்தானுக்கு வாக்கப்பட மாட்டேன் என்கிறாள். துக்குனி என்றால் சிறிய அளவு எனப் பொருள். சிறிய பானையில் கூடப் பொங்கல் வைக்கமாட்டேன் என்கிறாள் மணப்பெண்.

சிறுவர் சிறுமியர் மணல் வீடு கட்டி விளையாடும் வேடிக்கைகள் கூட சுவையான பாடல்களாக வெளிப்பட்டுப் படிப்பாரைக் கொள்ளை கொள்வதைப் பார்க்க முடிகிறது.

பஞ்ச காலம்:

கீழத்தஞ்சையில் காவிரியில் கரைபுரண்டு நீர் வந்தால்தான் உழவுத் தொழில் செழித்து நடக்கும்; வண்டல் மண்ணில் பயிர் வளமாக விளையும் - ஆனால் சில சமயங்களில் பருவ மழை

பொய்த்துவிடும். அப்போது ஆறு குளங்களில் நீர்வற்றி விடும்; வறட்சி ஏற்படும்; வடகிழக்குப் பருவமழையும் குறைந்து விடுமானால் நஞ்செய் நிலமே புன்செய் நிலமாகக் காட்சியளிக்கும்! அப்பஞ் சக்காட்சியை இப்பாடல்கள் படம் படித்துக் காட்டுகின்றன.

பஞ்சமுன்னா பஞ்சம் பாரு
பதினோராம் பஞ்சம் பாரு
மஞ்சபு ளியங்கொட்ட
பஞ்சத்தில் பறக்குதடி

வயலுக்குள்ள உழவுசெஞ்சு
வரப்போரம் மடிக்கவில்லை
பொன்னேரு பூட்டலையே
பூண்டுபொனல் அரிக்கலையே

புரட்டாசி பொறந்துமே நாங்க
பொடிசம்பா நெல்லறுப்போம் - அடி
பொடிசம்பா நெல்லுமில்ல
புரட்டாசி மாத்தையிலே

வயலும் வரப்பும் நீரும் சேறும் நிறைந்த மண் தஞ்சை வண்டல் மண். அப்பகுதியில் பஞ்சம் வந்தது; மழை குறைந்தது; மண்ணும் மலடானது. விளைச்சல் இல்லாமல் போனது. பயிரே முளைக்கவில்லை. உழத்தியர்களின் ஏக்கம் குமுறலாகிக் குமுறல் பாட்டாகி வருவதை இப்பாடல்களில் பார்க்கிறோம். பாட்டே நம் நெஞ்சைப் பிசைகிறது.

வெள்ளைக்காரன் ஆதிக்கம்:

ஊராம் ஊராம் தோட்டத்திலே
ஒருவன் போட்டானாம் வெள்ளரிக்கா
காசிக்கி ரெண்டு விக்கச் சொல்லி
காகிதம் போட்டானாம் வெள்ளக்காரன்
வெள்ளக்காரன் பணம் சின்னப்பணம்
வேடிக்கை காட்டுதாம் வெள்ளிப்பணம்
வெள்ளிப் பணத்துக்கு ஆசைப்பட்டு
வேசம் கொறஞ்சாளாம் தேசவள்ளி

இப்பாடல் பட்டுக்கோட்டையைச் சார்ந்த ஒட்டங்காடு, காசாங்காடு ஆகிய பகுதிகளிலும் திருத்துறைப்பூண்டி வட்டம் கற்பகநாதர்குளம், செங்காங்காடு முதலிய பகுதிகளிலும் வழங்கிய பாடல்.

இப்பாடல் ஆங்கிலேயன் நம்மை ஆளத் தொடங்கிப் பல்லாண்டுகள் கழித்தே தோன்றியிருக்க வேண்டும்.

இரண்டு முக்கியச் செய்திகளை இப்பாடல் குறிப்பிடுகிறது.

1. கிராமத்தில் குடியானவன் அவன் தோட்டத்தில் போடும் வெள்ளரிக்காய்க்குக் கூட விலையை நிர்ணயிக்க அவனுக்கு உரிமை இல்லை. அரசின் அதிகாரியே நிர்ணயம் செய்வான். ஆட்சிச் சக்கரத்தின் வலிமையை இவ்வரி காட்டுகிறது.

2. வெள்ளையனின் வெள்ளிப் பணம் கிராமப் பெண்களின் கற்பையும் விலைபேசுகிறது.

அன்றைய சமூக நிலையை மிகச் சரியாக இப்பாடல் சித்தரிப்பதைக் காண முடிகிறது.

சின்ன சின்ன திண்ணைக் கதைகள்:

பண்டைக் காலத்தில் கிராமங்களில் எல்லாருடைய வீடுகளிலும் முன் பகுதியில் நீண்ட - அகலமான - உயரமான திண்ணைகள் இருக்கும். திண்ணை என்பது தெருவில் உயர்ந்தது என்று ஒரு பாடலே உண்டு. வேலை வெட்டி இல்லாத நாள்களில் ஊர்ப் பெரிசுகள் கூடி முன்பின் நடந்த நிகழ்ச்சிகளுக்குக் கண்காது மூக்கு வைத்துக் கதைகளைச் சொல்லிப் பொழுது போக்குவார்கள்.

அத்தகைய கதைகள் நாட்டுப் பாடல்களைப் போலவே நயஞ்செறிந்தவை; சுவையானவை; மண்ணின் மணத்தையும் மக்களின் பல்வேறு ரசனைகளையும் வெளிப்படுத்துபவை. எல்லாப் பகுதிகளிலும் இத்தகைய கதைகள் உலவி வந்தன. ஆனால் முறையாக ஆவணப்படுத்தப்படவில்லை.

சிந்துக்கவிஞர் வாய்மைநாதன் அவர்கள் இவற்றைக் கூர்ந்து நோக்கிப் பலரின் துணையோடு வேதாரண்யம் பகுதிக் கதைகளைத் தொகுத்துள்ளார்கள். அதில் சிலவற்றைப் பார்ப்போம்.

அவரைப் பந்தலிலே என்றொரு கதை:

கருப்பையன் என்பவன் நல்ல உழைப்பாளி; நன்செயில் பாடுபட்டு நெல் விளைவிப்பவன்; தோட்டத்திலும் காய்கறிகளைப் பயிர் செய்வான். அவன் தோட்டத்தில் மிளகாய், அவரை நன்றாகக் காய்த்திருந்தன.

கிணற்றிலிருந்து மிளகாய்க்குத் தண்ணீர் இறைப்பில் ஈடுபட்டிருந்தான். அவன் தந்தை ஏற்றப் பெட்டி பிடித்து நீர் இறைக்க கருப்பையன் ஏற்றம் மிதித்தான்.

அவன் மனைவி பட்டு அடிப்படி வேலையில் இருந்தாள். ஏற்றம் இறைக்கும் போதே கருப்பையன் வீட்டுக்குப் பின்னால் அவரைப் பந்தலில் ஆடு புகுந்து மேய்வதைப் பார்த்தான்.

உடன் மனைவிக்குக் குரல் கொடுத்தான். அவள் வாசலுக்கு வந்து எட்டிப் பார்த்தாள். அவளுக்கு எதையும் சுருக்கமாகச் சொன்னால் புரியாது. விளக்கமாகத் தான் சொல்ல வேண்டும்.

ஏற்றம் மிதிக்கிற அவன் அவசரமாக மனைவியிடம் அவரைப் பந்தல்லே ஆடுறீ என்றான்.

உடனே அவன் மனைவி பட்டு பட்டென முந்தானையை இடுப்பில் செருகினாள். சடையைச் சுருட்டிக் கொண்டை போட்டாள். விரைந்து பந்தலுக்குச் சென்றாள். இரு கைவிரல் களையும் வெவ்வேறு திசைப் போக்கில் திருப்பிப் பாதங்களை மண்ணில் ஒற்றிப் பெயர்த்து நடனத்தைத் தொடங்கியே விட்டாள்.

ஏற்ற நுனியிலிருந்து பார்த்த கருப்பையன் குலுங்கிக் குலுஙகிச் சிரித்தான்; கடுப்புடன் ஏ, பேமாளம் அவரைக் கொடியை ஆடு மேயுது - நீயோ அதை விரட்டாம நாட்டியமா ஆடுறே என அதட்டினான்.

பட்டும் ஆட்டை அதட்டி விரட்டத் தொடங்கினாள்.

சிறு நிகழ்ச்சிதான் கதையாகியுள்ளது. ஆனால் படிப்பவர்கள் விழுந்து விழுந்து சிரிப்பதைப் பார்க்கிறோம்.

கோடியக்கரை:

வேதாரண்யத்திற்குப் பக்கத்தில் கடற்கரை ஓரத்தில் கோடியக்கரை எனும் ஊர் உண்டு. நெய்தலும், முல்லையும் கொஞ்சி விளையாடும் அழகிய பகுதி அது.

கிழக்குக் கடற்கரையின் தெற்கு முனை ஓரம் அங்குள்ள கோடியக்கரை சுற்றுலா ஆர்வலர்களுக்கு உவப்பளிக்கும் ஊர். அங்கு வனத்துறை கட்டுப்பாட்டிலுள்ள ஒரு காடு இருக்கிறது. இக்காட்டின் பரப்பளவு 1726 ஹெக்டேர். இக்காட்டில் பல வகை மரங்கள் நெருங்கி வளர்ந்துள்ளன. செடி கொடிகளும் அடர்ந்து பரந்துள்ளன. பலவித மூலிகைகளும் இங்குக் காணப் படுகின்றன. இங்குக் காட்டு மான்கள், காட்டுபன்றிகள், குதிரைகள், காட்டு மாடுகள், முயல்கள் போன்ற பல விலங்குகளும் உலவுகின்றன. மாரிக்காலத்தில் சைபீரியாவிலிருந்து விதவிதமான பறவைகள் இங்கு வந்து தங்குகின்றன. பருவமுடிவில் அவை திரும்பிச் செல்கின்றன. இவ்விடம் பெயர்பெற்ற சரணாலயம் ஆகும்.

கவிஞர் இப்பதிவின் மூலம் நம்மைக் கோடியக்கரைக்கே அழைத்துச் சென்றுவிட்ட பாங்கை எண்ணி எண்ணிப் பூரிப்படைகிறோம்.

சிறுகதைகள்:

கவிஞர் வாய்மைநாதன் சிறுகதைகளை நறுக்கெனவும், நகைச்சுவை மிளிரவும், மனத்தில் தைக்கும்படியும் எழுதுவதில் வல்லவர்.

அவர் புதிய மனிதன், உயிரின் விலை என இரண்டு நூல்களை வெளியிட்டுள்ளார்.

அவர் கதைகளில் மேல் சாதிக்காரர்களும் நிலக்கிழார்களும் ஏழை எளியவர்களை அடிமைப்படுத்தும் ஆணவப் போக்கு மிக நன்றாக வெளிப்படுத்தப்பட்டிருக்கும்.

ஒரு உயிரின் விலை எனும் சிறுகதைத் தொகுப்பில் உள்ள கதைகளில் ஒன்று 'ஒரு திருமணப் பந்தலின் கீழ்'! எனும் கதை அக்கதையைப் பார்ப்போம்.

(ஐம்பதுகளின் தொடக்கத்தில் வைதிக உயர்சாதித் திருமணங்களில் நாவிதர் சங்கு ஊதுவது மரபாக இருந்தது. இவ்வழக்கத்தைத் திராவிடர் கழகம் கடுமையாக எதிர்த்தது. அப்போது நடந்த கதை இது.) மிகவும் வசதியானவர் பெரிய தேவர் என அழைக்கப்படுபவர். அவருடைய சொந்தக்காரர் வீட்டில் திருமணம் நடக்கின்றது. திருமண நிகழ்வுகள் ஒவ்வொன்றாக வைதிக முறைப்படி நடக்கின்றன. பெரிசுகள் எல்லாம் பழைய முறைகளில் நம்பிக்கை உடையவர்கள். இளைய தலைமுறை சீர்திருத்த முறைக்கு ஆதரவாளர்கள்.

பெரிய தேவர் சவரத் தொழிலாளியைப் 'பார்த்து சங்கை ஊதுடா' என்றார்.

அவர் மகன் ஆர்கே என்பவன் வாட்டசாட்டமாக பெரிய மீசையோடு நின்றுகொண்டு, 'சங்கை ஊதாதேடா' என்று அதட்டினான்.

சவரத் தொழிலாளி ஊதவும் முடியாமல் ஊதாதிருக்கவும் முடியாமல் இருதலைக் கொள்ளி எறும்பு போலத் தவித்தான். பெரிய தேவர் ஊதச் சொல்லி கைத்தடியால் விளாசினார். அவர் மகன் பந்தல் கழியைப் பிடுங்கி ஊதக்கூடாது என்று அடித்தான்.

இரண்டு பேரிடமும் அடிவாங்கி உடம்பு புண்ணாகிய தொழிலாளி சங்கைக் கீழே போட்டுவிட்டு இரண்டு கைகளையும் மேலே தூக்கி இப்படி கத்தினார்.

'ஒரு ஒக்காள... ஊதச் சொல்லி அடிக்கிறான். ஒரு ஒக்காள... ஊதாதேன்னு அடிக்கிறான். நான் என்னடா பண்ணுவேன்!' கதை முடிந்து விடுகிறது.

மிகமிக அருமையான கதை இது. மிகப் பெரிய கொடுமையை - சாதியத்திமிரை - அடக்குமுறை வெளிப்படுத்தும் கதை இது. அன்றைய தஞ்சை மாவட்டத்தில் பரவலாக இருந்த சாதியக் கொடுமைகளில் இதுவும் ஒன்று. ஏழைத் தொழிலாளியை அப்பனும் மகனும் மாறி மாறி அடிக்கிறார்களே தவிர அவர்கள் இருவரும் கலந்து பேசி முடிவுக்கு வராமலிருப்பதுதான் கதையில் நடக்கும் பெரும் கொடுமை.

நாலி எனும் புதினம்:

சிந்துப்பாக்கள் எழுதுவதில் பாரதிக்குப் பின் கொடி கட்டிப் பறப்பவர் வாய்மைநாதன் ஒருவரே என்று ஆய்வாளர் த. ச. தமிழன் பாராட்டியுள்ளார். அவர் புதினங்கள் படைப்பதிலும் தேர்ந்து நிற்கிறார்.

நாலி எனும் சொல்லாட்சியே புதுமையானது. கிழக்குக் கடற்கரையில் வேதாரண்யம் பகுதி நெய்தல் நில மக்கள் மட்டுமே அறிந்த சொல் அது. கடற்கரை வடிகாலிற்கு நாலி எனப் பெயர். நாகப்பட்டினம் சார்ந்த கிழக்குக் கடற்கரையைத் துபாய் ஆக்கிக் காட்டுவோம் என்று பெருந்தனக்காரர்களின் முழக்கத்தோடு ஏற்பட்டவை இறால் பண்ணைகள். ஆனால் நடைமுறையில் சுற்றுச் சூழல் பாதிப்பு, சமூகக் கேடுகள், சட்டம் ஒழுங்குப் பிரச்சனைகள். பழக்க வழக்கச் சீரழிவுகள், மழைக்காலங்களில் வெள்ள நீர் வடியாமை போன்ற பொது மக்களுக்கு எதிரான போக்குகளே எங்கும் தலைதூக்கின.

இத்தகைய கேடுகளை ஆசிரியர் கலைநயம் குன்றாமல் புதினத்தில் விவரித்துள்ளது அவரது கதை சொல்லும் வன்மை யைக் காட்டுகிறது.

இந்த அரிய நாவலைப் படைப்பதற்காக ஆசிரியர் கணக்கற்ற களப்பணிகள் செய்தும் வல்லுநர்களைக் கண்டும் ஏராளமான செய்திகளைச் சேகரித்துக் கடும் உழைப்புக்குப் பிறகே இதனைப் படைத்துள்ளார்.

இந்நாவலில் வேறு யாரும் இதுவரை தொடாத ஒரு செய்தியை அற்புதமாகச் சொல்லியுள்ளார்.

இரு பெண்மணிகள்:

ஒரு பெண்ணின் பெயர் கண்ணம்மா-இன்று பெண்களுக்கு உள்ளாட்சித் துறையில் இட ஒதுக்கீடு உள்ளதால் பல பெண்கள் அதிகாரத்திற்கு வந்து விட்டனர். ஆனால் நடைமுறையில் அவர்கள் பொம்மைகளாக்கப்பட்டு வீட்டுக்குள்ளேயே முடங்கிக் கிடக்கின்றனர். ஆனால் இவர் காட்டும் கண்ணம்மா தலைமைப் பண்புகளோடு சமூக முன்னேற்றம் மட்டுமே கருத்தில் கொண்டு உழைக்க வேண்டும் என்பதற்கு முன்னோடியாக விளங்கும்

அற்புதமான பாத்திரமாகப் படைக்கப்பட்டுள்ளார்.

இன்னொரு பாத்திரம் மணியம்மா. இறால் பண்ணையை எதிர்த்து, முதலாளிகளை, காவல்துறையை எதிர்த்துப் போராடும் வீராங்கனை. இவருடைய போர்த் தந்திரம், அஞ்சாமை, நெஞ்சுரம் ஆகியவற்றை ஆசிரியர் காட்டியுள்ளதை உச்சிமேல் வைத்துக் கொண்டாடலாம்.

இன்னொரு சிறப்பும் உண்டு இந்நூலுக்கு. டாக்டர் மு. வ. நடையைப் போலச் செம்மாந்த நடையில் இந்நூலும் அமைந்துள்ளது.

காவியங்கள்:

கவிஞர் வாய்மைநாதன் படைத்த காவியங்களில் ஒன்று கப்பலோட்டிய தமிழன் வ.உ.சி.யின் வரலாறு கூறும் 'கப்பலுக்கு கொரு காவியம்' ஆகும்.

இந்தியத் திருநாட்டிலேயே ஆங்கிலேயரின் கடல் ஆதிக்கத்தை எதிர்த்துப் போர் முரசு கொட்டி அவர்கள் கடல் ஆதிக்கத்தை நிர்மூலமாக்க நினைத்த ஒரே இந்தியன் - ஒரே தமிழன் வள்ளியப்பனின் பேரனும் உலகநாதரின் மகனுமான சிதம்பரம் பிள்ளை ஆவார். தமிழகம் அவரைக் கப்பலோட்டிய தமிழன் என்றே செல்லப் பெயரால் இன்றும் அழைத்து மகிழ்கிறது.

வ.உ.சி. அன்றைய நெல்லை மாவட்டத்தில் பிறந்தவர். நூலாசிரியர் வாய்மைநாதன் வ.உ.சி. பிறந்த மண்ணை வருணிக்கும் போது நாமும் நம்மையறியாமல் நெல்லை மண்ணில் தாம் இருக்கிறோமோ என்று சொக்க வைத்து விடுகிறார்.

அம்பிடுதேன், இம்பிடுதேன், என்னவே நீர்! அதை இதை ஏன் தேடுதிய, சவத்தைத் தள்ளு, கும்பிடுதேன், நீத்தண்ணி, காரைக்கட்டி, கூன் விழுந்து பனைமூட்டின் அடியடிருந்தேன், வெம்புதிய என்று நெல்லைப் பேச்சு வழக்கை அவர் சொல்லும் போது கேட்கும் நாமும் கிறுகிறுத்துப் போகிறோம் அல்லவா?

கப்பல் வருகை:

வ.உ.சி. அவர்கள் பெரும் பொருள் திரட்டிக் கொண்டு மும்பை சென்று சொல்லொண்ணா இடர்களுக்கிடையில் பாலகங்காதரரின் உதவி பெற்று காவியா, லாவோ என இரு கப்பல்களைப் பெற்றுத் தமிழகம் வருகிறார்.

ஆசிரியர் இக்கப்பல் வருகைக்குச் சொல்லும் உவமை அழகு நெஞ்சைக் கொள்ளை கொள்கிறது.

பல்லாண்டு பிள்ளையின்றி வருந்தும் பெண்ணாள்
பாங்காய் ஓர் மகப்பேற்றில் இரண்டு பிள்ளை
சொல்லுபுகழ் மகப்பெற்ற பெருமை போலச்
சுதந்திரத்தில் வேட்கை கொண்ட இந்தியத் தாய்
நல்லகப்பல் காவியாவும் லாவோவும்...

என்று கூறும் புதுமை உவமையைப் படித்து படித்துச் சுவைத்துச் சுவைத்துப் பூரிக்கிறோம்.

சொல்லடுக்கு:

'வஞ்சியான் வஞ்சியேன் என்று உரைத்தும் வஞ்சித்தான்' என்பது போல ஒரே சொல்லைப் பல பொருளில் அடுக்கிப் பாடுவதில் இவருக்கு நிகர் இவரே எனலாம்.

முகில்மதியை மூடுவது இயல்பு; வெள்ளம்
முழுநிலத்தை மூடுவதும் இயல்பு; செய்
துகில் உடலை மூடுவதும் இயல்பு; புத்தி
துன்பத்தால் மூடுவதும் இயல்பு; நெஞ்சத்தைத்
திகில் பற்றி மூடுவதும் இயல்பு.

இப்படிச் செல்லும் அக்கவிதை. அக்கவிதையில் உள்ள சொல்லழகும் பொருளழகும் நம்மைத் திரும்பத் திரும்பப் படிக்கத் தூண்டுகின்றன என்பதை மறுப்பதற்கில்லை.

தந்தை மறைவு – கையறுநிலை:

வ.உ.சி. சிறையில் இருந்தபோது அவர் தந்தை மறைந்த செய்தி கிடைக்கிறது. அப்போது அவர் தந்தையை நினைத்துக் கதறியது பாரி மறைந்தபின் பாரிமகளிர் 'அற்றைத்திங்கள்' என்று சொல்லிக் கதறியதை நினைவூட்டுகிறது.

"உப்படர்ந்து களர்பூத்து வெயில் கொளுத்தும்
அளமாகும் வெளியுலகு! ஐயோ! ஐயோ!
அப்பா! உம் ஆவிஎனைத் தேடித் தேடிக்
குளமாகும் கண்களோடு கடைசி நேரம் குலைந்திருக்கும்!"...

பகத்சிங் புரட்சிக் காப்பியம்:

சிந்துக்கவிஞர் வாய்மைநாதன் படைத்த மூன்று காவியங் களில் பகத்சிங் புரட்சிக் காப்பியமே முதன்மையானது எனலாம்.

முதலிரண்டையும் காவியம் எனக்குறித்த ஆசிரியர் மூன்றாவ தைக் காப்பியம் எனக் குறித்துள்ளார்.

இரண்டு சொற்களும் ஒரே பொருளைத் தந்தாலும் நம் இலக்கண ஆசிரியர்கள் காவியம் எனக்குறிக்காமல் பெருங்காப்பிய நிலையைப் பேசுங்காலை என்றே குறித்துள்ளனர் என்பதையும் ஈண்டு நினைவு கூர்தல் வேண்டும்.

சிக்கலை அவிழ்த்தல்:

ஜாலியன் வாலாபாக் படுகொலைச் சம்பவத்தில் (13-04-1919) குறிக்கத்தக்கவர்கள் இருவர். ஒருவன் பெயர் ஓ. டயர். அவன் அன்றைக்குப் பஞ்சாப் ஆளுநர். படுகொலைக்கு அனுமதி அளித்த மாபாவி அவன்.

இன்னொருவன் ஜெனரல் டயர். இவன் மைதானத்தில் திரண்டிருந்த ஆண், பெண், முதியோர், குழந்தைகள் எனப் பாகுபாடு பாராது அனைவரையும் காக்கை குருவிகளை போலச் சுட்டுப் பொசுக்கிவிட்டு, 'சுட்டேன் சுட்டேன் குண்டு தீரும்வரை கூசாமல் சுட்டேன்' என்று கொக்கரித்தவன்.

இப்படுகொலை வரலாற்றை எழுதியவர்கள் ஓ டயருக்கும் ஜெனரல் டயருக்கும் வேறுபாடு தெரியாமல் சுட்டவன் ஓ டயர் எனவும், ஆணையிட்டவன் ஜெனரல் டயர் எனவும் மாறிமாறி எழுதிக் குழப்பியுள்ளார்கள்.

இக்குழப்பத்தை வாய்மைநாதன் தெளிவான ஆதாரத்தோடு எழுதிக் குழப்பத்திற்கு முற்றுப்புள்ளி வைத்து விட்டார்!

மக்களைச் சுட்ட ஜெனரல் டயர் இங்கிலாந்து சென்று முதுமையடைந்து இறந்தான்.

சுட ஆணை தந்த ஓ டயரும் அவன் தாயகம் இங்கிலாந்து சென்றான். அவனைக் கொல்ல நினைத்த உத்தம் சிங் எனும் மாவீரன் சந்தர்ப்பம் கிடைக்காமல் இருபத்தியொரு ஆண்டுகள் இங்கிலாந்தில் காத்திருந்து விழா ஒன்றில் 1940இல் ஓ டயரைச் சுட்டுக் கொன்றான்.

சந்தப் பாக்கள்:

சந்தப் பாக்களைச் சிந்து நடையில் வடிப்பது வாய்மை நாதனுக்குக் கைவந்த கலை.

ஒரு பாவைப் பார்ப்போம்.

இருட்டர சாட்சியிலும் ஏறும் கொடுமைதனை
விரட்டக்கை யோங்கிய வீரப் புதல்வர்கள்
கூடினர்; மடமைஉடைத்
தாடினர்; அடிமை நிலை
சாடினர்; நன்மைகளே
நாடினர்!

-விடுதலைப் போரில் வீர இளைஞர் வெள்ளையருக்கு எதிராக ஒன்று கூடிய விதம் - போராடிய முறை - அவர்கள் இலக்கு அனைத்தையும் ஒரு சில வரிகளில் படம் பிடித்துக் காட்டி யிருப்பதைப் பார்த்துப் படிப்பவர் நெஞ்சில் இப்போதும் நாட்டுப் பற்று நெருப்பு கொழுந்து விட்டு எரிவதைக் காணலாம்.

தீர்ப்புக்குப் பின்

1930 அக்டோபர் 7ஆம் நாளில் (இந்நாளே பகத்சிங் பிறந்த நாள்) பகத்சிங், இராசகுரு, சுகதேவ் ஆகிய மூவருக்கும் தூக்குத் தண்டனை எனத் தீர்ப்பு கூறப்பட்டது. மாவீரன் பகத்சிங்குக்குத் தூக்குத் தண்டனை அறிவிக்கப்பட்டதும் பாரத நாடே கொந்தளித்தது; குமுறியது; இளைஞர் பட்டாளம் எங்கும் வீறு கொண்டெழுந்தது. அன்றைய கொந்தளிப்பை ஆசிரியர் நம் கண்முன் நிறுத்துகிறார்.

நாடெங்கும் நொடிப்பொழுதிற் சேதிபற்றி எரிக்கும்
நாடெங்கும் கண்டனத்தின் முழக்கமேயுச் சரிக்கும்
சாடுகின்ற ஊர்வலங்கள்அநீதிமுது கொடிக்கும்;

தத்தளிக்கும் வெஞ்சினமோ ஆதிக்கம் நெரிக்கும்
வீடெல்லாம் பகத் படத்தின் முன் சபதம் வரிக்கும்;
வெகுகாலப் பகைதொலைக்க இறுதிநாள் குறிக்கும்
ஈடில்லா வீரர்முன் அங்கையை விரிக்கும்;
இந்தியத்தின் விடுதலைக்கே உயிர்உடலைக் கொடுக்கும்.

முடிவுரை:

நாட்டுப்பாடல் சேகரிப்பாளராகவும் கவியரங்க மேடைகளில் தலைமைக் கவிஞராகவும் கவிதைகளை முழங்கி வந்த சிந்துக்கவிஞர் வாய்மைநாதன் படிப்படியே சிறுகதை, புதினம், நாடகம், வரலாறு, காவியம் ஆகியவற்றைப் படைக்கத் தொடங்கினார். அவர் தொகுத்த தஞ்சை நாட்டுப்புறப் பாடல்கள், சின்னச் சின்ன திண்ணைக்கதைகள் ஆகிய நூல்களில் சில நயமான பகுதிகளையும் அவர் எழுதிய சிறுகதைகளில் அன்றைய சாதி ஆதிக்கத்தைத் தோலுரித்துக் காட்டிய ஒரு திருமணப் பந்தலின் கீழ் எனும் சிறுகதைச் சுருக்கத்தையும் பார்த்தோம்.

இறால் பண்ணை அமைத்தால் ஏற்பட்ட கொடுமைகளைத் தமிழில் முதல் முதல் பதிவு செய்த விதத்தை நாலி புதினம் வாயிலாகக் கண்டோம். கப்பலோட்டிய தமிழன் வ.உ.சி. வரலாற்றைக் கப்பலுக்கொரு காவியமாக செய்த காவியச் சிறப்புகளைக் கண்டோம். பகத்சிங் புரட்சிக் காப்பியத்தில் மிளிரும் தனித்தன்மைகளையும் சந்தப் பாக்களையும் மரபுப் பாடல்களையும் தண்ணீர் பட்ட பாடாக அவர் செய்திருக்கும் நேர்த்தியையும் கண்டோம்.

கவிஞர் வாய்மைநாதன் தஞ்சை வண்டல் மண்ணையும் கடலோர நெய்தல் நிலத்தையும் நெய்தல் சார்ந்த காடுகளையும் உப்பளங்களையும் கரிசல் மண்ணைக் காட்டிய பெரியவர் கி.ரா. அவர்களைப் போல வருணிப்பதில் மிகவும் வல்லவர்.

ஒரு ருஷ்யப் படைப்பாளி குதிரையை வர்ணித்தால் அவ்வர்ணனையில் குதிரையில் வெக்கை வாசனை வீசுமாம். அது போல இவர் வர்ணனையில் தஞ்சை மண்ணின் பல பகுதிகளின் வாசனையும் வீசும்.

9. கீழ்த்தஞ்சையின் வரலாற்றாவணம்: சு. தமிழ்ச் செல்வியின் படைப்புகள்

-நடேசன் ஞானதிரவியம்

ஆங்கிலத்தில் 18, 19ஆம் நூற்றாண்டுகளில் நாவல் தோன்றி வளர்ந்த பின்பே தமிழில் நாவல் தோன்றியது என்பதனை யாவரும் அறிவோம். தமிழில் இம்முயற்சியில் 1879ல் வேதநாயகம் பிள்ளையும், பிறகு 1893இல் குருசாமி சர்மாவும் (பிரேம கலாவதீயம்), 1896இல் ராஜம் ஐயரும் (கமலாம்பாள் சரித்திரம்) ஈடுபட்டனர்.

1942-47 கால கட்டங்களில் திராவிட இயக்கத்தின் தாக்கம் நாவல்களில் பிரதிபலித்தன. சுதந்திரத்திற்குப் பின் சமுதாய சீர்திருத்தம், விடுதலை, சுயமரியாதைக் கொள்கை போன்ற சமூக சிக்கல்களுடன் இந்தி எதிர்ப்பு உணர்வுகளும் புதினங்களில் கருக்களாக அமைந்தன. சி.என். அண்ணாதுரை போன்றோர்கள் இதனை முன்னெடுத்தனர். கல்கி போன்றோர் சரித்திர உணர்வுகளை இரத்தமும் தசையுமாகிய கதைமாந்தர்களின் வழி மக்களிடையே மீண்டும் கிளர்த்தினர்.

போலவே... நடுத்தர, மற்றும் கீழ்மட்டத்தில் வாழ்பவர்களின் வாழ்வியல் சிக்கல்களை முன்வைத்து ராஜம்கிருஷ்ணன் போன்றோரும்; ல.ச.ரா., நகுலன் போன்றோர் நனவோடை புதினங்களையும் புனைந்தனர்.

1950களின் தொடக்கத்தில் பொதுமைக் கருத்துக்களை அடிப்படையாகக் கொண்டு ரகுநாதன், டி. செல்வராஜ், த. ஜெயகாந்தன், கு. சின்னப்ப பாரதி போன்றோர் நல்ல புதினங் களை தமிழுக்குத் தந்தனர்.

இங்ஙனம், 1879 முதல் இன்றளவும் 125 ஆண்டு காலம் வளர்ந்து வந்த நாவல் இலக்கியத்தைப் பற்றி ஈண்டு சொன்னதன்

நோக்கம், புதின இலக்கியம் குறித்தும், திறனாய்வு முறைகள் / தேவைகள் பற்றியும் பேசுவதற்கில்லை. மாறாக இந்த நெடிய வரலாற்றில் எழுத்தாளர் சு. தமிழ்ச்செல்விக்கும் ஓர் அறிய இடமிருக்கிறது என்பதைச் சுட்டவே.

எழுத்தாளர் சு. தமிழ்ச்செல்வி தஞ்சை மாவட்டத்தில் பிறந்து, தற்போது விருத்தாசலத்தில் தலைமையாசிரியராகப் பணியாற்றுகிறார். அவரின் கணவர் நாடறிந்த கவிஞர் கரிகாலன் ஆவார். டாக்டர் மு. வ. தனது 'இலக்கிய மரபில் (1950) நான்காவது இயலில், மேலை நாட்டார் நாவல் கோட்பாடுகளை ஆங்காங்கே சுட்டிக் காட்டி, உரைநடையில் கற்பனை, கதை மாந்தர் கதையின் வகைகள், வருணனை, வாழ்க்கை அனுபவங்கள், தோற்றம், முடிவு, தீமை, செல்வாக்கு, நிலைபேறு, துப்பறிதல், பண்பு, நாடகப் போக்கு, கதைகூறும் முறை, கரு, உரையாடல், சுவை, பல்துறை ஆகியவற்றைப் பகுத்து விளக்குகிறார். இக் கொள்கைகள் யாவும் அப்படியே தமிழ்ச்செல்வியின் அனைத்துப் புதினங்களுக்கும் பொருந்தும்.

துருக்கியின் கவிஞர் நசீம் இக்மத் குறிப்பிடுகிறார்; "என்னைப் பற்றி பேசும் கவிதைகளை எழுத விரும்புகிறேன். எதிரே உள்ள ஒற்றை நபர் மற்றும் எதிரே உள்ள பல லட்சம் மக்களிடம் பேசுவது போன்ற கவிதைகளை எழுத விரும்புகிறேன். இந்த வாழ்வு பற்றி இந்த மக்கள் பற்றித்தான் (மண் சர்ந்த வாழ்வு) எழுத விரும்புகிறேன்" -என்று. இதனையேதான் தமது நவீனங்களிலும் செய்கிறார் தமிழ்ச் செல்வி. 'என் கவிதை என் குடல்களிலிருந்து உருவாகிறது' என்று ஜப்பானியக் கவிஞர் டக்குமுரா கொட்டாரா சொல்வதைப் போல இவரின் புனைவுகள் இவரின் தஞ்சை மண்ணிலிருந்து வருகிறது என்றால் அது மிகையில்லை என்பதை அவரின் நவீனங்களில் தோயும் எந்த வாசகரும் அறியக்கூடலாம். தஞ்சை வாழ்வு என்பது ஒரு பெரிய குளம் அல்லது ஏரியைப் போன்றது. புனைவு வெளியில் ஆரம்பத்தில் இம்மண்ணில் தோன்றிய பெரும்பாலோர் ஆண்களேயாவர். இவர் மட்டுமே அக்குளத்தின் பெண்கள் துறையிலிருந்து இறங்கி முங்கிக் குளிக்கிறார். ஆண்டாள் குறிப்பிட்டது போல் 'குடைந்து குடைந்து' நீராடும் படைப்பாளியாக சற்றேறக்குறைய அனைத்துப் புதினங்களிலும் வெளிப்படுகிறார் தமிழ்ச் செல்வி.

இன்று சந்தனம் மணந்த காவிரி சாக்கடையாகச் சுருங்கி விட்டது. செழுங்கனிநீர் / ஆம்பல் மலந்து குலுங்கிய மருதம் மீத்தேன் என்னும் தற்கொலைப் படையின் தாக்குதலுக்கு உள்ளாகக்கூடும் என்னும் அய்யம் நிலவுகிறது தஞ்சை மண்ணில். ஆனால் தமிழ்ச்செல்வியின் புதினங்களில் கம்பன் சொல்வது போன்ற மருதம் வீற்றிருக்கிறது.

நாஞ்சில் வட்டார எழுத்துக்கள், கரிசல் இலக்கியம், கொங்கு இலக்கியம், என்பன போன்ற வகைமைகள் இலக்கியத்தில் பிரித்தறியப் பெற்ற தருணமொன்றில் தஞ்சை மண்ணின் சிறந்த எழுத்தாளரான சோலை சுந்தர பெருமாள் அவர்களால் கீழத்தஞ்சை மண் சார்ந்த இலக்கியங்களை 'வண்டல் இலக்கியம்' என்று வகைமைப்படுத்தலாம் என்று முன்மொழியப்பட்டது. இக் கருத்தாக்கம் குறித்து சுகன் உள்ளிட்ட சில சிற்றிதழ்களில் அப்போது விவாதங்களும் எழுந்தன. ஆயினும் வண்டல் மண்ணால் சூழப்பெற்ற கீழத்தஞ்சை மாவட்ட படைப்புக்களை 'வண்டல் இலக்கியம்' என்று ஓரளவு இலக்கிய உலகம் ஏற்றுக் கொண்டுள்ளது.

தஞ்சை மாவட்டம் என்பது மருதநிலமாகும் வயலும் வயல் சார்ந்த பகுதியும் கொண்டது. வயல் என்றால் இப்போது தோப்புகளும் அடக்கம். இதற்குரிய உரிப்பொருள் ஊடலும் அதன் நிமித்தங்களும். மருதத்தமிழன் வயல் வெளிகள் தோறும் வைப்பாட்டிகள் வைத்திருந்தான். எனவேதான் தலைவியர்கள் ஊடினார்கள், பின்னர் 'விதியே' என்று கூடினார்கள்.

குடும்பம் என்ற நுண் அலகில், பெண்மீது தொடுக்கப்படும் வன்முறைகள் தஞ்சை மாதிரி நிலவுடைமைச் சமூக மக்களின் வாழ்வில் மேலதிகம். ஆனால் கட்டமைக்கப்படும் குடும்ப விதிகள் அனைத்தையும் மறுபரிசீலனை இன்றி 'பெண்' ஏற்றுக்கொண்டு நடைமுறைப்படுத்துகிறாள், 'மாணிக்கம்' என்ற இவரின் புதினத்தில் காட்டப்படும் 'செல்லாயி' என்ற கதைமாந்தர், தனக்கிழைக்கப்பட்டக் கொடுமைகளுக்கெதிராக ஒருபோதும் வெகுண்டெழ இயலாதவளாய் இருக்கிறாள்.

பெண் என்பவள்,'மீறுவதற்காகப்' படைக்கப்பட்டப்படைப்பல்ல இங்கே. இன்றளவும் குடும்ப அமைப்பு இங்கே சிதையாமலிருக்க

பெண்ணே காரணம். பெண்கள் வெகுண்டெழுந்தால் குடும்ப அமைப்புகள் ஒரே நொடிக்குள் சுக்கு நூறாகும் வாய்ப்புகளதிகம். அதே வேளையில், நிலவுடைமைச் சாதிகளில் குடும்பத்தைப் பெண்ணே நிர்வகிக்கிறாள். அவளுக்கெதிரான விதிகளை அவளே பேணுகிறாள். ஆணைக்கூட சில போதுகளில் கட்டுப் படுத்துகிறாள். அவன் விதிகளாலேயே.. மாணிக்கம் என்ற புதினத்தில் காட்டப்படும் செல்லாயியின் மாமியார் தங்கத்தாச்சி போல.

மருத நிலத் தலைவியர்கள் இல்லாது போயிருந்தால், சங்கத் தமிழ்க் குடும்பங்கள் சிதைந்து போயிருக்குமோ என்றும், 'ஊடுதல் காமத்திற்கின்பம்' என்பது ஒரு அரசியல் செயற்பாடாக மாறியிருந்ததோ என்றும் அய்யுறும் வாய்ப்புளது. 'கையும் காலும், தூக்கத் தூக்கும் ஆடிப் பாவைபோல' வாழ்ந்தாள் தலைவி. இன்றும் அப்படித்தான் என்பதனை மாணிக்கம் என்ற புதினத்தில் இடம் பெறும் சக்குபாய் என்ற கதை மாந்தர் வழி இதனை அறியலாம். சக்குபாய்க்காகப் பிரிந்துபோன மாணிக்கத்தை, சந்தேகப்பட்டுச் செல்லாயியை அடித்துத் துவைத்த மாணிக்கத்தை, 'மனையுறை மகளிர்க்கு ஆடவர் உயிர்' என்று ஏற்றுக்கொள்கிறாள் செல்லாயி.

ஆனால் எல்லாப் புதினங்களிலும் தமிழ்ச்செல்வி இப்படியான கதை மாந்தர்களைப் படைத்தாரில்லை. கீதாரி என்னும் புதினத்தில் பெண்ணின் பாடுகளை, வாசிக்கும் யாரும் கண்களில் நீருடன் உணரலாம். அதைப் போலவே கற்றாழை என்ற புதினத்திலும் கதை மாந்தர்கள் படைக்கப்பட்டிருந்தாலும், ஆண் மற்றும் இந்தச் சமூகத்தின் அடக்குமுறையிலிருந்து மணி மேகலை மீண்டெழுவதை நாம் பார்க்க முடிகிறது.

கற்றாழை மற்றும் கீதாரி போன்ற இவரின் புதினங்களில் காட்டப்படும் ஆண்கள் வன்முறையாளர்களாகவும், பலவீனர் களாகவும், சந்தேகப் பிராணிகளாகவும் வார்க்கப்பட்டுள்ளனர். இது கற்பனையான வார்ப்பாக இல்லை. தஞ்சை மண்ணின் மைந்தனாகவும், ஒரு சக படைப்பாளியாகவும் இதனை நான் நன்குணர்கிறேன். ஒரு ஆணின் பலவீனம், தெளிவின்மை, தற்குறிச் சிந்தனை, ஒரு பாரம்பரியத்தையும் அவர் சார்ந்திருக்கும் சமூக

/ குடும்பத்துப் பெண்களையும் எங்ஙனம் சின்னா பின்னமாக ஆக்குகின்றன என்பதனை மாணிக்கம் / கற்றாழை / கீதாரி போன்ற புதினங்களில் நிகழ்த்திக் காட்டியிருக்கிறார் தமிழ்ச் செல்வி. இவற்றையெல்லாம் மீறித்தான் பெண் உயிர்த்தெழ வேண்டியுள்ளது என்பதனை போர்க்குணம் மிக்கத் தலைவியின் மூலம் உணர்த்துகிறார் தமது 'ஆறு காட்டுத்துறை' என்ற புதினத்தின் மூலம்.

மிக லாவகமான மொழிநடை, விறுவிறு என்று பாவாடை சரசரக்கப் புல்லறுக்கப் போகும் தஞ்சை நஞ்சைப் பெண் போன்ற துள்ளும் கதை சொல்லல் முறை... என்பன போன்ற வாசிப்புத் தன்மையை மேம்படுத்தும் பல கூறுகளைக் கொண்டு இயங்குகின்றன தமிழ்ச் செல்வியின் அனைத்துப் புதினங்களும்.

ஒரு தலித், தானே தம் வாழ்வை கலையாக்குகிறபோதுதான் அது சரியான பதிவாகிறது என்ற வாதம் ஏற்றுக்கொள்ளப் பெற்ற உண்மையாகிறது. போலவே உலகின் முதல் தலித்தாகிய பெண் தன்வாழ்வைப் பதிவு செய்ய முன்வரும்போதுதான்அது உண்மையான பதிவாகிறது. அந்த வகையில் இதுவரை தமிழில் பதிவாகாத பெண்ணின் தவிப்புகளை, அவள் மீதான வன்முறைகளை (கீதாரியில் வளர்ப்புத் தந்தையே தன் இளைய அழகான வளர்ப்பு பாலியல் வன்கொடுமை செய்து, அவனைத் தற்கொலைக்குத் தூண்டி கொலை செய்கிறார்), அவளின் வலிகளை, அவளின் பேறு கால துன்பங்களை (மாணிக்கம்), குடும்பம் என்னும் நுண் அமைப்புள் புகுந்து அசாத்திய துணிச்சலுடன் பதிவு செய்கிறார் தமிழ்ச் செல்வி. தஞ்சையின் வண்டல் பகுதியில் அனேகமாக இந்த வலிகள் பதிவானது இதுவே முதல்முறை என்றுகூட கருத வாய்ப்புகள் உள.

பலபல்கலைக்கழகங்களில்பாடமாகவைக்கப்பெற்றுள்ளதும், இயக்குநர் சமுத்திரக்கனியால் படமாக்கப்படவுள்ளதுமாகிய கீதாரி என்ற நாவலில் 'கரிச்சா' என்ற கதை மாந்தரைப் பெண் கேட்டு வருகிறவர்கள் இப்படிச் சொல்லிப் போகிறார்கள். 'ஒரு மாசம் முந்திப் பிந்தி ஆனாலும் ஆவட்டும் குளிக்கிற கெடுவுல சொல்லிவுடுங்க... யாம் பொன்டாட்டிய வரச் சொல்லுறன்- தீட்டுத் துணியைப் பாத்துட்டுத்தான் சம்மதத்தச் சொல்லுவம்..." என்று.

கீதாரிகளின் பண்பாட்டுக் கூறாக இதனைப் பார்க்க நேர்ந்தாலும் அதில் பொதிந்திருக்கும் ஆணின் 'கற்பு' சார்ந்த கருத்தாக்கம் நம்மை துதுக்குறச் செய்கிறது. இங்ஙனமாக நூற்றுக்கணக்கான பண்பாட்டுப் பதிவுகளையும், பழக்கவழக்கங்களையும், நம்பிக்கை களையும், சடங்குகளையும், நாட்டுப்புறப் பாடல்களையும் / கதைகளையும் / சொலவடைகளையும் தமது புதினங்கள் தோறும் விரவிப் பரிமாறுகிறார் தமிழ்ச்செல்வி.

கீழத்தஞ்சை என்பது வண்டல் நிலமாயினும் அதன் விளிம்பு என்பது நெய்தல் நிலமாகும். தஞ்சை மண்ணின் பண்பாட்டையும் வாழ்முறையையும் பதிவு செய்யும் தமிழ்ச்செல்வி, நெய்தலின் வாழ்முறையையும் அதன் சிக்கலான பண்பாட்டுக் கூறுகளையும் பதிவு செய்துள்ள புதினங்கள் 'அளம்' மற்றும் ஆறுகாட்டுத் துறை' -ஆகிய புதினங்களாகும்.

நிரந்தரமின்மைக்குப் பூமியே மிகச் சிறந்த சான்றுதான் எனினும், புவி ஈர்ப்பின் புண்ணியத்தில் மனிதரெல்லாம் நிலைத் திருக்கப் போவதாய் எண்ணி அவசர அவசரமாக ஓசோன் மண்டலத்தில் ஓட்டைகளிடுவதில் தீவிரமாக இருக்கிறோம். எந்தத் தொழில் செய்பவரும் இந்த நிரந்தரமின்மையை ஏதேனுமொரு புள்ளியில் உணர்ந்தே ஆகவேண்டியுள்ளது. ஆயினும் கடல்மேல் மிதப்பவர்கள்தான் பூமியின் விளிம்பில் மிதப்பதை மிகத் தீவிரமாக உணர்கிறவர்களாயிருக்கிறார்கள். 'விவசாயம் என்பது தொழிலல்ல. அது ஒரு வாழ்க்கை முறை' -என்று சா. கந்தசாமி குறிப்பிடுவதுபோல் மீனவ வாழ்வென்பதும் தொழில்சார் வாழ்வு மட்டுமல்ல அதுவும் ஒரு வாழ்க்கை முறைதான் என்று எடுத்துக்காட்டியிருக்கிறது சு. தமிழ்ச் செல்வி யின் ஆறுகாட்டுத்துறையும், அளமும்.

ஆறுகாட்டுதுறை முழுமையும் மீனவ வாழ்வு பற்றியது- அளமோ உப்பளங்களில் காய்ந்து வாடும் விளிம்பு நிலை வாழ்வைப் பேசுவது. ஆறு காட்டுத்துறையில் ஆயிரம் மீனவர்கள் இருந்தால் / அளத்தில் பணியாற்றும் ஆயிரம் விவசாயிகள் வாழ்ந்தால்; அவர்கள் அனைவருக்கும் ஆயிரமாயிரம் கதைகள் இருக்கும் என்பது எத்தனை உண்மையோ, அத்தனை உண்மை, அவர்கள் அனைவருக்கும் தனித்தனியே கதைகளேதுமில்லை

என்பதும். எல்லா மீனவர்களின் / எல்லா உப்பளத் தொழிலாளி களின் வாழ்க்கையும் ஒரே போல இருப்பது தான் நெய்தல் இனக்குழு மக்களின் நிலையாக உள்ளது. உழைக்கும் மக்களின் மனது என்பது, பெரும் வஞ்சகங்களிலிருந்து விடுபட்டு, குழந்தைமையின், 'வெளிப்படையைக்' கொண்டு இயங்குகிறது என்பதற்கு ஆறுகாட்டுத் துறையின் மக்களே சான்றாக விளங்குகின்றனர். (ஆறுகாட்டுத்துறை என்பது ஒரு கடற்கரை ஊர்.) அம்மக்களை நேரில் சென்று கண்டுவந்து ஆவணப் படுத்தியிருக்கிறார் இப்படைப்பாளர்.

இக்கூற்று மிகையில்லை என்பதற்கு- "அதற்குள் இன்னும் சற்று பக்கமாய் சென்றுவிட்ட சேதுபதி, கட்டுமரத்தில் ஆணும் பெண்ணுமாய் இருப்பதை அறிந்து தன் கட்டுமரத்தை சடக்கென்று திருப்பினான். அவர்கள் யாரென்று தனக்குத் தெரிந்துவிடக் கூடாது என்று நினைத்தான். தன் முகத்தைப் பார்த்து நாளைக்கு அவர்கள் இருவரும் சங்கடப்படக்கூடாது என விரும்பினான். திரும்பிப் பார்க்காமல் கரை நோக்கி விரைந்தான். 'நாட்டார் மகன் நம்மை வேவு பார்த்துவிட்டான்' - என்று நினைத்து அவர்கள் புழுங்கக்கூடாது' என்ற எண்ணத் துடன் கரையின்மணற்பரப்பில் தன் மரத்தைத் தள்ளி ஏற்றினான். திரும்பிப் பார்க்காமல் ஊருக்குள் சென்றுவிட்டான்."

-என புதினத்தின் 81ஆம் பக்கத்தில் குதியே சான்றாக அமைகிறது.

ஒரு 'உடோப்பிய' சமூகம் குறித்த கற்பனையோ என்று எண்ணத் தோன்றுமளவிற்கு அந்த மக்களின் கபடமற்ற பொதுமைச் சிந்தனையும் வாழ்வும் காட்டப்படுகிறது. கூடவே அம் மக்களின் வாழ்வின் துன்பங்கள், புதிய விசைப்படகுகளின் வரவால் ஏற்படும் வளர்ச்சி, பெரும் கம்பெனிக்காரர்களால் அம்மக்கள் சுரண்டப்படும் தன்மை முதலியனவும் முறையாகப் பதிவு செய்யப்பட்டுள்ளன.

இவையனைத்தையும் விடவும் மேலானதாக ஒரு பெண் படைப்பாளியான இவரால் கடல்மேல் செல்லுதலின் நுட்பங்கள் விவரிக்கப்படுகின்றபோது மிகுந்த ஆச்சரியம் கொள்ள வேண்டியுள்ளது. வலைகளின் வகைகள், மீன் கொத்தப்படும்

/ கருவாடாக்கப்படும் முறை, எத்தனை பாகத்தில் கட்டுமரம் மிதந்தால் அதிகப்பாடு வரும், காற்றின் திசைப்போக்குகள், திசை மற்றும் நீரோட்டங்களைச் / சூழல்களை / காணுதல் / பிரித்தறிதல், காற்றின் ஆடிக்குழப்பம், அலைகளின் ஆர்ப்பரிப்பு, அலைகளின் தன்மையை வைத்து ஆழம் / இசையறிதல், கட்டுமரங்கள் செலுத்தப்படும் தன்மைகள், மீன்களை - வலைகளின்றி - கைகளால் வாரிப்போட்டுக் கொண்டு வரும் லாவகம்- என்று மீனவ வாழ்வினையும், அம்மக்கள் கடலை வெல்லும் பேராற்றலுடன் திகழ்வதையும் மிக அற்புதமாக விவரிக்கிறது இந்நாவல்.

ஆறுகாட்டுத்துறை என்னும் புதினத்தில் காட்டப்படும் மக்களிடையே (அளம் உட்பட சில புதினங்களிலும்) மதமில்லை. அல்லது மதம் அவர்களைப் பற்றிக் கொள்ளவில்லை. சாதி இல்லை அல்லது சாதிகளால் பிழைப்பில்லை / போர்களில்லை. பெண்ணின் மறுமணம் என்பது (கீதாரி போன்ற புதினங்களிலும் இது காட்டப்படுகிறது... தஞ்சைப் பகுதியில் "அண்ணன் பெண்டாட்டி அரைப் பெண்டாட்டி... தம்பிப் பெண்டாட்டி தம் பெண்டாட்டி" -என்ற சொலவடையும் உண்டு) மிகவும் இயல்பான ஒன்றாக இருக்கின்றது. இரண்டு மனைவியர்களை ஆண் பெற்றிருப்பதனை வழமையாகக் கொள்ளும் சமூகம், இரண்டு கணவர்களை பெண் பெற்றிருந்தாலும் வாழமையாகக் கொள்ளத்தான் வேண்டுமென்ற கருத்தை இயல்பாக முன் வைக்கிறது. 'தற்கொல்லியை முற்கொல்லுதல்' -சரியே என்ற அறத்தைத்தான் நமது ஐம்பெருங்காப்பியங்களில் ஒன்றான குண்டலகேசி முன்வைக்கிறது. அதே அறவியலை, பெண் தனக்கான போர்க்களத்தில் ஒரு ஆயுதமாகப் பயன்படுத்தினால் அது தவறில்லை என்கிற முன்மொழிவை / புத்தறத்தை இந்நாவல் நிறைவில் காட்டிச் செல்கிறது. இதுகாறும் காட்டப்பெற்ற தமிழ்ப புனைகதை வெளியில் பெண்ணின் இவை போன்ற வீரச் செயற்பாடுகள் இத்தனை இயல்பான நேர்த்தியுடன் சொல்லப் பட்டதில்லை எனலாம்.

நிறைவாக...

'இருத்தலின் முழுமையான சிக்கலான சாத்தியப் பாட்டை ஒப்புக்கொள்வதாலேதான் நல்ல கலைப்படைப்பு திகிலூட்டுகிறது. விசயங்களின் முழுமையை ஏற்றுக்கொள்ளலே மானுடப் பணி. இதைச் செய்ய முடிகிற; இருப்பின் ஒரு பகுதியே நாம். இதில் தான் நம் திறமையுள்ளது. அனுபவத்தின் பன்முகங்களை, முரண் பரிமாணங்களைக் காண்பதும், வெறுமனே தன் வாழ்வை துல்லியமாய் ஆனால் உள்ளிருந்து மட்டும் புரிந்துகொள்கிற, ஒரு மான் அல்லது ஆமையைப் போல் உலகைக் கடக்காமல் இருப்பதிலும்..." -என்று ஜேன் ஹரிஷ் பீல்டு என்ற அறிஞர் குறிப்பதுபோல் (புதியகாற்று - செப்- 2008. பக்.31) இருத்தலின் சிக்கலான சாத்தியப்பாட்டை ஒப்புக்கொண்டு புனைவுகளை மேற்கொள்கிறார் தமிழ்ச்செல்வி எனலாம். தமிழ்ச்செல்வியின் புதினங்களின் வாயிலாக... அறியலாகும் உண்மைகளாவன...

பூமியில் தினந்தோறும் எங்கேனும் ஒரு மூலையில் நில நடுக்கம் நடந்துகொண்டுதான் இருக்கிறது. ஆனால் அது ரிக்டர் அளவுகோலில் ஆறைத் தாண்டினால்தான் செய்தியாகிறது. அதைப் போலத்தான் மத / சாதிக்கலவரங்களும். ஆறுகாட்டுத் துறை / கீதாரிகள் என்னும் மேய்ச்சல் தொழில் செய்யும் மக்கள்/ பிற நாவல்களில் காட்டப்பெறும் இன்ன பிற இனக்குழுக்களில் இந்தப் பாதிப்பு என்றுமில்லை என்பது.

கற்பு என்பதனைக் கொண்டே - பெண்ணின் நிறை - இச்சமூகம் தமது ஒழுங்குகளை / அவைசார் விதிகளை / நியதிகளை / விழுமியங்களை வார்த்தெடுத்துள்ளது என்பதனை பல புனைவுகளில் கதைமாந்தர் உருவாக்கத்தின் மூலமாகப் பதிவு செய்கிறார். சான்றாக ஆறுகாட்டுத்துறையின் சமுத்திரவல்லிகள் இயல்பாக, எந்த மனத்தடைகளும் இன்றி வாழ்ந்தார்கள் / வாழ்கிறார்கள் என்பது.

பெண் என்பவள் பண்டமாக / சதைப்பிண்டங்களாகப் பார்க்கப்படும் இந்தச் சமூகத்தில், ஆணுக்கு இணையாக உழைத்து, போராடி, வென்று இந்தச் சமூக வாழ்வில் சம பங்காற்றும் பெண்களே வண்டல் நிலப்பெண்கள் என்பதனை நிறுவுகிறார்.

தஞ்சையின் கிழக்குப் பகுதியான வண்டல் நிலப்பகுதி மக்களின் பண்பாடு / மொழி போன்ற ஊடகங்களின் வாயிலாகவே தமிழ்ச்செல்வியின் கதைமாந்தர்கள் படைக்கப்பட்டுள்ளனர். இப்பதிவுகள் வரலாற்றாவணமாகவும் திகழக்கூடும்.

☯

10. உத்தம சோழன் படைப்புகள்: திணையியல் நோக்கில் வண்டல் வாழ்வியல்

-முனைவர் சு. மாதவன்

சங்க இலக்கியத்தில் காட்சி, காட்சிகள், நிகழ்ச்சி, நிகழ்ச்சிகள், தொடர்காட்சியும் தொடர் நிகழ்ச்சியுமான கதை, தொடர்கதை எனப் பரிணாம வளர்ச்சி பெற்றுக் காப்பியங்களில் கதை மரபாய் மலர்ந்து வளர்ந்து மிளிர்ந்தது தமிழரின் எழுத்துக் கதை மரபு. இத்தகைய எழுத்துக் கதை மரபு நடப்பு, கற்பனை, கற்பிதம் என்ற முப்பெரும் போக்குகளைக் கொண்டுள்ளது. காப்பியங்கள் வரை நடப்பும் கற்பனையுமாக இருந்த கதைமரபில் பக்தி இலக்கியங்கள், புராணங்கள், சிற்றிலக்கியங்கள் என்ற இலக்கியப் பனுவல்களில் கற்பிதம் மிகுந்து நடப்பும் கற்பனையும் குறைந்துபோனது. தமிழில் புதின, சிறுகதை இலக்கிய மரபு தோன்றி வளர்ந்தபோதுதான் மீண்டும் நடப்பும், கற்பனையும் கைகோர்க்கத் தொடங்கியது. நடப்பு மிகுதியாகவும் கற்பனை குறைவாகவும் அமைந்திலங்கும் பாங்கைப் புதின, சிறுகதை இலக்கிய மரபில் மட்டுமே காணமுடியும். புதின, சிறுகதை இலக்கிய மரபில் கற்பிதத்திற்கு அதிக இடமில்லை.

இவற்றையெல்லாம் விளங்கிக் கொள்வதற்கான ஒளி நோக்காகத் தமிழ்த் திணைக்கோட்பாடு விளங்குகிறது. தமிழ்த் திணைக் கோட்பாடு, முதல், கரு, உரிப்பொருள்களின் அடிப்படையில் உருவாக்கப்பட்டுள்ளது. முதற்பொருள்- களான நிலம், பொழுது என்பதைத்தான் மேலைநாட்டார் காலம் (Time), வெளி (Space) என்று கோட்பாடாக்கியுள்ளனர். நிலமும் பொழுதும் நடப்பியலின் அடிப்படை. இவற்றின் அடிப்படையில் விளைவன கருப்பொருள்கள். அவை, உயிருள்ளன, உயிரல்லன, உருவாக்கப்படுவன எனும் முத்திறத்தன. இக் கருப் பொருள்கள் வாழ்வியலின் அடிப்படைகள். இத்தகைய, முதற்பொருள்களும் கருப்பொருள்களும் அமைத்துத் தருவதுதான் வாழ்வியல் முறைகள்.

இந்த வாழ்வியல் முறைகளைத்தான் உரிப்பொருள்கள் என்றனர்.

இலக்கியம் என்பது சமூகத்தின் உற்பத்திப் பொருள். சமூகம் படைப்பாளியின் வழியே தன்னைப் படைத்துக் கொள்கிறது. படைப்பு அடுத்த கட்ட சமூகத்தைப் படைக்கிறது. இத்தகைய இலக்கிய இயங்கியல் நோக்கின்படி, புதின, சிறுகதை இலக்கிய மரபில் வண்டல் வட்டார எழுத்துக்களை அணுகினால் தமிழியலாய்வுக்கும், தமிழ்ச் சமூகப் புரிதலுக்கும், வாழ்நிலை குறித்த தெளிவுக்கும் தேவையான ஏராளமான வெளிச்சக் கீற்றுக்கள் தென்படும்.

தமிழ் இலக்கிய மரபில், சங்க இலக்கியங்களில் அனைத்துப் பகுதி மக்களுக்கும் மண்ணுக்கும் இடமிருந்தது. அதற்குப் பிறகு, மண்ணையும் அனைத்துப் பகுதி, மக்களையும் இலக்கியப் பனுவலுக்குள் கொண்டுவந்தது புதின, சிறுகதை இலக்கிய மரபேயாகும். மண், சமூகம், மனிதன், படைப்புகள் என எல்லா வற்றிலும் வளர்ச்சிதை மாற்றங்கள் ஏற்பட்டிருக்கின்றன. எனினும் திணைக் கோட்பாட்டு அடிப்படைகள் புதிய கூறுகளைப் பெற்று விளங்குகின்றன.

வண்டல் வட்டார எழுத்துக்களான புதினங்களிலும் சிறுகதைகளிலும் முதற்பொருள்களாக வண்டல் (நிலம்), அதிகாலை (பொழுது) ஆகியனவும் கருப்பொருள்களாகப் பின்னணிப் பொருள்கள், மக்கள், தொழில்கள் ஆகியனவும் உரிப்பொருளாக கதையின் இலக்கன உணர்வும் கருத்தும் விதைத்தலும் இடம்பெற்று வருகின்றன. இத்தகைய நோக்கில் ஆழமான ஆய்வுகளை மேற்கொள்ளலாம்.

உத்தமசோழனின் படைப்புகள்

சிறுகதை, குறும்புதினம், புதினம் என மூன்று வகைமைகளுள் உத்தம சோழனின் படைப்புகள் அடங்குகின்றன. இவர் படைத் துள்ள படைப்புகளின் எண்ணிக்கையும் விவரங்களும் வருமாறு:

சிறுகதைத் தொகுப்புகள் (11 தொகுப்புகள்)

1. துணை என்றொரு தொடர்கதை (முதல் சிறுகதைத் தொகுப்பு), (ஆறாம் பதிப்பு, ஜுன் - 1992), (மு.ப. டிசம்.

உத்தம சோழன் படைப்புகள்:

1989), 12 சிறுகதைகள், 104 பக்கங்கள், கங்கை புத்தக நிலையம், சென்னை.

2. ஆரம்பம் இப்படித் தான்
3. வாழ்க்கையெங்கும் வாசல்கள்
4. வல்லமை தாராயோ!., மு.ப. டிசம். 1995, 12 சிறுகதைகள், 132 பக்., வானதி பதிப்பகம், சென்னை.
5. சிந்து டீச்சர்
6. மனிதத் தீவுகள், மு. ப. டிசம்பர் - 2001, 13 சிறுகதைகள், 193 பக்., கங்கை புத்தக நிலையம், சென்னை.
7. குருவி பிறந்த காடு, மு.ப. டிசம். 2002, 12 சிறுகதைகள், 156 பக்., கங்கை புத்தக நிலையம், சென்னை.
8. பாமரசாமி, மு.ப. டிசம். 2003, 18 சிறுகதைகள், 193 பக்., கங்கை புத்தக நிலையம், சென்னை.
9. ஒரே ஒரு துளி, மு.ப. டிசம். 2004, 12 சிறுகதைகள், 144 பக்., திருவரசு புத்தக நிலையம், சென்னை.
10. உத்தம சோழன் சிறுகதைகள்.
11. சில தேவதைகளும் ஒரு தேவகுமாரனும்., மு.ப. ஆகஸ்ட் - 2006, 12 சிறுகதைகள், 81 பக்., திருவரசு புத்தக நிலையம், சென்னை.

மேற்கண்ட 11 தொகுப்புகளில் மொத்தம் சுமார் 110 சிறுகதைகள் வெளியிட்டுள்ளனர். அவை பக்க அளவு அடிப்படையில் சுமார் 1200 பக்கங்களில் அமைந்துள்ளன.

குறும் புதினங்கள்

குறும் புதினம் எனும் வகையில் 5 படைப்புகளைப் படைத்துள்ளார் இவர். அவை பற்றிய விவரம் வருமாறு:

'பூ பூக்கும் காலம்' எனும் தலைப்பில் 160 பக்க அளவில் வெளிவந்துள்ள நூலுக்குள் இரண்டு குறும் புதினங்கள் இடம் பெற்றுள்ளன.

1. 'பூ பூக்கும் காலம்' எனும் நூலுக்குள் 'பூ பூக்கும் காலம்' எனும் குறும்புதினம் (பக். 7-72), மு.ப. டிசம் - 2003, 65 பக்., கங்கை புத்தக நிலையம், சென்னை.

2. 'பூ பூக்கும் காலம்' எனும் நூலுக்குள் "உயிர் உருகும் சப்தம்" எனும் குறும் புதினம் (பக். 73-160) மு.ப. டிசம். 2003, 87 பக்., கங்கை புத்தக நிலையம், சென்னை.

'மனசுக்குள் ஆயிரம்' எனும் தலைப்பில் 168 பக்க அளவில் வெளிவந்துள்ள நூலுக்குள் இரண்டு குறும்புதினங்கள் பதிவாகியுள்ளன.

3. 'மனசுக்குள் ஆயிரம்' எனும் நூலுக்குள் 'மனசுக்குள் ஆயிரம்' எனும் குறும் புதினம் (பக். 9 - மு.ப. டிசம். 2004, 36 பக்., வானதி பதிப்பகம், சென்னை.

4. 'மனசுக்குள் ஆயிரம்' எனும் நூலுக்குள் 'அவசர அவசரமாய்...!' எனும் குறும்புதினம் (பக். 47-168), மு.ப. டிசம் - 2004, 121 பக்., வானதி பதிப்பகம், சென்னை.

இந்த 4 குறும்புதினங்களோடு "குருவி மறந்த கூட்டு" என்ற தலைப்பிலான சிறுகதைத் தொகுப்புக்குள் இடம்பெற்றுள்ள குதிரையேற்றம்" என்ற தலைப்பிலான சிறுகதையையும் "குறும் புதினம்" எனக்கொண்டால் உத்தம சோழன் 5 குறும்புதினங்களை சுமார் 400 பக்கங்களில் படைத்துள்ளார் எனலாம்.

புதினங்கள்

இவர் இதுவரை 3 புதினங்களும் 1 புதினமாக வெளிவர விருக்கும் தொடர்கதையும் சேர்த்து 4 புதினங்களை சுமார் 1200 பக்கங்களில் படைத்துள்ளார். அவை முறையே,

1. தொலைதூர வெளிச்சம், மு.ப. டிசம் - 1992, 264 பக்., கங்கை புத்தக நிலையம், சென்னை.

2. கசக்கும் இனிமை, மு.ப. 2000, 160 பக்., திருவரசு புத்தக நிலையம், சென்னை.

3. "தேகமே கண்களாய்...!" மு.ப. 2006, 158 பக்., திருவரசு புத்தக நிலையம், சென்னை.

4. "சுந்தரவல்லி சொல்லாத கதை" 'கிழக்குவாசல் உதயம்' எனும் மாத இதழில் ஜூன் 2009 முதல் தொடராக வந்து கொண்டிருக்கும் புதினம். (ஜூன் 2009 முதல் ஜூன் 2015 வரை 61 தொடர்கள் வெளிவந்துள்ளன).

திணையியல் - முதற்பொருள் - நிலமும் பொழுதும் தொழிலும் மருதநில - வண்டல் மண் - ஊர்களைப் பற்றிய வருணனைகள்

எந்த ஒரு படைப்பானாலும் அதன் இயங்குதளமாக விளங்குவது நிலமே. அந் நிலத்திலிருந்து நிலத்தின் விளைச்சலுக் கேற்ப அமைவதுதான் வாழ்க்கை. எனவேதான், வாழ்வியலின் உயிராற்றல் இயங்கும் தளம் நிலமேயாகிறது. நில வகைகளில் - திணை வகைகளில் ஒன்றான மருதநிலப்பரப்பில் மண்வகைகளுள் ஒன்றான வண்டல் மண்மிகுந்திருக்கிற ஊர்களுள் உத்தம சோழனின் படைப்புகள் இயங்கும் தளங்களாக விளங்கும் ஊர்களை அறிதல் இவரது படைப்புகளின் நிலவியல் பின்னணி யைப் புரிந்துகொள்ள துணை செய்வதாகும். அது மட்டுமின்றி, திணையியல் அடிப்படையில் முதற்பொருள் எனப்படும் நிலமும் பொழுதும் வாழ்வியலின் சூழலைத் தகவமைத்துத் தருகின்றன என்பது நோக்கத்தக்கது. இந்த நோக்குநிலையில், இவரது படைப்புகள் எந்தந்த ஊர்களிலிருந்து ஊர்களை மையமிட்டு இயங்குகின்றன என்பது அறிந்து கொள்ளத் தக்கதாய் உள்ளது.

வண்டல் மண் விளக்கம்

வண்டல் மண் உருவாகும் விதம் பற்றிய பல குறிப்புகள் கிடைக்கின்றன. சில குறிப்புகளிலிருந்து அதை விளங்கிக் கொள்ளலாம்:

'வண்டல் - அடையுங்கஞ்சல், நீர்ச்சுழி, பருபருக்கை, பொருக்கு, மகளிர் விளையாட்டு வகை, மகளிர் கூட்டம், விளையாட்டாக இழைத்த சிற்றில், பருக்கைக் கல், நீரொதுக்கிவிட்ட மண், நீர் முதலியவற்றினடியில் மண்டிய பொடிமண் முதலியன."

(மதுரைத் தமிழ்ப் பேரகராதி, 2008: 520)

மதுரைத் தமிழ்ப் பேரகராதி குறிப்பிடும் பொருள்களில் 'பொருக்கு,' 'நீரொதுக்கிவிட்ட மண்' என்ற இரண்டும் வண்டல் மண்ணின் இயல்பையும் உருவாகும் விதத்தையும் தெளிவாக்குவன.

"ஓர் இலக்கியத்தின் மண்வாசனையை உணர்த்துவதே இலக்கியமாகும்" என்கிறார் அறிஞர் கெதே *(கிழக்குவாசல் உதயம், டிசம்பர் 2009: 21)*

இந்தப் 'பொருக்கு மண்' மழைக்காலத்தில் எப்படி இருக்கும் என்று 'தொலைதூர வெளிச்சம்' தரும் அனுபவ வெளிச்சம் இதோ:

"தாத்தாவும் பேரனும் கிழக்கு ஆற்றங்கரைக்குச் செல்லும் மண் தடத்தில் நடக்கத் தொடங்கினர். காலில் பிசுபிசுவென்று சேறு ஒட்டிக் கொண்டது. ஒரு காலை எடுத்து மறு காலை வைப்பது ஏதோ மலையை நகர்த்துவது போல் இருந்தது." *(1992: 124)*

"கடுங்கோடையில் உச்சிவெயிலில் பொட்டல் வழியாக நடந்து வந்தவளுக்கு இருக்கும் தாகத்தைப்போல் வறண்டு கிடந்த பூமி, பெய்த மழை அனைத்தையும் சர்ரென்று உறிஞ்சித் தாகம் தீரக் குடித்துக் கொண்டிருந்தது." *(1992: 91).*

'சுந்தரவல்லி சொல்லாத கதை' சொல்லும் வண்டல் மண்ணின் இயல்புக் கதை இதோ:

"நம்ம ஊரு மண்ணு எதுனாலே ஆயி இந்த மாதிரி புழுதி மண்ணா பிசுபிசுன்று இருக்கு...?"

> "வேறெப்படி இருக்கும்...? உடம்பு பூரா உப்பை தாங்கிக்கிட்டு இருக்கிற கடலம்மா... ஓய்வு ஒழிச்சல் இல்லாம தன்னோட அலை நாக்காலே நம்ம ஊரு மண்ணை மென்னு துப்பிக்கிட்டிருக்கிற நம்ம மண்ணு... சக்கையா... புழுதியாதானே இருக்கும். உப்புல நனையுற பூமி பிசுபிசுப்பாத்தானே தாயி இருக்கும்...!" *(ஆகஸ்ட் 2009: 16)*
>
> "நம்ம ஊரு மானாவாரி. மானம்பாத்த பூமி...! புழுதிக்காடு! இங்கேதான் இப்படி....! சித்திரை மாச மழை

பத்தரை மாத்து தங்கம்பாங்க. வடக்கே நாட்டுப்புறத்துல. கோடை உழவுக்கெல்லாம் வேலையே இல்ல. இது களி மண்ணாச்சே காய்ஞ்சு பாறைக் கணக்கா இருக்கும்.

கலப்பையிலே பேக்க முடியாது. ஆத்துல தண்ணி வந்த பொறவு வயல்லே பாய்ச்சி ஊறின சேத்துலதான் உழுவாங்க அப்பதான் உழவும் முடியும்....!" (தொடர்கதை -7, டிசம்பர் 2009: 20)

"வெள்ளங்காலுக்குப் போகணும்னா வழுக்கியடிக்கிற சேத்து வரப்பில் சர்க்கஸ் கம்பி மேல நடக்கிற மாதிரி கவனமா நடக்கணும்."

"நேற்று முந்தாநாள் பெய்த மழையால் களிமண் வரப்பு வழுக்கியடித்ததை சமன் செய்துபடி நடந்தான். சதக் புதக் கென்று கைகால் முகமெல்லாம் புள்ளி புள்ளியாக சிதறியடித்தது சேறு."

(தொடர்கதை - 54, அக்டோபர் 2014: 21)

முன்னாள் ஒருங்கிணைந்திருந்த தஞ்சை மாவட்டத்தின் தென்கீழ் பகுதியும் இந்நாள் நாகப்பட்டினம் மாவட்டத்தின் தென்பகுதியுமான வேதாரண்யம் எனப் பெயர் மாற்றத்திற் குட்பட்டு அழைக்கப்பட்டுவரும் 'மறைக்காடு' எனும் 'திருமறைக் காடு' வட்டத்தில் உள்ள மேற்குப் பகுதிக் கிராமம் "வாய்மேடு" என்பதாகும். பல சிற்றூர்களின் ஒருங்கிணைந்த கிராமமாக விளங்கும் வாய்மேடு என்னும் கிராமமே உத்தம சோழன் என்ற புனைபெயரும் அ. செல்வராஜ் என்ற இயற்பெயரும் கொண்ட நமது படைப்பாளி பிறந்த ஊராகும். இவர் பிறந்தது வாய்மேடாக இருப்பினும் இவரது பள்ளிக்காலம் முதல் திருமணக் காலம் வரை "திருத்துறைப்பூண்டி" வட்டத்திலுள்ள "வெள்ளங்கால்" என்னும் கிராமத்திலும், திருமணத்திற்குப் பிந்தைய காலம் முதல் (தற்காலம் உட்பட்டு) திருத்துறைப்பூண்டியிலும் வசித்து வருகிறார்.

இந்தப் பகுதியில் பிறந்து வளர்ந்து இந்தப் பகுதியிலேயே ஒரு அரசு ஊழியராய் - அதிகாரியாய்ப் பணிபுரிந்து பணி நிறைவுக்குப் பின்னும் இதே பகுதியில் வசித்துவரும் ஒரு

படைப்பாளி தன் 70 ஆண்டுகால வாழ்வியல் அனுபவத்தில் தான் உற்றதும் பெற்றதும் கற்றதுமான வாழ்க்கையை இந்த மண்ணின் உயிர்ப்போடு எவ்வாறு பதிவு செய்துள்ளார் என்பதை ஆழ்ந்து ஆராயலாம்.

இவரது படைப்புகளில் இடம்பெற்றுள்ள ஊர்களின் பட்டியல் பின்வருமாறு:

சிறுகதைகளில்...

ஆதனூர் (1989: 2-11), முல்லையூர் (1989: 3-185), முல்லைக்காடு (1989: 4-29), எட்டுக்குடி (1989: 5-38), வேளாங்கண்ணி (1989: 40) திருத்துறைப்பூண்டி (1989: 6-41) கோவிலடி (1989: 9-63) பூத்தமுல்லை - பூமலி (2001: 4-49), ராணியூர் (2001: 8-94), பட்டுக்கோட்டை (2002: 4-45), (2006: 11-69), அத்திமடை (2002: 4-52), திருப்பூண்டி (2002: 4-53), வெள்ளங்கால் (2002: 5-65), (2004: 4-53), தில்லை விளாகம் (2002: 8-103), தெக்குக்காடு (2003: 1-3), வண்டுவாஞ்சேரி (2003: 3-34), கமனல் வயல் (2003: 3-34), ஆழியூர் (2003: 10-99), மேலக்கோட்டை (2003: 16-167), புத்தூர் (2003: 16-167) என எழுபதுக்கும் மேற்பட்ட மருதநில ஊர்கள் சிறுகதைகளில் இடம்பெற்றுள்ளன.

கதைப்போக்கில் இவரது சிறுகதைகளில் இடம்பெறும் ஊர்கள் இயல்பாய் இடம்பெறுவனவாக உள்ளனவேயன்றி கதையின் போக்கைத் தீர்மானிக்கும் ஆற்றல் பெற்ற பின்னணி ஏதும் புலப்படவில்லை. மருதத்திணை - வண்டல் நிலப்பகுதி ஊர்கள் சிலவற்றைக் குறிப்பிடும்போது அந்த ஊர்களின் இன்றைய பரிதாபகரமான நிலை விவரணை பட்டியலிடப்பட்டுள்ளது.

குறும் புதினங்களில்...

வானவன் மாதேவி (2003: 65), வேளாங்கண்ணி (2003: 111), கும்பகோணம் (2003: 141), சென்னை (2004: 9), மன்னார்குடி (2004: 87), எட்டுக்குடி (2000: 14), தஞ்சாவூர் (2006: 20) ஆகிய ஊர்கள் இடம்பெற்றுள்ளன.

புதினங்களில்...

"தொலைதூர வெளிச்சம்" எனும் புதினத்தில், இடம் பெற்றுள்ள ஊர்கள்: பட்டுக்கோட்டை (1992: 19), வயல்வழி

(93), பட்டுக்கோட்டை, மேலப்படுகை, தோப்பூர், நீலத்தநல்லூர், சோழ நல்லூர், வடுவூர், பாமணியாறு, வயலூர், புதாத்தங்கரை, தேவனூர், தெக்கூரு, மானமாதேவி, கீழுரு, சின்னமங்களம், கோடிக்கரை, மேலக்குடி, தெற்குநத்தம், மருதங்குடி, வடக்குத் தெரு, கடுவனூரு, குளத்தூர், மேலக்கரை, தஞ்சாவூர் ஆகிய ஊர்கள் அவை.

கதை முழுவதும் இயங்கும் தளமாக வயல்வழி கிராமமே இருப்பதால் பிற ஊர்களைப் பற்றிய பதிவுகள் இயல்பாகவே இடம்பெற வேண்டாதனவாக விடுகின்றன.

பிற புதினங்களான "சுசக்கும் இனிமை" "தேகமே கண்களாய்" என்ற இரு புதினங்களும் நடுத்தரவர்க்க அரசு ஊழியர்களின் வாழ்வியலைப் பேசுவதால் - அதிலும் அவர்களின் உளவியலைப் பேசுவதால் நிலவியல் பின்னணி அவசியப்படாமல் போய் விடுகிறது.

ஆனால், தற்போது தொடராக வந்துகொண்டிருக்கும் "சுந்தரவல்லி சொல்லாத கதை" புதினமானது முழுக்க முழுக்க வண்டல் நிலப் பகுதி மக்களின் வாழ்வியலைப் பரவலாகப் படம்பிடித்துக் கொண்டிருப்பதால் வண்டல் நிலப்பகுதி ஊர்கள் பலவும் இயல்பாகவே பதிவாகி விடுகின்றன. "வாய்மேடு" கிராமத்திலிருந்து தொடங்கும் கதை தஞ்சை மாவட்டத்தின் பல ஊர்களிலும் பரவி நிற்பதைக் கதையில் காணமுடிகிறது. அவ்வாறு இடம்பெற்றுள்ள ஊர்களாவன: பஞ்சநதிக்குளம் (2: 27, 31), மருதூர் (27), தகட்டூர் (27), வாய்மேடு (3: 22), தென்னடார் (32), மேலக்காடு (32), திருத்துறைப்பூண்டி (33), செருதலைக்காடு (35), தில்லையங்காடு (37), எக்கல் (5: 20), பஞ்சநதிக்குளம் மேலச்சேத்தி (22), கோடியக்கரை (7: 20), எடையூர் (54: 21), வெள்ளங்கால் (210) அல்லிக்குளம் (21), வட சங்கேந்தி (61: 20) உஜ்ஜயினிப் பட்டணம் (21) ஆகிய ஊர்கள் பதிவாகியிருப்பதிலிருந்தே கதை நிகழும் இடங்களை அறிந்துகொள்ளலாம்.

மேலே கண்டுள்ள ஊர்களைப் பற்றிய பதிவுகள் இடம் பெற்றிருப்பது கதை வளர்ச்சிக்கு உரிய நிலவியல் பின்னணிகளை எடுத்துரைக்கின்றன. கதை தொடங்கும் 'வாய்மேடு' என்னும்

மாபெரும் கிராமத்தின் நிலவியல் பின்னணி மிகத் துல்லியமாகப் படம்பிடிக்கப்பட்டுள்ளது. பல காடுகளின் தொகுப்பே வாய்மேடு எனும் ஊராகும். இங்கு "காடு" என்பது ஊரின் ஒரு அலகைக் குறிக்கிறது; அதாவது, ஒரு குடியிருப்புப் பகுதியைக் குறிக்கிறது. பரந்துவிரிந்த மிகப்பெரிய பரப்பளவைக் கொண்ட பெரிய கிராமமாக வாய்மேடு இன்றும் விளங்கிவருவதை இக்கதை அழகான ஓவியமாக்கியிருக்கிறது எனலாம். இத்தகைய இவ்வூரின் காடுகள் இவை இவையென்ற பட்டியல் இக்கதையில் இடம் பெற்றுள்ளது:

மன்னாடிக்காடு, குந்தத்தேவன்காடு, செந்தேவன் காடு, சேனாதிபதிகாடு, உடையத்தேவன் காடு, ஆண்டிக்காடு, குண்டன்புரம், சாயக்காரன் தோப்பு, கோபாலக் கோனார்புரம், சிந்தாமணிக் கழுத்து, பொதியத்தேவன் காடு, தில்லையங்காடு (4: 37).

இவ்வாறு 12க்கும் மேற்பட்ட காடுகளாகக் குடியிருப்புகளாக உள்ள வாய்மேட்டில் தில்லையங்காடு என்னும் பகுதியே இக்கதை யின் உயிர்த்தலமாகும்; தொடக்க இடமும் ஆகும்.

இவரது படைப்புகளில் கதை நிகழ்வுகளின் பின்னணியாக - நிகழும் இடமாக ஊர்கள் இயல்பாக இடம்பெற்றுள்ளன. சிற்சில இடங்களில் தான் வாழும் இந்த மருதநில - வண்டல் மண்ணின் இயல்புநிலை மாற்றத்தால்-பருவக்காலப் பிறழ்வுகளால் - சுற்றுச் சூழல் நிகழ்வுகளால் எவ்வாறெல்லாம் சிதைந்துள்ளது என்பதைப் பதிவு செய்துள்ளார்.

சிறுகதைகளில் வண்டல் மண்ணின் இயல்புநிலைச் சிதைவு களைப் பதிவு செய்துள்ள பகுதிகள் பின்வருமாறு:

"அந்தி நேரத்து முல்லையாறு சாலையோரத்து படித்துறை, ஒன்பது அடி ஆழத்தில் ஓடவேண்டியது, மூன்றடி ஆழத்தில் ஓடிக்கொண்டிருந்தது" (துணை என்றொரு தொடர்கதை, இரண்டு ரூபாய் சிறுகதை, 1989: 15)

"மே பிறந்துடிச்சின்னா மேட்டூரு, மேட்டூருன்று புலம்ப வேண்டியது, ஜூலை மாதவாக்கில் சின்னப்பிள்ளைங்க ஒண்ணுக்குப் பேய்ஞ்சமாதிரி காவிரி மடியில் தண்ணிவரும்.

அவனவனும் வாய்க்கால் மடையிலேயே மண்டையை உடைச்சிக் கிட்டு விதை விடுவான். வளர்றதுக்குத் தண்ணி இல்லாம அது கருகிப் போகும்" (1989: 33)

"கொஞ்சம் போல, நட்டியிருக்கும் குருவை கைக்கு வருமா, நடப்போகும் சம்பா கைகொடுக்குமா என்ற கவலை" (1989: 60)

"பூத்த முல்லை திருத்துறைப்பூண்டியிலிருந்து இருபது கிலோமீட்டர் வெயில் தரையில் விழுதுவிடாதபடி ஊர் முழுக்க தென்னை மரங்கள் குடைபிடித்து நிற்கும். இடையிடையே ஆழ ஆழமான குளங்கள், குளக்கரை நெடுக அடர்ந்த தாழம்பூக்கள், காவல் நிற்கும். அந்தப் புதர்களில் எங்காவது ஒளிந்துகொண்டு ஊர் முழுக்க வாசம் வீசும் தாழம்பூக்கள், தோப்புகளைத் தாண்டினால் கிழக்கு மேற்காக நீண்ட ஓடை. வற்றாத ஊருணி. ஓடைக்கு அப்பால் பசேலென்ற வயல்வெளிகள் கரையோரம் உட்கார்ந்து விட்டால் போதும் பசி தூக்கம் தெரியாது" (2001: 5).

"புதுத்தண்ணி வர்றப்போ ஆத்தோரமா படியுமே வண்டல் மண்ணு... அந்த நிறத்திலே பளிச்சினு இருப்பா" (1995: 89).

மேலே கண்ட மருதநிலத்தின் - வண்டல் மண்ணின் இயல்பு நிலைகளை இவர் தனது குமுறலின் விளைவாகவும் அக்கால மக்களின் மனசாட்சியின் குரலாகவும் தன்னை மீறிப் பதிவு செய்துள்ளார் எனப் புலப்படுகிறது. கதையின் நோக்கத்திற்கோ வளர்ச்சிக்கோ பயன்படாத இக்குறிப்புகள் ஒரு சமூகத்தின் தன்னிரக்க வெளிப்பாடாகவே இப்படைப்பாளியின் மூலம் பதிவாகியுள்ளன எனில் அது மிகையில்லை.

இவரது குறும்புதினங்களில் கதையின் தளங்களைக் குறிப்பிட மட்டுமே ஊர்ப்பெயர்கள் பதிவாகியுள்ளன. இவரது குறும் புதினங்களின் கதைகள் குடும்பவியல் - உளவியல் - நடுத்தர வர்க்கவியல் சார்ந்ததாக அமைந்துள்ளன. எனவே, வண்டல் மண் பதிவுகள் அப்படைப்புகளுக்குத் தேவைப்படவில்லை என்பதால் இடம்பெறவில்லை எனலாம்.

நிலம் – பொழுது – தொழில்

'நிலம்' என்பது ஒவ்வொரு திணையின் உற்பத்திக்களம், 'பொழுது' என்பது அவ்வத்திணையின் உற்பத்திக் காலம். 'தொழில்' என்பது குறிப்பிட்ட நிலத்தில் குறிப்பிட்ட பொழுதில் மேற்கொள்ளப்பட்ட உற்பத்திக்கான பணியாகும். முதற்பொருளான நிலத்திலும் பொழுதிலும் நிகழும் தொழிலால் தான் வாழ்வியல் முறைகள் கட்டப்படுகின்றன. நிலத்தின் இயல்புக்கேற்ற உழுபடைக் கருவிகள், விதைப்பொருள்கள், உழைப்பு முறை ஆகியவற்றாலேயே விளைபொருட்கள் கிடைக் கின்றன. நிலத்திற்கும் பொழுதுக்கும் உகந்த அளவில் உணவுப் பொருள்கள் விளைச்சல் விலங்குகள் வளர்ப்பு (மா), மரஞ் செடி, கொடிகள் வளர்தல் - வளர்த்தல், பறவைகளின் வாழ்நிலை (புள்), கலைக்கும் தொழிலுக்குமான பறை உருவாக்கம், இவை அனைத்திலும் ஊடாடும் தொழில் (செய்தி), கலையுணர்வுக்குரிய யாழ் உள்ளிட்ட பிறவும் உருவாகின்றன. எனவே, முதற்பொருள்களுக்கேற்ப உருவாகும் கருப்பொருள்கள் மூவகைப்படுகின்றன. அவை முறையே,

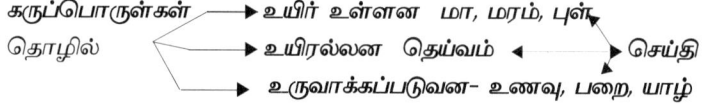

கருப்பொருள்கள் → உயிர் உள்ளன மா, மரம், புள்
தொழில் → உயிரல்லன தெய்வம் ↔ செய்தி
→ உருவாக்கப்படுவன– உணவு, பறை, யாழ்

என்றவாறு பகுப்புக்குட்படுவன. இந்த நோக்குநிலையில், முதற் பொருள், கருப்பொருள்களோடு நெருங்கிய இயைபுடையது தொழிலே என்பது பெறப்படுகிறது. ஏனெனில், எவை எவை யெல்லாம் இருப்பினும் வாழ்வியல் நுகர்வு இல்லையெனில் வாழ்வியலுக்கு பொருளில்லை-யல்லவா?

இவ்வாறு "தொழில்" இன்றி வாழ்வியலுக்குரிய எதுவும் உருவாகாது; இயங்கா.து என்பதாலேயே 'தொழில்' எனும் கருப் பொருள் இன்றியமையாத இடத்தை வகிக்கிறது எனலாம்.

இத்தகைய தொழிலோடு நிலமும் பொழுதும் எவ்வா றெல்லாம் இயைபுக்குட்படுகின்றன என்பதை இவரது படைப்பு களின் வழித் தொகுக்கலாம்.

இவரது சிறுகதைகளில் வேளாண்மைத் தொழிலின் பகுதிகளான நடவு, போரடித்தல், மாடு வளர்ப்பு, உப்பு வியாபாரம், தேநீர் கடை, மளிகைக்கடை, மாடு வியாபாரம், கோழி வளர்ப்பு, தப்புக்கதிர் பொறுக்குதல், காளவாய் போடுதல், பானை வனைதல், மண்சிலை செய்தல், மீன்பிடித்து விற்றல், சுள்ளிபொறுக்கி விற்றல், பலாப்பழம் விற்றல், முடிவெட்டுதல் போன்ற தொழில்கள் பதிவாகியுள்ளன. இவற்றுள் மருதத்திணை - வண்டல் மண்ணுக்கு மட்டுமே உரிய தொழில்கள் என நடவு தவிர்த்த எதுவுமில்லை. அது மட்டுமின்றி, பெரும்பான்மையான சிறுகதைகளில் அரசுப்பணி, நடுத்தரவர்க்க நிலைகள் தாம் பதிவாகியுள்ளன என்பது குறிப்பிடத்தக்கது.

இவரது சிறுகதைகளில் முதற்பொருளான நிலம், பொழுது ஆகிய இரண்டில் நிலம் மட்டுமே பதிவாகியுள்ளது. பொழுது குறித்த குறிப்புகள் பதிவாகவில்லை. சிறுகதையின் வடிவம், சிறுகதையின் செய்தி, இலக்கு, உள்ளடக்கம் ஆகியவற்றுக்குப் பொழுது அவசியப்படவில்லை எனத் தோன்றுகிறது. பொழுதுகள் பற்றிய விவரணை சிறுகதையின் ஓட்டத்திற்கும் தேவையில்லாததாய்ப் படைப்பாளரால் கருதப்பட்டிருக்கலாம்.

குறும்புதினங்களில் "பூ பூக்கும் காலம்" அப்பாவுக்கும் மகளுக்குமான கடிதப் பரிவர்த்தனையே முழுப் புதினமாகவும் விரிந்துள்ளது. "வானவன் மாதேவி" எனும் ஊரிலிருக்கும் அப்பாவுக்குச் சென்னையிலிருந்து மகளொருத்தி எழுதும் மடல் அது. சென்னையில் பட்டப்படிப்பு படிக்கும் மகள் 01-07-2002 அன்று மடல் எழுதுகிறாள். 07-07-2002 அன்று தந்தை பதில் மடல் எழுதுகிறார்.

புதினம் நிறைவு பெறுகிறது. இக்குறும் புதினத்தில் பொழுதுகளைப் பற்றிய குறிப்புகள் ஆங்காங்கே இடம் பெற்றுள்ளன. கதைக்களமோ கதைக் கருத்தோ மருதத்திணை தொடர்பானதில்லை என்பதால் இதில் தேடல் தேவையில்லை.

இன்னொரு குறும்புதினமாக "உயிர் உருகும் சப்தம்" அலுவலகத்தில் பணிபுரியும் ஜீவா பற்றிய கதை என்பதால் நிலம், பொழுது பற்றிய குறிப்புகள் திணைசார் வாழ்வியலோடு வரவில்லை. இருந்தபோதிலும், ஒரே ஒரு இடத்தில் மட்டும் "பாமணி

ஆறு" (மன்னார்குடிப் பகுதியில் ஓடுவது) இடம்பெற்றுள்ளது.

மற்றொரு குறும்புதினமான "மனசுக்குள் ஆயிரம்" சென்னையில் ஒரு வேலைக்காரி பற்றிய கதை. வேறொரு குறும்பு தினமான "அவசர அவசராமய்...!" அலுவலகப் பணி தொடர்பானது. எனினும், ஒரே ஒரு இடத்தில் "முல்லையாறு" (2004: 87) இடம்பெற்றுள்ளது. இன்னுமொரு குறும்புதினமான "கசக்கும் இனிமை" காதலர் உரையாடல் கதை. எனினும், ஒரே யொரு இடத்தில் "புதாறு" (2000: 123) இடம்பெற்றுள்ளது. இக்கதை எட்டுக்குடி முருகன் கோயிலிலிருந்து தொடங்குகிறது. ஆனால் மருதத்திணை - வண்டல் மண், வயல் பற்றிய குறிப்புகள் கதைக்குள் இடம்பெறவில்லை. உரையாடல்கள் முன்னிலை பெறுவதால் நிலவியல் பின்னணிகளை முன் வைக்கத் தேவை யில்லாமல் போயிருக்கிறது.

மற்றுமொரு குறும்புதினமான "தேகமே கண்களாய்" கட்புலன் திறன் குறைந்த மாற்றுத் திறனாளி பற்றியது. மாற்றுத் திறனாளிகளுக்கு வாழ்வியல் முன்னுதாரணமாக உண்மை வரலாற்றில் வாழ்ந்துவரும் சாதனைப் பெண்மணி முனைவர் ராதாபாய் பற்றிய செய்திகளை இப்புதினம் பதிவு செய்துள்ளது. அவர் தற்போது புதுக்கோட்டையில் ஓர் அரசினர் கல்லூரியில் வரலாற்றுத்துறைப் பேராசிரியராய்ப் பணியாற்றிவரும் குறிப்பு இடம்பெற்றிருப்பதானது நிலம், தொழில் இரண்டையும் குறிப்பதாகிறது. திணைசார் பதிவாக இது இல்லை என ஆராய்ச்சிக்கு குறிப்பு எழுத வேண்டியதில்லை. திணையை முன்வைத்த படைப்பாக இது இயல்பாகவே அமையாது போனது படைப்பாளரின் குற்றமல்ல; படைப்பின் நிறைவு இது எனலாம்.

புதினங்களில் முதற்பொருள், கருப்பொருள்: மருதத் திணையியல் வண்டல் எழுத்துக்கள்

புதினங்களில் முதற்பொருளான நிலம், பொழுது புதினத்தின் பரப்பில் ஆங்காங்கே தொடர்ந்து இடம்பெறும் பாங்கைக் காணமுடிகிறது. சான்றாக, "தொலைதூர வெளிச்சம்" புதினத்தில் "வயல்வழி" எனும் கிராமத்தை சுற்றியுள்ள, அருகிலுள்ள ஊர்கள்சில சுட்டப்படுகின்றன. வயல்வழி கிராமத்துக்கு உள்ளேயே நிகழும் சமூக நிகழ்வுகளை மட்டும்

குவிமையமாகக் கொண்ட புதினமாக இப்புதினம் விளங்குவதால் வயல்வழி கிராமத்தின் பல பகுதிகளும் 'நிலம்' எனும் நிலையில் இடம்பெற்றுள்ளது. 'பொழுது' எனும் இன்னொரு முதற்பொருள், புதினத்தின் இயக்கப் போக்கில் - கதைப்போக்கில் பலநாள், பலமாதம், சில ஆண்டுக்கால நிகழ்வுகளைப் படம்பிடித்துக் கொண்டே கதை நகர்வதால் கதையின் நெடுகிலும் ஆங்காங்கே பொழுதுகளைப் பற்றிய குறிப்புகளைப் பரக்கக் காணமுடிகிறது. இங்கு தொகுத்துக் கண்டறிவதற்காகப் பின்வருமாறு அவற்றைத் தொகுத்துக் கொள்ளலாம்:

'தொலைதூர வெளிச்சம்' புதினத்தின் தொடக்க முகப்புப் பத்தியிலேயே பொழுது குறிப்பிடப்பட்டுள்ளது.

"அன்று வழக்கத்துக்கு முன்னதாகவே படுக்கையறைக்குள் முடங்கிவிட்டது வயல்வழி கிராமம்." (1992: 5)

"இன்று பௌர்ணமி" (1992: 6)

"வெள்ளிக்கிழமை இரவு ஏழுமணி சுமாருக்கு" (1992: 17)

"நடுநிசி... காலை" (1992: 28)

"பத்து பன்னிரெண்டு வருஷங்கள் வந்த சுவடு தெரியாமல் மறைந்து போய்விட்டன" (1992: 91)

"ஒருநாள் காலம்பற நேரம்... இன்னும்சரியா நெலம்

தெளியல... அப்பதான் கிழக்கு வெளுத்துக்கிட்டிருக்கு...

நாங்க ஒரு பத்துப்பேரு... இதோ தெக்கால தெரியும்

பாரு... மொதக் கோழி கூவையிலேயே பண்ணைவீட்டு

சவுக்கண்டிக்குப் போயி கலப்பையெல்லாம் எடுத்துக்கிட்டு" (1992: 37)

"கோடை காலம். வேலை வெட்டி இல்லாத நேரம்" (1992: 76)

இந்த நாத்தங்காலை உழுதுக்கிட்டிருந்தோம் இன்னும் ஒரு பத்துப் பன்னிரண்டு பேரு பக்கத்து வயல்லே சேறுலாவிக்

கிட்டிருந்தானுங்க... ஒரு முப்பது நாப்பது பொண்டுவ நாத்தங்கால்லே சேறு குழப்பிக்கிட்டிருந்தாளுங்க..." (1992: 37)

அன்று போலவே, "இன்றும் ஐப்பசி மாதத்தில் ஒரு பின்மாலைப் பொழுது" (1992: 91)

"ஐப்பசி அடைமழை... கார்த்திகை கால்கோடை என்பார்கள். இந்துப் பழமொழியெல்லாம் பழையமொழிகளாகவே மாறிப் போய்விட்டன. மனிதன் மட்டும்தான் மாறலாம் என்பது நியதியா என்ன? இயற்கையும் பருவங்களும் கூட மாறிப் போய்க் கொண்டுதான் இருக்கின்றன.

"ஐப்பசியில் சித்திரைபோல் வெயில் அடித்தது. கார்த்திகை யில் அடைமழை பெய்தது. இன்றுதான் லேசாக வெளிவாங்கி யிருந்தது." (1992: 113)

"கார்த்திகை மாதத்தின் ஒரு காலைப்பொழுது" (1992: 121)

"தாத்தா இன்னும் மாறவில்லை" "ஊர் ஒதுக்கி வைத்து விட்டது" என்பது அவர் மனதுக்குள் ஆறாத ஒரு ரணமாக அப்படியே நிலைத்துவிட்டது. ஆறாத புண்ணையும் காலம் ஆற்றும் என்பார்கள். ஆனால், ஆறு மாதங்கள் ஆகியும் அவரது மனசு ஆறவேயில்லை." (1992: 122)

"அன்று தை 'அமாவாசை' (1992: 158)

"மாசிமாதம் பௌர்ணமி நாள்" (1992: 171)

"பங்குனி மாதப் பின்பனியில்..." (1992: 219)

"சித்திரையின் விடியற்பொழுது என்றும் சுகமானதுதான்" (1992: 231)

"அமாவாசைக்கு இன்னும் இரண்டு மூன்று நாட்கள் இருந்தன" (1992: 247)

இவ்வாறு கிடைக்கும் பொழுதுகளைப் பற்றிய குறிப்புகளி லிருந்து அறியலாகும் செய்திகளைப் பின்வருமாறு தொகுக்கலாம்:

1. 254 பக்கங்களில் அமைந்துள்ள "தொலைதூர வெளிச்சம்" புதினத்தின் 90 பக்கங்கள் வரை சிறுபொழுதுகளான முன் இரவு, பௌர்ணமி, நடுநிசி, காலை, விடியற்காலை போன்ற வையே இடம்பெற்றுள்ளன.

2. 91வது பக்கத்தில் "அன்றுபோலவே, இன்றும் ஐப்பசி மாதத்தில் ஒரு பின்மாலை பொழுது" (1992: 9) எனக் குறிப்பிடப் பட்டிருப்பதிலிருந்துதான் பெரும்பொழுதான ஒரு மாதத்தின் பெயர் குறிப்பிடப்பட்டிருப்பதைக் காண முடிகிறது.

3. தஞ்சை மாவட்டப் பகுதிகளில் பௌர்ணமி அன்று பஞ்சாயத்து நடத்தும் வழக்கம் இருந்துள்ளதை அறிய முடிகிறது.

4. ஒரு பண்ணையில் மட்டுமே உழவு, சேறு லாவுதல், சேறு குழப்புதல் என 60, 70 பேர் அதிகாலையிலேயே வேளாண் பணிகளைப் பார்த்து வந்துள்ளமை புலனாகிறது.

5. பருவ காலங்கள் உரிய காலங்களிலிருந்து குழப்படியாய் மாறிப் போனமையால் ஏற்பட்ட சுற்றுச்சூழல் மாற்றம் துல்லியமாகப் பதிவாகியுள்ளது. இந்தச் சுற்றுச்சூழல் விவரிப்பு கதைக்கு இன்றியமையாத தேவையாக இல்லாத போதிலும் எழுத்தாளரின் சமூக உளக் குமுறலாக வெளிப்பட்டுள்ளது என்பது குறிப்பிடத்தகுந்தது.

6. "ஆறு மாதங்கள் ஆகியும் அவரது மனசு ஆறவேயில்லை" என்பதிலிருந்து வீரையனின் குடும்பம் ஊர் விலக்கம் செய்யப்பட்டு ஆறு மாதங்கள் ஆகிவிட்டது என்பது தெளிவாகிறது. இக்கூற்றை எழுத்தாளர் பதிவு செய்யும் பகுதி கார்த்திகை மாதத்தில் நிகழும் கதைப் பகுதியாகும். எனவே, இக்கதை சித்திரை மாதத்தில் தொடங்குகிறது என்பது புலனாகிறது.

கார்த்திகை மாதத்திலிருந்து தொடரும் கதை மறு சித்திரை மாதத்தில் நிறைவு பெறுகிறது. எனவே, இக்கதை ஓராண்டுக்குள் ஒரு கிராமத்துக்குள் ஒரு குடும்பப் பின்னணிக்குள் நிகழும் ஒரு சமூகப் புதினமாகும்.

7. பௌர்ணமியில் தொடங்கும் கதை அமாவாசையில் நிறைவு பெறுகிறது. அதாவது, ஏக வெளிச்சத்தில் தொடங்கும் அநியாயம், ஆதிக்கம், சுரண்டல் இருளில் புதைந்து அழிகிறது என்ற குறியீட்டுப் பண்புணர்த்தலுடன் புதினம் நிகழ்ந்தேறியுள்ளது.

8. "வயல்வழியின் நான்கு புறமும் ஆறுதான்" (1993: 93) என்ற குறிப்பு "வயல்வழி" என்றும் கிராமம் என்பது "வெள்ளங்கால்" கிராமத்தின் புனைப்பெயரோ என்று எண்ணத்தோன்றுகிறது. இந்தக் கருதுகோளை உறுதிப் படுத்தும் குறிப்பு 'ஒரே ஒரு துளி என்ற சிறுகதையில் கிடைக்கிறது. "திருத்துறைப் பூண்டி பக்கம். வெள்ளங்கால் என்ற பட்டிக்காடு அந்தக் கிராமத்தின் நாலாப் பக்கமும் ஆறு" (2004: 53)

"தொலைதூர வெளிச்சம்" தரும் கருப்பொருள்களும் வண்டல் பண்பாடும்

"தெய்வம் உணாவே மாமரம் புள்பறை
செய்தி யாழின பகுதியொடு தொகைஇ
அவ்வகை பிறவும் கருவென மொழிப" (தொல். பொருள்)

என அன்று சொன்ன இலக்கியப் பின்னணிக்கான கருப் பொருள்கள் இன்றைய இலக்கியங்களிலும் இடம்பெறுதல் இயல்பே. நமது தமிழ் மரபுக்கே உரிய இலக்கியத் திறனாய்வு - பகுப்பாய்வு நெறியான கருப்பொருள்களின்வழி ஆராய்தலே மண்ணுக்கான வாழ்வியலை முழுமைப்படுத்திக் காட்டும்.

தெய்வங்கள்

'தெய்வம்' என்பதை 'ஆற்றல்' எனக்கொள்ள வேண்டும் என்பது இவ் ஆய்வாளரின் கோட்பாடு. எனினும், இங்கு பழமையான நெறியிலேயே தெய்வங்களின் பதிவுகளைத் தொகுத்தறியலாம்:

ஐயனார் (பக். 10, 61), செல்லப் பிள்ளையார் (5), வடுவி (வடிவழகி கன்னியாக்குறிச்சி அம்மன் பேரு) (63), ஆத்தங்கரை ஐயனார் (101), ஐயனார் (107), நெல்லுக்கடை மாரியம்மன் (86, 88), செல்லியம்மன்(114), மன்மதன் கோயில் (174, 181, 182), ஐயனாரு (224), மாரியாத்தா (19, 209, 222, 224), மோகினி (63), பிள்ளையார்

குளம் (74), மாரியம்மன் (77).

இவற்றுள் நாட்டுப்புறத் தெய்வகளான ஐயனாரும் அம்மனும் வண்டல் மண்ணின் தெய்வங்களாக இன்றளவும் விளங்கி வருகின்றன.

ஐயனார் கோவில் களத்துமேடு ஊர்ப் பஞ்சாயத்துக் கூட்டத் திற்கான பொதுவிடமாக விளங்குகிறது (1992: 10). கதையின் தொடக்கமான வீரையன் மீதான பஞ்சாயத்து இவ்விடத்தில் பெளர்ணமியன்று காலையில் நிகழ்கிறது. கதையின் நிறைவுப் பகுதிக்கூட்டமும் இதே இடத்தில் அமாவாசையன்று நிகழ்கிறது. இக்கூட்டத்தில் கண்ணாடிக்கார், (பீ. சீனிவாசராவின் குறியீடு) கலந்து கொண்டுள்ளார்.

மனிதர்கள் செய்யும் அக்கிரமத்தை ஆத்தங்கரை ஐயனாரிடம் போய் சொல்லிவிட்டு இரண்டு பிடி மண்ணைவாரி இறைக்கும் வழக்கம் மக்கள் மத்தியில் இருந்துவந்துள்ளது; இன்றும் இருந்து வருகிறது (1992: 101 - 104).

தெக்கூர் பெரியவர் விசுவநாதன் என்பவரின் காலி மனையை வளைத்துக் குடிசை போட்டுள்ளவர்களை மிரட்டித் தானாகவே கொட்டகையை பிரிக்க வைக்கிறான் வீரையன். இப்படிச் செய்ததால் வீரையன் பெரியவர் கண்ணுக்கு ஐயனாராகவே தெரிந்ததாக எழுத்தாளர் பதிவு செய்துள்ளார் (1992: 107). அநியாயத்தைத் தடுக்கவோ நல்லது செய்யவோ தெய்வமே மனித உருவில் வரும் என்ற மக்களின் நம்பிக்கையை இப்புதினம் பதிவு செய்துள்ளமை புலனாகிறது.

உணவுகள்

உலகின் ஒவ்வொரு பகுதிகளிலும் வாழும் மக்களின் உணவுப் பண்பாடு, அவரவர் வாழும் நிலவியல் பகுதிகளில் கிடைப்பன வற்றை அடிப்படையாகக் கொண்டிலங்கும் இயல்பானது. பண்டமாற்று முறை, வியாபாரம் ஆகியவற்றின்மூலம் சிற்சில மாற்றங்களுக்கு உட்பட்ட போதிலும் பெரும்பாலும் அந்தந்த மண்ணில் கிடைப்பனவே அந்தந்தப் பகுதிகளின் உணவுப் பண்பாட்டைத் தீர்மானிக்கின்றன.

“தொலைதூர வெளிச்சம்” தரும் உணவுகள் வருமாறு:

டீ (ப. 5), கருவாடு (6), தேங்காய் (7), வாழை (7), புளி (21), மிளகாய் (22), கோதுமை (80), கடலை மிட்டாய் (87), சோறு (92), மீன் குழம்பு (92), மசால்வடை (101), பரங்கிக்காய் சாம்பார் (114), பதநீரு (123), காராசேவு (124), கட்டுச்சோத்து மூட்டை (129), விறால்மீன் குழம்பு (192), வாழைப்பழம் (200), சேட்டுக்கடை அல்வா (200), மிக்சர் (200), மொச்சக்கொட்டை (207), முருங்கைக் கீரைக் குழம்பு, அவிச்ச முட்டை, சோறு (140),

இவற்றிலிருந்து (இந்த உணவுப் பட்டியலிலிருந்து) அறியலாகும் செய்திகளைப் பின்வருமாறு தொகுக்கலாம்:

1. கோதுமையை ரேஷன் கடையிலிருந்து பதுக்கி, ஒதுக்கித் தன் வீட்டு மாட்டுக்கு உணவாக்கிக் கொள்ளும் வழக்கத்தை அதிகார அரசியல்வாதிகள் கொண்டிருந்தனர்; கொண்டுள்ளனர் (1992: 29).
2. அரசியல் அதிகாரம் படைத்தோர் கோதுமை போன்ற பொருள்களைப் பதுக்கி உள்ளூர் மளிகைக் கடைகளில் விற்று வருகின்றனர்” (1992: 80)
3. வேளாண் பணி, சைக்கிள் வியாபாரம் முதலியவற்றில் ஈடுபடுவோர் மசால்வடையும் டீயும் உண்பது இடைக்கால உணவுப் பழக்க வழக்கமாகவும் இருந்துள்ளது.
4. தை அமாவாசையன்று கட்டுச்சோத்து மூட்டையுடன் கோடியக்கரை சென்று முழுக்க முழுகிவரும் வழக்கத்தைக் கொண்டுள்ளனர் வண்டல் மனிதர்கள் (1992: 128-129).
5. செல்லியம்மன் கோயிலில் வைத்துக் காவேரிக்குத் தாலி கட்டி, கோயில் வாசலில் போட்டிருந்த கீற்றுப் பந்தலில் எல்லோருக்கும் சோறு போடுவர். (காலையில் சிற்றுண்டி என்றெல்லாம் ஏதும் கிடையாது. பரங்கிக் காயை வெட்டிப் போட்டு மஞ்சள் கலரில் தண்ணீராய்ச் சாம்பார் வைத்துப் போடும் ஒருவேளை சோற்றோடு கல்யாண விருந்துக்கு முற்றுப்புள்ளி வைக்கப்பட்டுவிடும். (1993: 14).

மா (விலங்கு)

காய்கனி சேகரித்தல், வேட்டையாடுதல் எனத் தன் உணவுத் தேவையை நிறைவு செய்துகொண்டிருந்த மனித சமூகம் விலங்குகளை வேளாண்மைக்கு உகந்தனவாகப் பழக்கும் நிலைக்கு ஆளானது. இவ்வாறான, வாழ்வியல் வளர்ச்சி நீட்சி இன்று தேய்ந்துவருவதைக் காணமுடிகிறது. இத்தகைய விலங்குகளைப் பற்றிய பதிவுகள் வருமாறு (தொலைதூர வெளிச்சம்).

நாய் (ப. 6), கறுப்புக்காளை, மயிலைக்காளை, வெள்ளைக் காளை (38), புள்ளி ஆடு (42), மாடுகள் (45), புள்ளிமான் (175), எலி (175), புள்ளைப் பூச்சி (176), கிடாரி (177), கன்றுக்குட்டி (177), சிங்கம் (183), புழுபூச்சிகள் (185), குளவி (242), பெருமாள்மாடு (258).

இக் குறிப்புகளிலிருந்து அறியலாம் செய்திகள் வருமாறு:

1. *உழவு மாடுகளுக்கு அவற்றின் தோற்றம், நிறம், பண்பு இவற்றிற்கேற்ப பெயரிட்டு அழைத்து வருகின்றனர்.*
2. *ஆட்டுப்பால் கறந்து டீ போடும் வழக்கம் இருந்துள்ளது.*
3. *விலங்குகளோடு மனிதனின் தோற்றம், செயல்பாடு ஆகிய வற்றை ஒப்பிட்டுப் பேசும் வழக்கம் அறியலாகிறது.*

மரம்

மருதநில வண்டல் மண்ணில் உள்ள மரங்களைப் பற்றிய குறிப்புகள் வருமாறு:

காட்டுக்கருவை, புளியமரம், தென்னை, வேப்பமரம், வாழை (ப. 7), தூங்குமூஞ்சி மரம் (10), சவுக்கு (36), புங்கமரம் (61), தென்னந்தோப்பு (61), இலுப்பை மரம் (63), அரசமரம் (74), மயில்கொன்றை மரம் (66), பூவரச மரம் (105), பனைமரங்கள் (113), கருவை மரம் (16), புல் (121), வேப்பமரம் (192).

இம்மரங்களின் குறிப்புகள் தரும் செய்திகள் வருமாறு:

1. *வீடுகள் - குடிசைகள் கட்டப் பயன்படுத்தப்பட்டுள்ளன.*
2. *மாடுகளைக் கட்டுத்தறியில் கட்ட முளைகள் கம்புகள் - முளைக் குச்சிகள் தயாரிக்கப் பயன்பட்டுள்ளன.*

3. கள் இறக்கி அருந்தப் பயன்பட்டுள்ளன.
4. மரத்தடிகள் பொதுவிடங்களாக விளங்கியதால் பஞ்சாயத்து - கூட்டம் கூடுவதற்குரிய நிழல் தருவனவாக விளங்கின.

புள்

புள் (பறவை) குறித்த பதிவுகள் கிடைக்கவில்லை.

பறை

பறை பற்றிய குறிப்பு ஒரே இடத்தில் வந்துள்ளது. அதுவும் பறை எனப்படும் தப்புக்குப் பதிலாக ஒரு வெங்கலத் தாம்பாளத்தை வைத்து சாப்பாறை அடிக்கப்பட்டுள்ளது (1992: 244). ஊர் விலக்கம் செய்யப்பட்ட வீரையனின் மைத்துனன் தங்கவேலு சாவில் ராணி இவ்வாறு செய்கிறாள்.

செய்தி (தொழில்)

மருத நில வண்டல் பகுதிகளில் வழக்கிலிருந்த தொழில்களை - வேலைகளை எழுத்தாளர் நிறையவே பதிவு செய்துள்ளார். தொலைதூரம் வெளிச்சம் தரும் அவை வருமாறு:

டீக்கடை நடத்துதல் (ப.5), கருவாட்டுக்கடை (6), மளிகைக் கடை (14), நெல் அறுவடை (7), பஞ்சாயத்துக் கூட்டம் நடத்துதல் (10), வண்டியில் ரொட்டி விற்றல் (13), மாடு திருடுதல் (27), மணியார் வேலை (35), உழுதல், சேறு லாவுதல், சேறு குழப்புதல் (37), குளம் வெட்டுதல் (76), ஊராட்சி செய்தல் (77), சைக்கிளில் காய்கறி வியாபாரம் செய்தல் (189), கூப்பாடு போடுதல் (எழுதும் பிள்ளை), (சொல்லும்பிள்ளை) (14), நீராணிக்கம் (126), மாட்டுத் தரகு (154), புல்லறுத்தல் (121), பண்ணைக்கிருத்தல் (125).

இக்குறிப்புகளிலிருந்து அறியலாகும் செய்திகளை இவ்வாறு தொகுக்கலாம்:

1. புதின நிகழ்வுகள் நிகழும் காலத்தில் ஏறத்தாழ (நான் சொல்றது என் பாட்டன் காலத்திலே (ப. 202), 1947க்கு முன்பு, கிராமங்களின் தேவைகளை நிறைவு செய்யும் விதத்தில் டீக்கடை, கருவாட்டுக் கடை, மளிகைக்கடை என மூன்று கடைகளும் இருந்துள்ளன.

2. மாடு திருடும் வழக்கம் இருந்துள்ளது.

3. கிராம நிர்வாக முறைகளில் அரசு நிறுவனக் கட்டமைப்புக் கேற்ற விதத்தில் ஊராட்சி மன்ற முறையும், கிராமத்துத் தற்சார்பு நிர்வாகக் கட்டமைப்புக்கேற்ற விதத்தில் அவரவர் கிராம அளவில் உருவாக்கிக் கொண்ட பஞ்சாயத்து முறையும் வழக்கத்தில் இருந்துள்ளன.

   பஞ்சாயத்துக்கூட்ட அறிவிப்பைச் சொல்ல "சொல்லும் பிள்ளை" பஞ்சாயத்து முடிவை எழுதிக் கையெழுத்துப் பெற "எழுதும் பிள்ளை" என இருவரை கிராமத்துப் பஞ்சாயத்து முறை உருவாக்கி இருந்துள்ளது.

4. நீர் மேலாண்மை செய்து வேளாண்மைக்கு உதவ "நீராணிக்கம்" எனும் முறை இருந்தது.

5. நிலவுடைமையில்லாதவர்கள் நிலவுடைமையாளர்களிடம் தங்களை மொத்தத் தொகை ஒன்றுக்குக் குறிப்பிட்ட காலம் வரை விற்றுக்கொள்ளும் "பண்ணைக்கிருத்தல்" எனும் முறை நடைமுறையில் இருந்தது.

யாழ்

சங்க காலத்திற்குப் பிறகு அழிந்துபோன இசைக்கருவியான யாழ், தற்காலப் புதினத்தில் இடம்பெறுதல் இயல்பன்று; இடம் பெறவில்லை.

'பிறவும்' கருவென மொழிப்: புழங்கு பொருட்கள்

பட்டியல்படுத்தப்பட்டுள்ள இவையன்றி இவை போல்வன 'பிறவும்' கருப்பொருள்களாகக் கொள்ளத்தக்கனவே என்பது முந்தைய தமிழர் கோட்பாடு. அந்த வகையில் 'பிறவும்' என்பதில் எதையும் சேர்க்கலாம். எனினும், வேளாண் வாழ்வியலோடு பொருந்தி நீக்கமற நிறைந்திருப்பவை புழங்கு பொருட்கள். எனவே, அவற்றைத் "தொலைதூர வெளிச்சம்" தரும் வகையில் இவ்வாறு தொகுக்கலாம்:

கலப்பை (ப. 37) லோட்டா (118), தீவட்டி (129), சுளுக்கி (129), துப்பாக்கி (131), பாலிதீன் படுதா (211), தூங்குமூஞ்சி மரப்பெஞ்சு (232) எண்ணெய்க் கிண்ணம் (239), அரப்புக் கிண்ணம் (239),

குடம் (239), வெங்கலத் தாம்பாலம் (244), நல்ல விளக்கு (2004).

மாட்டுக்கொட்டில் நிரைச்சல் (ப. 7), கட்டில் (9), கோழிக்கூடு, கயிற்றுக் கட்டில் (28), சவுக்கு (36), ஏர் (37), ஒற்றைக்கல் மூக்குத்தி (44), சைக்கிள் (45) ஜாடி - மூடி (51), கூடை (60), விதைக்கோட்டை (65), குத்துக்கல் (66), கோரைப் பாய் (91). சோற்றுத்தட்டு (92), டிபன் பாக்ஸ் (97), பென்டார்ச் (98), மரப்பாலம் (99), கருங்கல் (107), டிராக்டர் (115), வாசத் தட்டி (134), சொம்பு (140), சிலம்பாட்டக் குச்சி (161), வெத்திலைத் தட்டு (168), மூட்டை முடிச்சு (186), ஹார்மோனியப் பெட்டி (172), தபேலா (172), மரக்கால் (203), மூன்று சக்கரத் தட்டு வண்டி (210), கண்ணாடி (223), காக்கித் தொட்டு (223), பொறந்தான் கோடி (233), வாய்க்கரிசி (235), சம்பந்தி சாமான் (235), காக்கித் தொப்பி (223), கொள்ளிச்சட்டி (243).

இங்கு கண்டுள்ள புழங்கு பொருட்களின் பண்பாட்டுப் பின்னணி ஆராயத்தக்கது. இவற்றுள் சில பல பொருட்கள் மருதநிலத்துக்கேயுரிய கருப்பொருள்களிலிருந்து உருவாக்கப் படுவன. இது போன்ற இன்னும் பல பின்னணிகளைக் கொண்டுள்ள புழங்குபொருட்கள் குறித்த செய்திகளைப் பின் வருமாறு தொகுத்து நோக்கலாம்:

1. உணவு உற்பத்தி முதல் உணவு நுகர்வுரை புழங்கு பொருட்கள் உள்ளன.

2. விலங்கு, பறவை வளர்ப்புக்கான புழங்கு பொருட்கள் உருவாக்கப் பட்டுள்ளன.

3. அமர, உறங்க, பாதுகாத்துக் கொள்ள, பயணம் செய்ய எனப் பல புழங்கு பொருட்கள் மரங்களால் உருவாக்கப் பட்டுள்ளன.

4. தொழில் மற்றும் வாழ்வியல் வட்டச் சடங்குகளுக்கென புழங்கு பொருட்கள் பயன் கொள்ளப்பட்டுள்ளன.

நடப்பு நிகழ்வின் ஒலி - ஒளிக் குறிப்புகள் (உணர்வும் உணர்ச்சியும்)

மதமதன்னு, சடக்குன்னு, குசுகுசுன்னு, திடீரென்று, சட்டென்று, டக்குன்னு, தளதளவென்று, சிலுசிலுவென்று, குபீரென்று, சரக்கென்று, சலேலென்று, சட்டென்று, விடுவிடு வென்று, மஞ்சள் மசேலென்று, சட்டுபுட்டுன்னு, டாண்ணு, படாரென்று, பளிச் பளிச்சென்று, கப்சிப்பென்றிருந்தது, நறுக்கென்று, தொப்பு தொப்புன்னு, திருதிருன்னு, வேகுவேகுன்னு, கம்மென்று, திடுதிப்புன்னு, சடார்னு, சுள்ளுன்னு, மெத்து மெத்தென்றிருந்தது, மடாருன்னு, கப்புன்னு, தத்தக்கா புத்தக்கான்னு, தொபுக்கடீர்னு, சரசரன்னு, கடகடவென, மளமளன்னு, திக்திக்கென்று, சுருக்கென்று, ஜாம்ஜாம்னு, டணங்கு டணங்குன்னு, கசமுசவென்று, சலசலவென்று, ஜில்லீரென்று வியர்த்தது, மடேர் மடேரென்று தலையிலே அடித்துக்கொண்டு, முசுமுசன்னு அழுவுறது, சுருசுருவென்று ஏறிக்கொண்டிருக்கும் அந்த ஏறுவெயில், படபடவென்று பொரிந்து தள்ளினான், குபுக்கென்று, விருட்டென்று, பட்டென்று, சுர்ரென்று, விர்ரென்று, சிக்கென்று, பொலவென்று, பரபரவென்று, டாலென்று, பொதேர்னு, வெடவெடன்னு, சடாரென்று.

வண்டல் கலைச்சொற்கள்

சோலி (ப. 141), தொடுப்பு (ப. 141), மாட்டுத்தரகு (ப. 154), வப்பாட்டி (ப. 154), குலவை (ப. 171), நெல்லு நீச்சு (ப. 202), தானியம் தவசெல்லாம் (ப. 204), பண்ணை நடவாள் (ப. 204), பத்துமா, பதினஞ்சு (பு. 221) விதைக் கோட்டை (ப. 221), கண்டு முதல் (ப. 222), காளவாய் (ப. 223), நெல்லு சேரைப் பிரிச்சுட்டானுங்க (ப. 229), அம்சடக்கி (எடுத்துச் சொல்லிப் புரியவைத்து) (ப. 13), முச்சலிக்கை - (வாதி, பிரதிவாதி, பஞ்சாயத்தார் ஆகிய மூவரால் எழுதப்படும் தீர்ப்பறிக்கை) (ப. 17), ஒட்டிக்கு ரெட்டியா (ப. 22), தலைமூச்சா அடிச்சுக்கிட்டேன் (ப. 29), அடுத்தவன் ஜோலி (ப. 29), சேறு லாவிக்கிட்டிருந்தானுங்க (ப. 37), நாத்தாங்கால் (ப. 37), களத்துமேடு (ப. 37), பண்ணைவீட்டு சவுக்கண்டி (ப. 37), மாப்பு (மன்னிப்பு) (ப. 39), கம்பசூத்திரம் மாதிரி (ப. 41), அறுப்புக் கூலி, (ப. 53), அடுப்பாங்கரை (ப. 92), ஊர்த்தலைமாடு (ப. 111), நீராணிக்கம் (ப. 126).

வசவு வசனங்கள் / சொற்கள்

ஆக்கினை (147), அடங்காப்பிடாரி (ப. 153), இந்தச் சிறுக்கி - (ப. 39), ராங்கி (ப. 47), மொத்தி எடுத்துட்டேன் (ப. 117), நெகர் இல்லே (ப. 122, ப. 63).

வண்டல் பண்பாட்டு நிகழ்வுகள்

பூப்போடுதல்

ஒரு பையனுக்கும் பெண்ணுக்கும் திருமணம் உறுதி செய்யப்படும் நிகழ்வாகப் 'பூப்போடுதல்' நிகழ்கிறது. இந்தப் பொண்ணுப் பூவைக்கும் உரிமை இந்தப் பையனுக்கு உரியது என்பதைச் சமூகம் ஏற்கும் நிகழ்வாக இது விளங்குகிறது (1992: 65, 112, 113, 117, 118).

அறுப்புக்கூலி – பஞ்சாயத்துத் தீர்ப்பு

"அறுப்புக் கூலி" என்றதும் நெல்லறுப்புக்குரிய கூலியோ என எண்ணத் தோன்றும். இது அதுவன்று திருமணம் செய்து கொண்டவர்களில் யார் மண ஒப்பந்தத்தை முறித்துத் தீர்த்துக் கொள்ள விரும்புகிறாரோ (ஆணோ பெண்ணோ) அவர் தீர்த்து வைக்கும் பஞ்சாயத்தார் முன்பாக மற்றவருக்குக் கொடுக்கும் தொகைக்குப் பெயர் "அறுப்புக் கூலி" என்பதாகும் (1992: 53-55).

'கும்பல் செலவு' தருதல்

எந்த ஒரு பஞ்சாயத்தாயினும் பஞ்சாயத்துக்குப் 'பிராது' கொடுப்பவர் கூட்டம் கூடித் தீர்ப்புத் தந்ததற்காகக் 'கும்பல் செலவு' க்கு என ஒரு குறிப்பிட்ட தொகையைக் கட்டவேண்டும். (1992: 71).

வண்டல் எழுத்துக்கள்: வண்டல் இலக்கியம் நோக்கும் போக்கும்

முதலில் வட்டார எழுத்துப் பண்புகளையும் அவற்றில் நிலவும் வட்டார வழக்காறுகளின் இயல்புகளையும் கொண்டு 'வட்டார இலக்கியம்' எனப்பட்டது. அது தஞ்சை வட்டாரம், நெல்லை வட்டாரம், கொங்கு வட்டாரம், குமரி வட்டாரம் என்பதுபோல் குறிப்பிடப்பட்டு வந்தது. பின்னர், கரிசல் எழுத்து, கரிசல் இலக்கியம் எனத் தனித்தன்மை தனிச்சிறப்பு சுட்டும் விதத்தில் குறிப்பிடலாயிற்று. நில எல்லை என்பதை விட்டுவிட்டு

குறிப்பிட்ட மண்ணையும் மக்களையும் சுட்டும் பாங்கை கி.ரா. உருவாக்கி வைத்தார். கி.ரா. அப்படிச் சுட்டுவதற்கு மக்களின் வழக்காறுகளே பெரிதும் காரணமாக இருந்தன. அவற்றுள், மண்ணின் சுவடுகளும் இருக்குமேயன்றி, மக்களின் வாழ்க்கை நுகர்வு சார்ந்தே அமைகிறது. எனவே, வாழ்க்கை என்பது உற்பத்தி உறவுகளால் பிணைக்கப்பட்டுள்ளது.

உற்பத்திக் களம் மண்தான் என்ற போதிலும் நேரடியாக மண் சார்ந்த வழக்காறுகளைத் தாண்டிய பொதுமை வழக்காறு களே மிகுதியாக உள்ளன. மண், வட்டாரம் என இன்ன பிற எந்துப் பகுப்புகளுக்குள் வழக்காறுகளை அடக்கினாலும் அவற்றை யெல்லாம் கடந்த பொதுமைப் பண்புகளை உலகியல் வாழ்க்கை கொண்டு விளங்குகிறது. எனவே, இலக்கியத்தையும் அதன் எழுத்துக்களையும் கரிசல் இலக்கியம் / எழுத்து, வண்டல் இலக்கியம் / எழுத்து, செம்மண் இலக்கியம் / எழுத்து, பாறை இலக்கியம் / எழுத்து எனவெல்லாம் பகுப்பது சமூக எதார்த்தத்தைக் கணக்கிடத் தவறும் நிலைக்கே இட்டுச் செல்லும்.

பொருளியல் வாழ்க்கை கட்டமைக்கும் பண்பாடு மூன்று வகைகளுக்குள்ளேயே அமைகின்றன. அவை முறையே, மேல்தட்டு, நடுத்தட்டு, அடித்தட்டுப் பொருளியல் பண்பாட்டு வாழ்வியல்கள். இவற்றுக்குள் தனிக்குடும்ப முறை அதிகரித்துவிட்டதால் குடும்பக் கட்டமைப்பைத் தாண்டி உறவற்றுப்போய் நிற்கும் உதிரி / ஏதிலி வாழ்வியல் என்ற ஒன்று புதிதாய் வடிவெடுத்து வளர்ந்து வருகிறது. இந்நிலையில், இலக்கியம் காட்டும் மனித வாழ்வியலில் தொழிற்படும் பொருளியல்-பண்பாட்டு ஏற்றத் தாழ்வுகள், நசிவுகள், கண்ணீர் கம்பலை, மகிழ்ச்சி, கொண்டாட்டம் என்றவாறான இலக்கிய ஆய்வுப் பார்வைகளே வளர்த்தெடுக்கப்பட வேண்டியனவாய் உள்ளன.

வண்டல் இலக்கியம், எழுத்து என்பது வண்டல் மண்ணில் முகிழ்க்கும் வாழ்வியலை அதற்கே உரித்தான வெளிப்பாட்டுக் கூறுகளோடு படைக்கப்பட்டிருப்பதை வெளிப்படுத்தவும் கண்டறியவும் பயன்படும் எனலாம். எனினும் வாழ்வியலின் பொதுவியல் தளத்திலிருந்து எதையும் பிரித்துப் பார்த்துவிட முடியாது.

இலக்கிய அழகியலைக் கண்டடைய இது உதவலாம். இலக்கிய உளவியலைக் கண்டடைய எதார்த்தவாத ஆய்வுப் போக்கே உதவும். இத்தகைய கண்ணோட்டத்தோடு, உத்தம சோழனின் எழுத்துக்களில் இடம்பெற்றுள்ள வண்டல் மண்ணின் பண்புகளைக் காணும்போது இதுவரை கண்டுவந்த பதிவுகள் அவரின் படைப்பிலக்கியத்தின் உயிர்ப்புச் சக்திகளாக நிலவுகின்றன என்பதை அறியமுடிகிறது.

உத்தம சோழன் தன் படைப்புகளில் எங்கும் 'வண்டல் மண்ணை எழுதுகிறேன்' என்று வலிந்து எழுத முன்வரவில்லை. ஆனாலும், அவரது முதல் புதினமான தொலைதூர வெளிச்சத் தின் முன்னுரையில்,

> "எனக்குத் தெரிந்த வண்டல் மனிதர்களை அவர்களின் குறை நிறைகளோடு உங்கள் முன்னே நடமாட விட்டிருக் கிறேன்" (1992: 4)

என்று குறிப்பிட்டுள்ளார். அதே போல், சுந்தரவல்லி சொல்லாத கதையின் 3வது தொடரில்,

> "85 ஆண்டுகளுக்கு முந்தைய தஞ்சை மாவட்டத்தின் தென் கீழ்க்கோடி கிராமம் ஒன்றின், தத்ரூபமான வாழ்க்கை ஆவணச் சித்திரம்" (ஆகஸ்ட், 2009 14)

என்று குறிப்பிட்டுள்ளார்.

இந்த இரண்டு புதினங்களும் மருதநில வாழ்வியலை - வண்டல் மண் வாழ்க்கையை தெற்றெனப் படம் பிடித்துள்ளன. இதர படைப்புகள் பெரும்பாலும் நடுத்தர வர்க்கத்து வாழ்வியலை முன்வைப்பதால் அவற்றில் வண்டல் மண்ணும் மக்களும் அரிதாகவே இடம்பெற்றுள்ளன/ர்.

வண்டல் மண்சார்ந்த படைப்புகளில் வண்டல் மண்ணின் மாந்தர்கள், வழக்காறுகள், முதற்பொருள், கருப்பொருள் எனப் பண்பாட்டுக் கூறுகள் அப்பட்டமாகப் பதிவு செய்யப்பட்டு உள்ளன. வண்டல் மண்சாராத படைப்புகளில் அவை வண்டல் மண் சாராத படைப்புகளாகவே நிகழ்கின்றன. இதிலிருந்து, எழுதும் களம், மாந்தர், வாழ்வியல் போக்கு, அவற்றின் பின்னணியாய் நிலவும் சமூக, இயற்கைப் பின்னணிகள் எனக்

கதைக்களம் இயல்பாய்க் கோருபவற்றையே கொண்டு தன் படைப்புகளைப் படைத்துள்ளார் உத்தம சோழன் எனலாம்.

திணைக் கோட்பாடு நோக்கில், உத்தம சோழன் படைப்புகளை நோக்குகிற பொழுது பின்வரும் முடிவுகளைக் கண்டடைய முடிகிறது.

1. ஆய்வுக்கு எடுத்துக்கொள்ளப்பட்ட 7 புதினங்களில் (புதினம், குறும் புதினம்) முதல் புதினமான தொலைதூர வெளிச்சத்திலும் (1992) தற்பொழுது கிழக்குவாசல் உதயம் எனும் அவர் நடத்தும் மாத இதழில் இதுவரை வெளிவந்துள்ள சுந்தரவல்லி சொல்லாத கதையின் (67) தொடர்களிலும் (தொடர்கதை - புதினம்) வண்டல் மண் வாழ்வியல் கூறுகள் மிகுதியாகப் பதிவாகியுள்ளன. இந்த இரு புதினங்களிலும், வண்டல் மண்ணில் விளைந்த பயிர்கள், உயிர்கள், மக்களின் வழக்காறுகள், வாழ்வியல் தகவமைப்புகள், மானுட உறவுகள், உற்பத்தி - பகிர்வு உறவுநிலைகள் என்றவாறு பலவும் நடப்பியல் நோக்கில் படைக்கப்பட்டுள்ளன.

கதையில் நடப்பியலும் எழுத்தில் அழகியலும் மிளர இவ்விரு புதினங்களையும் படைத்துள்ளார்.

பிற 5 புதினங்களான கசக்கும் இனிமை (2000), மனசுக்குள் ஆயிரம் (2004) அவசர அவசரமாய்... (2004) பூ பூக்கும்காலம் (2003), உயிர் உருகும் சப்தம் (2003), தேகமே கண்களாய் (2006) ஆகியவற்றின் கதைக் களங்களை நடுத்தர வர்க்கத்து அலுவலகப் பணியாளர்களின் வாழ்வியலைக் கொண்டு அமைத்துள்ளார். எனவே, இப் புதினங்கள் வண்டல் மண்ணையும் மரபையும் பேசுவதற்கானத் தேவையைப் பெற்றிருக்கவில்லை. எனினும், ஆங்காங்கே வண்டல் மொழிக் கூறுகள் மட்டும் சிதறிக் கிடக்கின்றன.

2. ஆய்வுக்கு எடுத்துக் கொள்ளப்பட்ட இவரது சிறு கதைகள் சுமார் 110. இந்த 110 சிறுகதைகளில் 35 கதைகள் வண்டல் வாழ்வியலை அடிப்படையாகக் கொண்டவை. எஞ்சிய 75 கதைகள் அலுவலக அனுபவங்களை அடிப்படையாகக் கொண்டவை. 35இல் சுமார் 10 சிறுகதைகள் படைப்பாளர் பிறந்த

ஊரான வெள்ளங்கால் எனும் கிராமத்தைப் படைப்புக் களமாகக் கொண்டுள்ளன. இக் கதைகளில் வண்டல் மண், மக்கள், மொழி, பண்பாடு, நம்பிக்கைகள், உயிர்ப்போடு பதிவாகியுள்ளன. 35இல் சுமார் 20 கதைகள் திருத்துறைப்பூண்டியிலும் அதைச் சுற்றியுள்ள ஊர்களிலும் இயங்குகின்றன. இந்த 20 கதைகளிலும் வண்டல் வாழ்வியல் அதன் இயல்புகளோடு காட்சிப்படுத்தப்பட்டுள்ளன. இதர கதைகள் பண்பாட்டு உளவியல் முரண்களை வெளிக் கொணர்ந்துள்ளன. இத்தகைய போக்குகளைக் கொண்ட சிறுகதைத் தொகுதிகளாக, துணை என்றொரு தொடர்கதை (1992), வல்லமை தாராயோ (1995), மனிதத் தீவுகள் (2001), குருவி மறந்த கூடு (2002), பாமர சாமி (2003), ஒரே ஒரு துளி (2004), சில தேவதைகளும் ஒரு தேவகுமாரனும் (2006) ஆகியன திகழ்கின்றன.

மொத்தத்தில், வண்டல் வட்டார எழுத்துக் கூறுகளைத் தன் கதைகளுக்கானத் தேவையளவில் பயன்படுத்தியுள்ளார். முழுமையாக வண்டல் மண்ணையும் மக்களையும் அவர்தம் வாழ்வியல் போராட்டங்களையும் பதிவு செய்தாக வேண்டும் என்ற வேட்கை இவர் தம் படைப்புகளில் வெளிப்படவில்லை. எனினும், இவர் தற்பொழுது கிழக்குவாசல் உதயம் எனும் இதழில் எழுதிவரும் 'சுந்தரவல்லி சொல்லாத கதை' வண்டல் இலக்கியத்துக்கான இவரது நற்கொடையாக அமைந்து வருகிறது என்பது குறிப்பிடத்தக்கது.

வண்டல் மண் வழக்காறுகள் பண்பாட்டு நிலைகளில் நிலைக் கொண்டுள்ள கூறுகள் அனைத்தையும் ஒரு சேர உள்வாங்கித் தன் வயப்படுத்தி தன் அனுபவ ஆற்றலோடு படைப்புகளைப் படைத்துள்ளார். வண்டல் மண்ணில் மக்கள் வழங்கும் வாக்கிய அமைப்புகளுக்குள் உரையாடலுக்குள் நீக்கமற நிறைந்திருக்கும் வழக்குச் சொற்கள் பெரும்பாலும் விரைவு சார்ந்தவையாக அமைகின்றன என்பதை இவரது படைப்புகளில் வழி அறியமுடிகிறது. சான்றாக, அவசர அவசரமாக, சட்டென்று, சடக்குனு, குபீரென்று, சலேலென்று, ஜிலீரென்று, திடீரென்று, படார்னு, விடுவிடுன்னு, சுறுசுறுன்னு போன்ற சொற்கள் வண்டல் வட்டாரத்தில் மட்டுமே மிகுதியாக புழக்கத்தில் இருக்கின்றன என்பதை இவரது படைப்புகளின் வழி உணரலாம்.

பயன்பட்ட நூல்கள்

இமையம், சா. கந்தசாமியின் சிறுகதைகள் காட்டும் சமூக சித்திரம், மணற்கேணி, காலாண்டிதழ், மார்ச் - ஏப். 2011.

ரவீந்திரன், ந. பின் நவீனத்துவமும் அழகியலும், தேசிய கலை இலக்கியப் பேரவை, சவுத் விஷன், சென்னை, மு.ப. பிப். 2001.

ஞானி, மார்க்சியம் தமிழ் இலக்கியமும், மெய்யப்பன் தமிழாய்வகம், சிதம்பரம், மு.ப. டிசம்பர் 2001.

மதிவாணன். பா., சேரன். உ., (பதி.ஆ), இருபதாம் நூற்றாண்டு உலகத் தமிழ் இலக்கிய வரலாறு, காலச்சுவடு அறக்கட்டளை, நாகர்கோவில், மு.ப. ஆகஸ்ட் 2005.

ஜவகர். க., தமிழ் இலக்கியமும் திணையியலும், காவ்யா, 2010.

படைப்பாளர் குரல்

1. நானும் என் படைப்புகளும்

-சோலை சுந்தரபெருமாள்

சங்ககாலம் தொடங்கி இன்றைய நவீன இலக்கிய கால நெடுகிலும் தமிழுக்கு குறிப்பிடத்தக்கப் பங்களிப்பைச் செய்துள்ள படைப்பாளிகளை காவிரி வண்டல் மண்பெற்றுள்ளது. இவர்கள் எல்லோரும் வண்டல் மண்ணின் மக்கள் வாழ்நிலை, அவர்கள் மொழி, பண்பாட்டு அம்சங்கள், வாழ்வியல் போராட்டங்கள் அனைத்தையும் உள்வாங்கி படைப்பினுள் இறக்கினார்கள் என்ற முடிவுக்கு நாம் வந்து விட முடியாது. அப்படி எதுவும் சொல்லிக் கொள்ளும் அளவில் நடந்து விடவில்லை.

வான்பொய்ப்பினும் தான் பொய்யா வற்றா வளமுடைய காவிரி நீரை, காலால் மடைதிறந்து விட்டு பாய்ச்சி, வேளாண்மை செய்த காலங்களில் இவ்வண்டல் மண் வளம் கொழித்திருந்தது. இவ்வண்டல் வளத்தினை எல்லாம் சுரண்டிக் கொழுத்தது யார் யார்? அவர்களில் வண்டல் நிலமக்கள் எத்தனை விழுக் காட்டினர்?

நிலவுடைமை என்பது குறிப்பிட்ட சிலரின் கையில் மட்டுமே இருந்தது. இவர்கள் சமூகத்தில் உயர்சாதியினராக இருந்தனர். பெரும்பாலும், வேதிய வைதீகர்களின் நிலஉடைமையாகவே இருந்தது. இவர்கள் அனைவரும் இந்திய நில உடைமைக்குரிய குணாம்சங்களை முழுமையாகக் கொண்டிருந்தனர். மனுசாத்திரம், அர்த்தசாத்திரம் போன்ற வைதீக சட்டங்களை சமூகத்தில் நடைமுறைப்படுத்தி வைத்திருந்தனர். புரோகிதர்களும் ஜோதிடர்களும் மக்களை வைதீகத்திற்குள் இறுக்கி வைத்து பாதுகாத்திருந்தனர். பொழுதுக்கும் கடுமையான உழைப்புக்கு உள்ளாகியிருந்த உழுதுண்பவர்களும் பண்ணை அடிமைகளாக இருந்தவர்களும் ஒடுக்கு முறைக்கு உள்ளாக்கப்பட்டார்கள்.

பண்ணை அடிமை மக்கள். கிராமப்புற உழைக்கும் வர்க்கமாகவே இருந்தார்கள். இவர்கள் வர்ண முரண்பாட்டுக்குள் தள்ளப்பட்டு பஞ்சமர்களாகவும் ஆக்கப்பட்டார்கள். மேலை நாடுகளில் இருந்த அடிமைச் சமூகத்தினைப் போல இல்லாமல் இந்தியாவிற்கே உரிய பண்ணை அடிமைச் சமூகமாக உழன்று கிடந்தார்கள். கல்வி முற்றிலுமாக மறுக்கப்பட்டு இருந்தது. இப்படியான பண்ணை அடிமைகள், சாதி உள்ளடுக்குகளுக்கு ஏற்பவே அடிமைச் சேவகம் செய்ய வேண்டியிருந்தது இதன் புறத்தோற்றம். உட்சாதி அடுக்குகளாகத் தெரியாமல் வைக்கப் பட்டு இருந்தது.

இவ்வர்க்கத்தினரே முதலாளித்துவ சமூகம் உருவான காலகட்டத்தில் அவர்கள் மீது சுமத்தப்பட்டு இருந்த அடிமைத்தனங்களுக்கு எதிராக போராடும் மனநிலைக்கு உந்தப்பட்டார்கள். அவர்கள் நடத்தியப் போராட்டமும் வெற்றி பெற்றது இன்னமும் அப்படியானப் போராட்டங்கள் தேவை யாகவும் இருக்கின்றன. இது தான் பண்பாட்டு வளர்ச்சியில் நிகழக்கூடிய வரலாற்று விதியாக இருக்கிறது.

'அம்மையப்பன் குழிக்கரை அம்புட்டுக்கிட்டு முழிக்கிற என்று என் பள்ளித் தோழர்கள். என்னை நமட்டுவது உண்டு நான் பிறந்திருக்கும் காவனூர் கிராமம். அந்த இரண்டு ஊர்களுக்கு நடுவில் தான் இருக்கிறது. இவ்விடத்தில் வாழ்பவர்கள். பெரும்பாலும் வேளாண்தொழிலாளிகளாக இருந்தார்கள். அவர்களோடு நானும் வாழ்ந்துகொண்டு இருந்தேன். பள்ளிபடிப்பு காலத்திலேயே உழவுப் பணியில் ஈடுபட வேண்டி யிருந்தது அதுதான். என் எதிர்கால வாழ்க்கையாக அமையப் போகிறது என்ற முடிவோடு வாழ்ந்த காலம் அது.

அக்காலத்தில் தான் தீவிர வாசிப்புக்கு உந்தப்பட்டேன். என் வாசிப்பு - நாவல், சிறுகதை என்று வசீகரப்பட்டுப்போனது. ஒவ்வொன்றையும் படித்து முடித்ததும் சோகம் அப்பிக்கொள்ளும். நானும் கிராமப்புற உழைப்பாளி வர்க்கத்தைச் சேர்ந்தவன் என்னுடைய முகத்தையும் என்னைப் போன்ற கிராம மக்களுடைய முகத்தையும் நான் வாசித்தப் படைப்புகளில் காண முடியவில்லை. இது குறித்து என் நண்பர்களோடு பலகாலும் விவாதித்திருக்கிறேன்.

"நம் சமகாலப் படைப்பாளிகளின் படைப்புகள் போல் அல்லாமல், நம் மண்ணில் வாழும் மக்களை அடையாளம் கண்டுகொள்ளும்படியான படைப்புகளை, நீ தான் படைக்க முடியும்" என்று என்னை ஊக்கப்படுத்தினார்கள். இவர்களுடைய விருப்பமே சரியானது என்று எனக்குப் பட்டது. இயல்பாகவே படைப்பூக்கம் என் ஆழ்மனத்துள் கிடந்து உசுப்பிக் கொண்டிருந்தது.

அந்த நேரம் தான் 'கலைமகள் இலக்கிய இதழ் குறுநாவல் போட்டி ஒன்றை அறிவித்திருந்தது. இந்தப் போட்டியில் நான் கலந்து கொள்ளுவது என்று முடிவெடுத்தேன். நம்முகம் போன்ற மனிதர்களின் வண்டல் நில மக்களின் வாழ்வியலை முதன்மைப் படுத்தும் குறுநாவலை எழுதுவது என்ற சிந்தனையில் இருந்தேன்.

வேளாண் தொழிலில் பண்ணை அடிமைகளாகவும் கூலித் தொழிலாளிகளாகவும் இருக்கும் மக்களில் - பெண்களின் 'இடம்' என்பது மிகவும் பரிதாபத்துக்குரியதாக இருந்தது. அனைத்து விவசாயத் தொழிலாளிகளும் ஒவ்வொரு அமாவாசை நாளிலும் பணிமேற்கொள்வதில்லை. அன்றைய நாளில் அவர்கள் வாழிடத்தை ஒட்டி இருக்கும் புளியன் மரத்தடியில் கூடுவார்கள். தங்கள் சமூகத்தில் ஏற்படும் சிடுக்குகளையும் குடும்ப உறவில் வரும் பிரச்சனைகளையும் பொதுவெளியில் தங்களுக்கு உண்டான உரிமைகளை எப்படிக் கேட்டுப் பெறுவது என்பது போன்ற பிரச்சனைகளை அவர்களுக்குள்ளேயே பேசி முடிவெடுத்துக் கொள்ளுவார்கள். இந்தக் கூட்டத்தில் பெண்களும் இடம் பெறுவார்கள்.

குடும்பத்தில் ஏற்படும் சிக்கல்களைத் தீர்த்துக் கொள்ள விருப்பம் உள்ளவர்கள் அந்தக் கூட்டத்தில் மனு ஒன்றை எழுதிக் கொடுக்க வேண்டும். அதனைக் கொண்டு சிக்கலை பேசி தீர்த்து வைப்பார்கள். இப்படியான போக்கில் ஒருபெண், 'கணவனால் தான்வஞ்சிக்கப்படுவதாகவும் அடுத்த பெண் ஒருத்தி தன் குடும்பத்தில் தலையீடு செய்வதாகவும் இதனால் தன்னுடைய வாழ்க்கையும் குழந்தையின் எதிர்காலமும் கேள்விக்குறியாக இருக்கிறது" என்று மனு கொடுத்திருக்கிறாள்.

அந்த மனுவை அவர்களுக்குள் விசாரித்திருக்கிறார்கள். “அவன் ஆம்பள. அப்படி இப்படி இருக்கிறது தான். இதை பெரிசுப்படுத்தினா குடும்பத்துக்குள்ள தீர்க்க முடியாதப் பிரச்சனைக்கு உள்ளாகிடும். பொம்பள நீ தான் எல்லாத்தையும் பொறுத்துக்கிட்டு இருக்கணும். ஆம்பளையோட கூடமாட நின்னு உழைச்சி பறிச்சி வர்ற சம்பாத்தியத்தில குடும்பத்தை ஓட்டுனாத்தான் குடும்பம் உருப்படும்.” என்று சொல்லி அவளை சமாதானப்படுத்தியிருந்தார்கள். பஞ்சாயத்தாரின் இந்த முடிவை அந்தப் பெண்ணால் மீற முடியாமல் கொஞ்ச காலம் அவனோடு வாழ்ந்துப் பார்த்தாள். முடியவில்லை. ஒரு நாள் தற்கொலை செய்து கொண்டு இறந்துபோனாள்.

இந்த நிகழ்வு என் மனதில் ஆழப்பதிந்திருந்தது. ஆணே குடும்பத்தின் தலைவனாக இருப்பதால் பெண் என்பவள் அவன் செய்யும் செயல் அனைத்தையும் பொறுத்துக் கொள்ளத்தான் வேண்டும். இந்த ஆணாதிக்கச் சமூக அராஜகத்தை என் மனம் ஏற்றுக்கொள்ளவில்லை. இப்படியான ஆணாதிக்கத்தினை பெண்ணானவள் எதிர்த்துப் போராட வேண்டும் என்று என் மனசு உந்துத்தள்ளியது.

இதனை உள்ளடக்கமாகக் கொண்டு இச்சமூக சூழலோடுப் பொருத்தி உழைக்கும் மக்கள் வாழ்வியலோடு அவர்கள் பேசிப்புழங்கும் மொழியில் குறுநாவலாக எழுதினேன். போட்டி யில் கலந்து கொண்ட இந்தக் குறுநாவல் இரண்டாம் பரிசினைப் பெற்றது. இந்தக் குறுநாவல் நல்ல உள்ளடக்கத்தினைப் பெற்று இருந்தாலும், கொச்சை மொழியில் எழுதப்பட்டு இருக்கிறது என்று கடுமையான விமர்சனத்தைப் பெற்றது. மக்கள் மொழி கொச்சையானது என்று சொல்லுவதை நான் ஏற்கவில்லை முற்றிலும் மறுதளித்தேன். அசலான தமிழ்மொழி இன்றைக்கும் கிராம மக்களிடம் தான் புழக்கத்தில் இருக்கிறது என்பதை அவர்களுக்கு தெளிவு படுத்தியிருந்தேன்.

வேளாண் மக்கள் வாழ்க்கையினை மையம் கொண்டு அவர்களின் வாழ்வியல் பண்பாட்டு அம்சங்களோடு, அவர் களின் போராட்ட வாழ்க்கையை அவர்களிடம் புழங்கும் மொழியிலேயே படைப்பாக்க வேண்டும் என்று என் மனசு

மெய்யம் கொண்டு உந்தித்தள்ளியது. அப்போதெல்லாம் சிறுகதை களாக எழுதினேன். 'தலைமுறைகள்' என்னும் முதல் சிறுகதைப் படைப்பினை 'தாமரை வெளியிட்டது. என்னுடைய பெரும்பாலான சிறுகதைகள் தாமரை, புதியபார்வை, கணையாழி, செம்மலர் போன்ற இதழ்களிலேயே வெளிவந்தன.

"புனைவின் சக்தி என்பது புனைவு பேசப்படும் மொழியில் தான் முதன்மையாக நிற்கிறது பேசப்படும் நிலம். சூழல், பண்பாட்டு விழுமியங்கள், வட்டாரமொழி ஆகிய பல கூறுகள் தாம் புனைவின் காத்திரத்தைக் காட்டும். இவ்வகையில் சோலை பயன்படுத்தும் 'வண்டல்மொழி' வேறு எந்தப் படைப்பாளிக்கும் கிடைக்காத அரிய வளமாக இருக்கிறது. வாசகன் வண்டல் மொழிக்குள் பயணம் செய்யும் போது வண்டல் வாழ்க்கையின் தரிசனம் கிடைக்கிறது. வண்டல் மண்ணின் மணம் மேலெழும்புகிறது. வண்டல் சேறாக மாறும் போது அதற்குள் காலைவிட்டு மாட்டிக் கொண்ட வாசகன் அந்த சேற்றுள் புதையும் மனநிலை பெறுகிறான். இதுவே சோலையின் கொடையாக இருக்கிறது. சிறுகதைப் படைப்பின் வழி சோலை முன்னிறுத்தும் பல்வேறு மனித உறவுகளைப் பின்வரும் வகையில் புரிந்து கொள்ள இயலும்.

* கீழத்தஞ்சை என்று அழைக்கப்பெறும் வண்டல் நிலப் பகுதியில் வாழும் சிறு விவசாயிகள், கூலி விவசாயிகள் அந்தப் பகுதியில் புதியதாக ஏற்பட்டு வரும் மாற்றங்களை எவ்வகையில் எதிர்கொள்கிறார்கள்? குறிப்பாக அவர்களின் மனித உறவுகளில் ஏற்படும் விரிசல்கள் எவ்வாறெல்லாம் செயல்படுகின்றன? என்பது குறித்தப் பதிவுகள், புனைவுகள் வெளிப்படுத்தும் முறைகள்.

* நிலத்தோடு மட்டும் வாழ்ந்தவர்கள். அந்த நிலஉறவை விட்டுவிட்டு வெவ்வேறு வகையான வாழ்தல் நிலைக்குத் தள்ளப்படுவது குறித்தப் பதிவுகளைப் புனைவுகள் கொண்டிருக்கும் தன்மை.

* சமூக விழுமியங்கள் என்று கருதப்பட்டவை இன்றைய சூழலில் மதிப்பிழந்து அவை வெறும் பண்டங்களாக வெளிப்படும் தன்மைகள்.

* பெண் உணர்வுகள், திருமண நலம் பெற இயலாத பெண்கள், பெண் குழந்தைகள் சமூகத்தில் நடத்தப்படும் முறைகள் சார்ந்து, பல்வேறு பெண் நிலைப்பட்ட பதிவுகள்.

* சாதாரண மனிதர்களிடம் அவ்வித மரபுகள் எவ்வகையில் உள்வாங்கப்படுகிறது? அதன் மூலம் ஆதிக்கச் சாதி மரபுகள் நடைமுறைக்கு கொண்டு வரப்படும் அவலம்.

* நவீன மாற்றங்களால் குடும்பம் உடைபடும் முறைமைகள் அவை மரபார்ந்த நம்பிக்கை மூலம் மீண்டும் கட்டப்படும் பாங்குகள்.

* விளைநிலங்கள் எவ்வாறு தொழிற்சாலை சார்ந்த உற்பத்தி நிலங்களாக மாற்றம் பெறுகின்றன. அதனை விவசாயிகள் எவ்வாறு எதிர்கொள்கிறார்கள்? என்பது குறித்த உரையாடல்கள்.

மேலே குறித்த பல்வேறு சமூகச் செயல்பாடுகளை சோலை புனைவுகளாகக் கட்டமைத்துள்ளார். என் பேராசிரியர் வீ. அரசு அவர்கள் என்னுடையச் சிறுகதைகளை ஒட்டுமொத்த மதிப்பீடு செய்துள்ளார். உள்ளடக்கம், வடிவம், செய்நேர்த்திக் குறித்தெல்லாம் அவரால் சொல்லப்பட்டவை. இவை எல்லாமே என் படைப்பு மனதுக்குள் அடங்கி இயக்கம் கொண்டு ரசவாதத்தை ஏற்படுத்தி படைப்பாக வெளிப்பட்டவையே என்பதை நான் உறுதியாகச் சொல்ல முடியும்.

காவிரிக்கரை வண்டல் மண்ணில் நில உடைமையாளர்களாக இருந்த பெரும்பாலோர் வேதிய வைதீகத்தைச் சேர்ந்தவர்களாகவே இருந்தார்கள் என்று முன்னேப் பார்த்தோம். இந்த நில உடைமையாளர்கள். சமூகத்தில் உள்ள சாதி அடுக்குகளில் கலப்பு ஏற்பட்டு விடாமல் நுட்பமாக கால் காத்துக் கொள்ள முடிந்தது.

இதனால் நிலஉடைமைச் சமூகம், பெரும் தொகையான உழைப்பாளி மக்களின் உழைப்பைச் சுரண்டி உண்டு களித்தது. இந்த உடைமைச் சமூகத்தினர் (உழுவித்து உண்பவர்கள்) மகிழ்ந்து கிளர்ச்சி அடையவே இம்மண்ணின் இலக்கியவாதிகள் இலக்கியங் களை படைத்தனர். இப்படிப் படைத்ததோடு விட்டு விடவில்லை.

'கலை கலைக்காகவே' என்ற கோஷத்தையும் முன்வைத்தார்கள் தமிழ்ச்சூழலில் இப்படியான நவீன இலக்கியவாதிகளில் இருந்து மாறுபட்ட படைப்புகளை முன்வைத்தவர்களும் உண்டு.

இவர்களும் முழுமையாக வண்டல் மண்ணில் உழுதுண்டு வாழ்ந்தவர்களையோ பண்ணை அடிமைகளாக வாழ்ந்தவர்களையோ முதன்மைப்படுத்தவில்லை. அவர்களின் வாழ்வில் படைப்பாளர்களில் பெரும்பாலானவர்கள் பிராமணச் சமூகத்தைச் சார்ந்தவர்களாக இருந்தார்கள். பிற சமூகத்தைச் சார்ந்த படைப்பாளர்கள் சிலரும் அவர்களைப் பின்பற்றியே படைப்புகளைச் செய்தார்கள்.

இவர்கள் ஆதிசங்கரனின் மாயாவாதத் தத்துவத்தில் நெகிழ்ந்தவர்களாகவும், ஒருமைத்துவவாதிகளாகவும் முதலாளித்துவச் சமூகத்தின் பிரதிநிதிகளாகவும் வளர்ந்திருந்தார்கள். அவர்களின் தத்துவத்தைப் படைப்புகளுக்குள் நெகிழ்ச்சி அடையச் செய்து மகிழ்ந்து கிடந்தார்கள். இவர்களின் படைப்புகள் வெளிப்படும் வாழ்முறையையும் பண்பாட்டு அம்சங்களையுமே காட்டி, 'இது தான் கீழத்தஞ்சை வாழ்வேளாண் மக்களின் வாழ்க்கை, பண்பாடு, மொழி' என்று இலக்கிய உலகத்தை நம்ப வைத்திருந்தார்கள்.

வேளாண் மக்களின் வாழ்முறையையும் அவர்கள் கை கொண்டு இருந்த பண்பாட்டு அம்சங்களையும் அவர்களின் வாழ்வை வேளாண்பொருளாதாரம் எவ்வாறெல்லாம் சிதைத்துக் கொண்டு இருக்கின்றன, அவர்களது ஆதிக்கம் பெண்களை எவ்வாறு வீட்டிற்குள்ளேயே அடைத்து வைத்திருக்கிறது. இம்மக்களிடையே வழக்கில் புழங்கும் மொழியைக் கொண்டே படைப்பினை இழையோடச் செய்து ஒரு நாவலை படைத்திட வேண்டும் என்று என் மனம் படைப்பெழுச்சியை கிளர்ந்தெழச் செய்தது. அதன் வெளிப்பாடு தான் 'நஞ்சை மனிதர்கள்.'

இந்த நாவல் வெளிவந்த காலத்தில் (1998) '...மருதநில வாழ்க்கையை முதன்மைப்படுத்தும் முதல் நாவல் இந்த 'நஞ்சை மனிதர்கள்' என்று சொல்லுவது மிகையாகாது. கடந்த கால நஞ்சை மனிதர்களை அடையாளம் கண்டு கொள்ள இவ்வகையான நாவல்களைத்தான் இனி தேடிப்பிடித்துப் படிக்க

வேண்டும். பழைய பழக்கவழக்கங்கள் அருகிவரும் இக்காலத்தில், அக்கால வேளாண் தொழில் முறைமைகள், பண்பாட்டு அமசங்களை தெரிந்து கொள்ள வேறு வழியில்லை என்று இலக்கிய இதழ்கள் பேசின.

ஒருங்கிணைந்த தஞ்சை மாவட்டத்தில் பண்ணை அடிமைமுறை படிப்படியாக ஒழிந்து போய் உழைப்புக்கு ஏற்ற ஊதியம் என்ற குரலை வேளாண் தொழிலில் இருந்த தொழிலாளிகளிடையே மேலோங்கி இருந்தது அந்த நேரம் (1968). அறுவடையின் போது அரைப்படி நெல் கூலி உயர்வு கேட்டு போராடிய அந்தப் போராட்டத்தில் குடிசைக்குள் 44 பேரை வைத்து உயிரோடு எரிக்கப்பட்ட சம்பவம் கீழவெண்மணியில் நடந்தேறியது.

அப்படி எரிக்கப்பட்டவர்களை மருத்துவச் சோதனைக்கு உட்படுத்த என்று எரியூட்டப்பட்ட கரிக்கட்டையான மனிதர்களை, அன்றைய காவல்துறையினர் சுமையேற்றிப் போகும் மாட்டுவண்டியில் ஏற்றிக்கொண்டு நாகப்பட்டினம் மருத்துவமனைக்கு கொண்டு வந்தார்கள். நான், என் அப்பாவோடு உறவுக்காரர் வீட்டுக்கு போய் திரும்பி பேருந்தில் வந்து கொண்டு இருந்தேன். வரும் வழியில் பேருந்தில் இருந்தபடியே வண்டியில் ஏற்றிக் கொண்டு வந்த கரிக்கட்டையான மனிதர்களைப் பார்த்தேன். பதறி நடுங்கிப் போய்விட்டேன். அப்போது எனக்கு வயது பனிரெண்டு தான் இருக்கும்.

அந்த கொடிய கோரசம்பவத்தைப் பற்றிய பேச்சாகவே மக்களிடம் இருந்தது. நீண்ட நாட்கள் வரையிலும் அந்த பரிதாபத்துக்குரிய மனிதர்களுக்காக 'ச்சுச்சு' என்று கொட்டிக் கொண்டவர்களோடு நானும் வாழ்ந்து தான் வந்தேன்.

தீவிர இலக்கியப் படைப்புகளை வாசிப்புக்கு உள்ளாகி இருந்த நேரம் எழுத்தாளர் இந்திராபார்த்தசாரதி எழுதிய குருதிப்புனல் என்ற நாவலை நான் வாசிக்கத் தொடங்கினேன். அப்போதே, கீழத்தஞ்சையில் விவசாயத் தொழிலாளிகள் நடத்திய கூலி உயர்வு போராட்டத்தின் போது கீழவெண்மணி என்னும் சின்னக்கிராமத்தில் குடிசைக்குள் வைத்து 44 பேரை உயிரோடு எரிக்கப்பட்ட சம்பவத்தை உள்ளடக்கமாகக் கொண்ட நாவல்

என்று புரிந்துகொள்ள முடிந்தது.

அந்தக் குருதிப்புனல் நாவலைப் படிக்கப்படிக்க என் மனதில் சுமை ஏறிக் கொண்டது வேதனை நெறிக்க ஆரம்பித்திருந்தது. கீழத்தஞ்சையில் கிட்டத்தட்ட அரைநூற்றாண்டு காலம் நடந்த வர்க்கப் போராட்டத்தைத் திசைத்திருப்பி ப்ராயிடிசக் கோட்பாட்டின் படி நாவலை முடித்திருந்தார்.

அந்த நாவலுக்கான மாற்றை - உண்மையான மக்கள் வரலாற்றை நாம் தான் படைக்க வேண்டும் என்று முடிவு செய்தேன். உழைக்கும் மக்களின் போராட்ட வாழ்வை அம்மக்களின் பண்பாட்டு அமசங்களோடு நாவலை எழுதினேன் 'செந்நெல்' என்று பெயர் சூட்டினேன்.

'தமிழக வரலாற்றில் ஒடுக்கப்பட்டுக் கிடந்த மக்கள் மீது நடத்தப்பட்ட தாக்குதல் கொலைவெறிக்கு, உள்ளும் புறமுமாக இருந்த அரசியலையும் அம்மக்களின் அசலானப் போராட்ட வாழ்வையும் 'செந்நெல்' (1999) நாவலாக கலையழகுடன் ரத்தமும் சதையுமாக படைப்பாக்கம் கொண்டுள்ளது. இந்த நாவல் தமிழ் இலக்கிய வரலாற்றில் நிராகரிக்க முடியாத இடத்தில் இடம் பெற்றுள்ளது" என்று இலக்கியவாதிகளாலும் வாசகர்களாலும் அடையாளப்படுத்தப்பட்டது.

தமிழக அரசின் பரிசு உள்பட பல இலக்கிய அமைப்புகளின் பரிசினையும் பாராட்டினையும் பெற்றது. தமிழ்நாட்டில் உள்ள பெரும்பாலான பல்கலைக்கழகங்களிலும் தன்னாட்சிக் கல்லூரி களிலும் பாடநூலாக இன்றைய நாள்வரையிலும் வைக்கப்பட்டு இருக்கிறது. இந்த செந்நெல் நாவல் 2008 வரையிலும் பத்து பதிப்புகளை கண்டடைந்திருக்கிறது.

புதிய பொருளாதாரக்கொள்கை நடைமுறைக்கு கொண்டு வந்ததின் அடிப்படையில் மத்திய அரசும் மாநில அரசும், இயக்கம் கொண்டதால் இந்த அவலம் நேர்வதை எம் மக்கள் தவிர்த்துக் கொள்ள முடியாதபடி ஆக்கி விட்டது. கூடவே, இவ்வண்டல் மண்ணுக்கு உயிராக அமைந்திருந்த காவிரி நீரின் வரத்திலும் சுருக்கு விழுந்து விட்டது.

இதில் தலையீடு செய்ய வேண்டிய மத்திய அரசு, தனக்குச் சாதகமாக இல்லாத மாநிலத்துக்கு எதிராக அரசியல் ரீதியாகவும் பொருளாதார ரீதியாகவும் நெருக்கடி கொடுத்துக் கொண்டு இருக்கிறது. தனக்குச் சாதகமாக இருக்கும் மாநிலத்தோடு மறைமுகமாகக் கூட்டு வைத்துக் கொண்டு, நடத்தும் ஆதிக்க அரசியலின் விளைவாகத் தமிழ்நாட்டுக்கு காவிரி நீர் கிட்டாமல் வறட்சிக்கு உட்பட்டுக் கிடக்கிறது.

வண்டல் மண், பழமையான வளத்தை முற்றிலுமாக இழந்து அரை நூற்றாண்டு ஆகப் போகிறது. வறட்சியைத் தாக்குப் பிடித்துக் கொண்டு இருக்கும் எஞ்சிய வெள்ளாமைக்காரன், அன்றைக்குக் காலால் மடை திறந்து, வளம் பெருக்கியவன் இன்றைக்குத் தலைகீழாக நின்று பார்த்தாலும் தண்ணீர் பாய்ச்சிட முடியவில்லை. வயல்களில் இறங்கி வேலை செய்யும் ஆட்களின் பற்றாக்குறையை எதிர்கொண்டும் போராட வேண்டியிருக்கிறது. வானம் பார்த்து வெள்ளாமை செய்து விளைவித்த மகசூலையும் தனக்குக் கட்டுப்படியாகிற விலைக்கு விலையாட முடியவில்லை.

விவசாயி, தலை நிமிரும்படியான விலை கொடுத்தால் விவசாயத் தொழிலாளிகளும் மற்றத் தொழிலாளிகளும் வாங்கும் விவசாயப் பண்டங்களின் விலை அதிகரித்து விடும் என்றும் விவசாயி, விவசாயத் தொழிலாளி, மற்றத் தொழிலாளிகளின் ஒற்றுமை உருவாகிவிடாமல் தடுப்பதற்கான முயற்சியை அரசும், ஊடகங்களும், முதலாளித்துவ அரசியல் கட்சிகளும் தொடர்ந்து செய்து கொண்டு இருக்கின்றன. அரசின் தவறான பொருளாதாரக் கொள்கையின் விளைவாக பணவீக்கம் ஏற்பட்டு விலைவாசி உயர்ந்து விடுகிறது என்ற உண்மை. மக்கள் கவனத்திற்குச் செல்லாமல் மறைக்கப்பட்டு இருக்கிறது. இதனால் பொருளாதார, அரசியல் மறுமலர்ச்சி ஏற்படாமல் போய் விடுகிறது.

விவசாயிகள் நாளுக்கு நாள் விளிம்பு நிலைக்கு தள்ளப்பட்டு கிடக்க வேண்டிய நெருக்கடிக்கு ஆளாகிக் கிடக்கிறார்கள். அவர்கள் பட்டக் கடனை, திருப்பிச் செலுத்த முடியாமல் மானத்தைக் காப்பாற்றிக் கொள்வதாக நினைத்து தற்கொலைக்கு உள்ளாகிறார்கள். இவர்களைப் பற்றிய கணக்கு உண்டா?

இப்படியான போக்குகள் என் படைப்பு மனசுக்குள் களமைத்துக் கொடுத்தது. நாகரிக வாழ்க்கையை தொடங்கியிருக்கும் மக்கள். வறட்சிக்குள் சிக்கிப் போனவர்கள். மீண்டும் பழைய உணவு பண்பாட்டு வாழ்க்கை முறைக்கே திரும்பிப் போக வேண்டிய நெருக்கடிக்கு வறட்சி உந்தித் தள்ளியது. மக்கள் எலிக்கறியையும் கிழங்குகளையும், கீரைவகைகளையும் உயிர் வாழ்வுக்குத் தின்ன வேண்டியிருந்தது. மாநிலத்தை ஆண்டவர்கள். "இந்த உணவுகள் உடல்நலத்தை காக்கும்" (2002) என்று ஆட்சி மன்றத்திலேயே பேசினார்கள். இந்தச் சூழலை மையமாகக் கொண்டு தான் 'பெருந்திணை' என்ற நாவலை எழுதினேன்.

சாதிச் சமூகமும், பண்ணை அடிமைச் சமூகமும் இணைந்து அவற்றின் மேல்கட்டுமானமாக மதமும், அரசியலும் உருவாக்கிக் கொண்டன. உருவாகிய மதமும், அரசியலும் பெரும்பான்மையான உழைக்கும் மக்களை தீண்டாமை என்னும் ஒடுக்கு முறைக்கே தள்ளியது தீண்டாமைக்குள் அடக்கப் பட்டவர்கள் வர்ணத்திற்குள் அடக்கப்படாமல் வெளியே பஞ் சமர்களாக நிறுத்தப்பட்டு இருந்தார்கள் அவர்கள். இந்த சூழலில் இருந்து தங்களை விடுவித்துக் கொள்ளவே முடியாமல் தான் இருக்க நேரிட்டது.

இந்த நிலையில் தான் திணைச் சமூகத்துக்கும் பண்ணையடிமைச் சமூகத்துக்கும் இடையே ஓர் இணக்கத் தன்மை ஏற்படுத்தும் முகமாக சைவ, வைணவ மதங்கள் இம்மண்ணில் தோன்றிச் செல்வாக்குப் பெறத் தொடங்கியிருந்தன.

பஞ்சமர்கள் சைவ வைணவ மதங்களுக்குள் அடக்கப்பட்டு இருந்தாலும் மற்ற நால்வகை வர்ணத்தவர்களுக்கு இருந்த பல உரிமை மறுக்கப்பட்டு ஒதுக்கியே வைக்கப்பட்டு இருந்தனர். மதத்தைப் பாதுகாக்கும் கடவுளர்களை, மதத்திற்குள் அடக்கப் பட்டவர்கள் அல்லது அவர்களே மதத்தினுள் இணைந்து கொண்டுள்ளவர்கள் தங்கள் தங்கள் மதத்தின் கடவுளர்கள் தான். தங்களைக் காப்பதாக கருதி வழிபாடு நடத்திக் கொண்டு இருந்தார்கள். பஞ்சமர்களுக்கு மட்டும் அவர்களை அடக்கி வைத்திருந்த மதத்தின் கடவுளர்களிடம் நெருங்கி நின்று வழிபடும் உரிமை அளிக்கப்படவில்லை. வளர்ச்சி அடைந்த

நிலவுடைமைச் சமூக வர்ணக்கட்டுமானம் அப்படியாகத் தான் வைத்திருந்தது.

சைவ மத்தின் நாயன்மார்கள் அறுபத்துமூன்று பேரில் ஒருவரானவர் நந்தனார் என்று அழைக்கப்படும் நந்தன் சைவத் தொண்டராக வைக்கப்பட்டுள்ளார். வர்ண சமூகம். இவர் பிறந்திருந்த சமூகத்தை நால்வகை வர்ண சமூகத்திற்குள் வைக்காமல் பஞ்சமன் என்று வெளியே நிறுத்தியிருந்தது. இப்படி தாழ்த்தப்பட்டவர்களுக்கு, நிலவுடமைச் சமூகத்தின் சட்டத்திட்டங்களான ஆகமத்திற்குள் அடக்கப்பட்டு பெரும் தெய்வங்களாக இருந்த சிவன், திருமால் போன்றவர்களை வழிபாடு செய்யும் உரிமை வழங்கப்படவில்லை. இந்த நந்தனும், இவரைப் போன்ற தாழ்த்துப்பட்டச் சாதியைச் சேர்ந்தவர்களுக்கும் வழிபாடு செய்ய என்று வீரன், காட்டேரி, காத்தவராயன், மாரியம்மன், காளியம்மன் போன்ற சிறுதெய்வங்களை ஒதுக்கி வைத்திருந்தனர். இதனையே வர்ண தர்மக் கோட்பாடு அனுமதித்திருக்கிறது.

ஆதனூர் அய்யன் பண்ணையில் பறைசாதில் பொறந்த நந்தன்னு ஒருத்தன் பண்ணைஅடிமை ஆளா இருந்தான். அவன் சதாகாலமும் தில்லை நடராச பெருமானை (சிவபெருமானை) நினைச்சி சிவசிவன்னு சொல்லி, அழுது புரண்டானாம். சிவபெருமான் கையைப் பிசைஞ்சிக்கிட்டு, 'அப்படியா? நீ என்னோட சன்னதிக்கு வர அந்த ஆதனூர் பிரமதேச பாப்பான் தானே குறுக்க நிக்கிறான். அவன் கிட்ட நான் நேர பேச முடியாது. நீ ஒன்னு செய்யி நான் சொன்னதா அக்கினி பகவான்கிட்ட முறையீடு செஞ்சிக்க. அக்கினி சொன்னா அந்த பாப்பான் உனக்கு அனுமதிக் கொடுப்பான்... என்று சொன்னதா ஒரு நாட்டுப்புற கதை. தொடக்கம் பெற்று இருக்கிறது. (நாட்டுப்புறக் கதைகள் - பாவை வெளியீடு - சோலைசுந்தரபெருமாள்)

நந்தன் சிவபக்தியால் சோதனைகளை வென்று முதலில் திருப்பங்கூர் சென்று சிவனைத்தரிசிக்க வெளியிலேயே நிற்கிறார். நந்தி மறைக்கிறது. இந்த மறைப்பு என்பது எதிர்ப்பைக் காட்டுகிறது. பின்பு நந்தி தலையைத் திருப்பி விலகியதால் சிவனை நந்தன் வெளியில் இருந்து வழிபட்டதாக காணமுடிகிறது. இந்த நந்திவிலகல் என்பது வேளாளர்கள் நந்தனுக்கு ஏற்படுத்தித் தரும்

ஆதரவைக் குறிக்கிறது. (தில்லையம்பலமாகிய சிதம்பரம் போய் நந்தன் சோதியில் கலந்து விடுவதாகப் புராணம் கூறுகிறது) பிறகு நந்தனுக்கு ஆதரவு விரியும் போது பார்ப்பனர்கள் தந்திரமாக நந்தனுக்கு சிவதரிசனம் காட்டுவதாக வலைவிரித்து தில்லையில் எரியூட்டீக் கொன்று 'சோதி'யில் கலத்தல் என்னும் 'சதி'யை நிறைவேற்றுகிறார்கள்.

சமகால வரலாற்று புனைவுகளும் வரலாற்றுக்காலப் புனைவுகளும் மனித சமூகத்தை ஊக்கப்படுத்தி வாழ்வியலை கட்டமைத்துக் கொள்ளும் உந்து சக்தியாக அமைந்து விடும். இப்படியான படைப்புகள் மனித மாண்பையும், ஜனநாயகத் தையும் வளர்த்து எடுக்கும் என்பதை மானிட சமூக வரலாற்று ஆய்வுகள் தெளிவுபடுத்தியிருக்கின்றன. இதன் அடிப்படையில் தான் நந்தன் என்ற தொன்மத்தை மரக்கால் என்னும் நாவலைப் படைப்பாக்கியிருக்கிறேன். களப்பிரர் ஆட்சிக் காலத்தின் கடைசிப் பகுதியே நந்தனின் காலமாகக் கொள்ள இடம் இருக்கிறது. அதன் அடிப்படையில் தான் நாவலில் சொல்லப்பட்டு இருக்கிற காஞ்சிபுர ராஜாங்கத்தைப் பிரதானப்படுத்தியிருக்கிறேன்.

வடக்கிருந்து வந்த சமண, பௌத்த மதங்கள் வளர்ந்து இந்த தமிழ்மண்ணில் வலுவான அமைப்புகளாக உருமாறின. பெருவாரியான உழைக்கும் வேளாண் மக்களின் ஆதரவோடும் ஆட்சி அதிகாரத்தில் இருந்தன. என்றாலும், காலப்போக்கில் இம்மதங்களுக்குள் வைதீகப்பண்புகள் வளர்ந்தோங்கி நிலவுடைமைச் சமூகமாக மாற்றம் கொண்டு விட்டன. சமணத்தின் தலைமை மதபீடங்களில் இருந்தவர்களில் பெரும்பாலோர் வணிகர்களாக இருந்தார். அவர்கள் கடல் கடந்து நடத்திய வணிக வருவாயோடு உள்நாட்டில் உற்பத்தியாகும் வேளாண்பொருட்களை நாணய மாற்றம் செய்யும் வணிகர்களாகவும் இருந்ததால் பெரும் வருவாயை அவர்களால் குவித்துக் கொள்ள முடிந்தது.

அம்மதங்களிலிருந்த வேளாண் மக்கள் மீது, ஆட்சி அதிகாரம் செலுத்தத் தொடங்கினர். கூடவே, வருவாய் இழப்பும் ஏற்பட்டது. எனவே, வேளாளர்களால் பயிர்த்தொழிலில் நீடித்து நிற்க முடியவில்லை வேளாண் மக்கள். சுரண்டலுக்கும் சாதி மேலாண்மை அடக்குதலுக்கும் ஒடுக்கு முறைக்கும் உள்ளாகிப்

போனார்கள். அத்தோடில்லாமல் அவர்களுக்குண்டான மரபு வழிபட்ட தமிழும் சிவமுமாகிய சிவவழிபாட்டிலும் சிடுக்கு ஏற்பட்டுப் போனது. ஆதித் தமிழ்ச் சைவர்களின் பொருளாதார மையமாக இருந்த தேவதானக் கட்டளைகளிலும் வணிகர்கள் மையம் கொண்டு விட்டனர். ஆதலால், அம்மதங்களில் இருந்து விடுவித்துக்கொள்ள வேண்டிய நெருக்கடியில் இருந்தார்கள். இவர்களால் பழைய திணைச் சமூகத்திற்குள் மீண்டும் திரும்ப இயலாது அல்லவா?

இக்காலங்களில் நலிந்து கிடந்த பழையாறை, திருவாரூர் ஆகிய சோழ சிற்றரசுகள் காஞ்சிபுரத்தைத் தலைநகராகக் கொண்ட பல்லவ அரசுக்கும் மதுரையைத் தலைநகராகக் கொண்ட பாண்டிய அரசுக்கும் அடிபணிந்து கிடந்தன. திருவாரூர் சோழ சிற்றரசு, பழையாறைச் சிற்றரசும் ஒருங்கிணைந்து ஆதித் தமிழ் சைவ அறிவாளிகளின் தந்திர உபாயங்களோடு மீண்டும் பழைய அரச அதிகாரத்தைக் கைப்பற்றும் நோக்கில் இம்மண்ணில் தோன்றிய ஆதித் தமிழ்ச் சைவத்தை அதாவது சிவமதத்தை முன்னிறுத்தினர். பேரரசுகளின் வலிமையோடு அவர்களால் எதிராட முடியவில்லை.

திருவாரூர் சோழசிற்றரசு வீழ்ந்து போனது. பழையாறை சோழசிற்றரசின் குலப்பெண்ணான மங்கையற்கரசியார் பாண்டி தேசத்திற்கு மாதேவியானதால் பழையாறை சிற்றரசுக்கு மட்டும் கொஞ்சம் மூச்சு விடும்படியான போக்குகள் அமைந்தன. இதே நேரத்தில் பல்லவ ராஜாங்கத்தில் முக்கியப் பொறுப்புகளில் இருந்த பிராமணர்கள் சமணத்தோடு முகம் காட்டிக் கொண்டிருந்தார்கள். ஆனால், அவர்கள் வேதத்தை மனத்தில் சுமந்து கொண்டு இருந்தார்கள். வாய்ப்பு கிட்டும் போது பிராமணியத்தை நேரிட்ட ஆட்சிக்கும் அதிகாரத்திற்கும் கொண்டு வரவேண்டும் என்ற நோக்கம் கொண்டிருந்தார்கள்.

இந்த பிராமணர்களின் வழிகாட்டலின்படியே ஆதிசைவர்கள் என்று அழைக்கப்பட்ட சிவாச்சாரியார்கள் பிராமணர்களின் சூழ்ச்சிக்குத் தங்கள் சுயத்தை இழந்து பிராமணர்களோடு கலந்து இருந்தார்கள். இவர்களும் பிராமணர் களும் கைக்கோர்த்துக் கொண்டு புனரமைக்கப்பட்ட

பிராமணியத்தின் பிடியில் சிவாலயங்களைக் கொண்டு வந்து விட்டார்கள். இதுகாறும் அனைத்து சிவாலயங்களிலும் சிவ வழிபாட்டுக்குரியதாக இருந்த ஆகமத்தை வேதஆகமாக மாற்றிக் கொண்டனர். இதனால் வழிபாட்டில் தமிழ் இருந்த இடத்தை சமஸ்கிருதம் கைப்பற்றிக் கொண்டது. ஏற்கனவே சிவாலயங்களின் தலைமையில் இருந்த வேததானக் கட்டளைகளும் மறைமுகமாக பிராமணமதத்தவர்களின் கைக்கு மாறிப்போயின.

பழையாறை சோழசிற்றரசோடு இணைந்திருந்த சிவமத அறிவாளிகள். நீண்ட எதிர்காலத் திட்டத்தோடு 'தென்னாடுடைய சிவனே' என்ற குரலை உயர்த்திப் பிடித்தார்கள். இதன் வழியேத் தான் தமிழும் சிவமும் ஆட்சி அதிகாரத்திற்கு வரமுடியும். அப்படியான அதிகாரம் பெற்றால் தான் வேளாண்குடிகள் தங்கள் இழந்து போன சுயஉரிமையைத் தக்க வைத்துக் கொள்ள முடியும் என்று பிரச்சாரத்தைத் துவங்கியிருந்தனர்.

தமிழையும் சிவத்தையும் முன்னெடுத்து ஆட்சி அதிகாரத்தை கைப்பற்றும் நோக்கில் நடைமுறை தத்துவங்கள் எளிமைப்படுத்தப்பட்டன. சாதியையும் தீண்டாமையையும் வெறுத்து ஒதுக்கியது மட்டுமல்ல. சமண பௌத்த மதங்கள் வலியுறுத்திய துறவு வாழ்க்கையையும், அவை வெறுத்து ஒதுக்கிய இகவாழ்க்கையையும் தமிழ்ச் சைவம் தூக்கிப் பிடித்தது. அல்லாடிக் கொண்டிருந்த வேளாண் மக்களை சிவமதம் அரவணைத்துக் கொண்டு வலுப்பெற்றது. இதனை செய்து முடிக்கும் தலைமை சிவத்தொண்டராக இருந்தவர் திருநாவுக்கரசர் வேளாளர்கள் சமூக எழுச்சியைப் பெற்று நடத்திய இந்துப் போராட்டமே பக்தி இயக்கமாக உருமாறியது.

அப்பர் என்று அழைக்கப்பட்ட திருநாவுக்கரசருக்கு பூர்வீகம் சிவமதமே. சமணத்தின் கொள்கைகளால் ஈர்க்கப்பட்டு வீரசேனர் என்ற பெயரைச் சூட்டிக் கொண்டு சமணத்தில் இணைந்து கொண்டார் அல்லவா? திராவிட தேச மேலை மண்ணில் புகழ் பெற்று இருந்த பாடலிபுரத்தில் சமணத் துறவியர்கள் ஆயிரக்கணக்கில் கூடி தத்துவ விவாதம் நடத்திய காலத்தில் திருநாவுக்கரசரும் சமணமத்தில் புகழ்பெற்ற துறவியாகப் பிரதான இடத்தில் இருந்தார்.

எந்த பிராமண மதத்தவர்களின் சமூக ஒடுக்கமுறையில் இருந்து வேளாண் சமூகம் விடுபட வேண்டும் என்று விரும்பி சமணத்தில் இணைந்தாரோ அச்சமண மதத்திலும் பிராமண மதத்தவர்கள் தங்கள் ஆதிக்கத்தை வடிவமைத்துக் கொண்டு இருந்ததைப் பொருக்கமாட்டாமல் மீண்டும் சிவமதத்திற்கு திரும்பினார். ஆதித்தமிழ் சைவத்தை மீட்டு எடுக்க வேண்டும் என்று சிவாலயம் தோறும் உழவாரப்பணி செய்து மக்களை சிவத்தின் பக்கம் ஈர்த்திடும் திருவிழாக்களை நடத்தி வேளாண் மக்களைத் திரட்டிச் சிவமதத்தை மீண்டும் கட்டமைத்துக் கொண்டிருந்தார்.

அவர் வாழ்ந்த கால சமூகம், குலம், கோத்திரம், சாத்திரங்களில் சிக்கிக் கிடந்தது. “சாத்தி ரம்பல பேசும் சழக்கர்கள் / கோத்திரமும் குலமும் கொண்டு என் செய்வீர்? / பாத்தி ரம்சிவம் என்று பணிதிரேல் / மாத்திரைக்குள் அருளும்மாற்பேறரே!” என்று பதிகம் பாடி சிவமக்கள் சாத்திரத்தையும் சாதியையும் கோத்திரத்தையும் விட்டொழிகும் குரலை உயர்த்திட்டார்.

அத்தோடு மட்டுமல்லாமல் சமணமதமும், பிராமண மதமும் நடைமுறைப்படுத்தியிருந்த தந்திர உபாயங்களை எல்லாம் தகர்த்தெறிந்தார். அரசதிகார மிரட்டல்களை எள்ளி நகையாடினார். “நாமர்க்குங் குடியல்லோம் நமனை யஞ்சோம் / நரகத்தில் இடர்படோம் நடலையில்லோம் / ஏமாப்போம் பிணியறிவோம் பணிவோம் அல்லோம் / இன்பமே எந்நாளும் துன்பம் இல்லை” என்று வேளாண் மக்களிடம் சிவமத எழுச்சிக்கனா வேட்கைக் கனலை மூட்டியிருந்தார் அல்லவா?

இதே காலத்தில் சீர்காழி சதுர்வேதி மங்களத்தில் பிறந்து வளர்ந்த ஆளுடையப் பிள்ளை என்று அழைக்கும் திருஞானசம்பந்தர், தன்னைத் தமிழ் ஞானசம்பந்தன் என்று மட்டும் சொல்லிக் கொள்ளவில்லை. தமிழே உடம்பாக உடையவன் என்னும் பொருள்பட தமிழாகரன் என்று சொல்லிக் கொண்டவர் திருநாவுக்கரசரைப் போலவே தமிழையும் சிவத்தையும் ஆட்சி அதிகாரத்திற்கு கொண்டு வரும் நோக்கில் சிவாலயங்கள் தோறும் சேத்திராடனப் பயணம் மேற்கொண்டார். பழையாறை சோழச்சிற்றரசு வேளாளர்களை

திரட்டும் உத்திகளை இவரைக் கொண்டும் வலுவான சோழப் பேரரசை அமைக்கும் அரசியல் நுண்ணலையை ஏற்படுத்தி வெற்றிக்கண்டது என்று சொன்னால் மிகை இல்லை.

இப்படியான பக்தி இயக்கக்காரர்கள்தான் தாந்திரிகத்தில் இருந்த லிங்க வழிபாட்டையும் சக்தி வழிபாட்டையும் இணைத்து சிவபெருமான் பார்வதிதேவி என்ற சிவசக்தி வழிபாட்டை முன்னிறுத்தினார்கள். இந்த சிவபெருமான் பார்வதிதேவி மூலமே இகவாழ்வின் சுகஅனுபவங்களை மக்களிடம் கொண்டு சென்று சிவமதத்தின் பக்கம் வேளாண்மக்களை திரட்டினார்கள். இப்படியானப் போக்குகளை பக்தி இலக்கியங்களுள் நாம் காண முடியும்.

தமிழ்ச் சூழலில் பக்தி இயக்கக் கால வரலாற்றை புதினப்படுத்திட என் மனது தேடல் கொண்டலைந்தது. முற்போக்காளர்கள் இந்த முயற்சியில் இறங்குவது தற்கொலைக்கு சமமானது என்று பலரும் எச்சரிக்கை செய்தார்கள். இந்திய வரலாற்றை எழுதியிருக்கும் தேவிபிரசாத் சட்டோபாத்யாய, டிடி கோசாம்பி. இவருடைய தந்தையார் தர்மார்த்த கோசாம்பி, ஆர்.எஸ். சர்மா, ரொமிலாதாப்பர் போன்றோரின் ஆய்வுகளும் தமிழ் இலக்கியத்தினை மார்க்ஸிய ஞானத்துடன் ஆய்வுகள் செய்திருக்கும் கைலாசபதி, கா. சிவத்தம்பி ஆகியோரின் வழி காட்டலும் என்னை துணிச்சல் படுத்தின.

“...பிற்போக்கான சக்திகள் என்று நாம் கருதுகின்றவர்கள் பக்தி இலக்கியங்களைப் பயன்படுத்துகின்றனர். முற்போக்கு எழுத்தாளர்களாகிய நாம், பக்தி இலக்கியத்தை எவ்வகையில் நோக்குவது? அந்தப் பாரம்பரியத்தை நாம் நிராகரிக்க முடியுமா? இன்றைய புதுக்கவிதைகளில் இப்பாரம்பரியத்தின் சாயலையும் தான் காண்கிறோம். புராணமரபுகளை அவைகள் எடுத்தாள்கின்றன. இலக்கியம் சமூக உற்பத்தியில் ஒன்று. ஆனால், அது சிறப்பானதொரு உற்பத்தி இலக்கியம் சமூகத்தை உருவாக்குகிறதா? ‘சமூகத்தின் உருவாக்கத்தை இலக்கியத்தில் காணலாம்’ என்றார் கார்ல்மார்க்ஸ்.

‘பாரம்பரியம் வேண்டுமா? வேண்டாமா?’ என்ற வினாவுக்கு லெனின். “மனித இனத்தினால் தோற்றுவிக்கப்பட்ட அனைத்து

இலக்கியங்களின் மூலம் அறிவை வளர்த்துக் கொள்பவனே பொதுவுடைமைவாதியாக இருக்கமுடியும்" என்று குறிப்பிடுகிறார். எனவே மனித இனத்தினால் தோற்றுவிக்கப்பட்ட சகல அறிவுக் களஞ்சியத்தையும் தனதாக்கிக் கொள்பவனே பொதுவுடைமை வாதியாவான்.

"...சில சமயங்கள் தோன்றுகின்ற காலத்தில் வரலாற்றில் முற்போக்கான அம்சங்களைக் கொண்டிருக்கும்" என்று எங்கல்ஸ் பழைய கிறிஸ்துவ சமயம் வரலாறு என்ற நூலில் குறிப்பிடுகிறார்.

"..பிறந்தார் உறுவது பெருகிய துன்பம்" என்று பௌத்தர்கள் கூறிய காலத்தில் தான் சிவனைக் காண "மனித பிறவியும் வேண்டுவதே" என்று பாடினார் திருநாவுக்கரசர். அவர் ஆண்டவனைத் தன் ஆண்டவனாகவே பாவித்துப் பாடுகிறார். எப்படி வந்தது இது? அவர் காலச் சமுதாய வழக்கில் இருந்தது அது தான். ஆண்டவன் மனிதன் உறவு கூடச் சமுதாய உறவு போலவே வர்ணிக்கப்படுகிறது. "தோழன்" உறவு கொண்டவர் சுந்தரர் ஒருவர் மட்டுமே. இதை நாம் தட்டிக்கழிக்க இயலாது. (1982ஆம் ஆண்டு தமிழ்நாடு முற்போக்கு எழுத்தாளர் சங்க இலக்கியப் பயிற்சி முகாமில் பேரா கா. சிவத்தம்பி அவர்கள் உரையில் இருந்து).

இவர்களின் வழிகாட்டுதலை முழுமையாக உள்வாங்கியே 'தாண்டவபுரம்' நாவலை எழுதினேன் என்று சொல்லுவதில் நான் தயக்கம் காட்டப் போவதில்லை.

என்னுடைய அனைத்துப் படைப்புகளும், புனைவுக்குள் கட்டுண்டு கலைத்தன்மை பெற்று மக்கள் இலக்கியமாக அடையாளப்பட்டன. (கற்பனையானதில்லை) அதனால் தான் தொடர்ச்சியாக வாசகத் தளத்தில் அங்கீகரிப்புக்கு உள்ளாகி இருக்கின்றன.

அரசு, நவீனமயம் என்ற போர்வைக்குள் புகுந்து கொண்டு வேளாண் தொழிலை எந்திரமயமாக்கியது இந்த எந்திரமய வளர்ச்சியை தடைசெய்வது. மனிதகுல வளர்ச்சிக்கு எதிரானது என்பதில் மாற்றுக்கருத்துக்கு இடமில்லை. பயிர்த்தொழில் எந்திர மயமாக்கப்படும் போது பாதிக்கப்படுபவர்கள் விவசாயத்

தொழிலாளர்களும் சிறுகுறு விவசாயிகளுமேயாவர். நிலத்தில் இருந்து வெளியேற்றப்படுபவர்களுக்கு மாற்றுத்தொழில் ஏற்பாடு அரசால் செய்யப்படுவதில்லை. எந்திரங்கள் மூலம் சாகுபடி அறுவடை என்று வரும்போது எந்திர உரிமையாளர் ஒன்றுக்குப் பத்தாக வசூலிப்பதை ஏழை விவசாயிகளால் தாங்கிக் கொள்ள முடிவதில்லை.

எம்.எஸ். சுவாமிநாதனின் பசுமைப் புரட்சியினை அரசு நடைமுறைப்படுத்தி சாதித்தச் சாதனையின் விளைவாக உரநிறுவனங்கள் வேளாண் மக்களைச் சுரண்டி, கொள்ளை அடித்துக் கொழுத்தன. அவ்வுரங்களால் வேளாண்மண் முழுமையும் தரமிழந்து போனது போல, வண்டல் மண்ணும் தரமிழந்து போவதும் ஒரு சேர நிகழ்ந்தன. எனவே, வண்டல் மண் மலடாகும் போக்கு தொடர்ந்து அதிகரித்து வருகிறது. கூடவே நிலவுடைமை, முதலாளித்துவப் பண்ணைகளாக மாற்றம் பெறத் தொடங்கின.

வேளாண் தொழிலாளிகள் வேளாண்மண்ணில் இருந்து வெளியேற்றப்பட்டது போல இரண்டாயிரம் ஆண்டு தொடங்கி சிறுநிலவுடைமையாளர்களை இந்த மண்ணில் இருந்து மெல்ல மெல்ல வெளியேற்றிக் கொண்டு இருக்கிறது. அரசின் அந்தச் சூட்சமம் தான் தனியார்மயம். தாராள மயம், உலகமயம்.

படிப்படியாக இம்மண்ணில் இருந்து வெளியேறிப் போகும் வேளாண் மக்கள். நகரத்தை நோக்கிச் சென்றார்கள். வண்டல் மண்ணில் இருந்து அவர்கள் போராடிப் பெற்ற உரிமைகள் பலவற்றையும் இழந்து, விளிம்பு நிலைக்கு தள்ளப்பட்டு நகர் மயத்தில் கரைந்து நலிந்து போய்க் கொண்டிருக்கிறார்கள்.

இப்படியான உற்பத்தி உறவுகளுக்குள் விழுந்து போன சிடுக்குகளை, வரலாற்று விழுமியங்களை என்னுடையப் படைப்புகள் உள்வாங்கியிருக்கின்றன. டிசம்பர் 2014இல் வெளிவர இருக்கிற ‘பால்கட்டு’ நாவல், சிறு, நடுத்தர நிலவுடைமையாளர்கள் தங்கள் உடைமையை இழந்து போவதும் அவர்களை பொருளாதாரம் எப்படி வீழ்ச்சி அடைகிறது என்பதையும் உள்ளடக்கமாகக் கொண்டுள்ளது. இந்த நிகழ்வுகள் மூலம் குடும்ப உறவுகள் அல்லாட்டத்திற்கு உட்பட்டுப் போகின்றன. இதனால்

குடும்பங்கள் சரிந்து போவதும் காலம் காலமாக அவர்கள் கட்டிக்காத்துக் கொண்டு இருந்த பண்பாட்டு அம்சங்கள் எப்படி அலங்கோலப்பட்டுப் போகின்றன என்பதை நாவலின் வளர்ச்சிப் போக்கில் கலையம்சம் கொண்டு இருக்கிறது.

பன்னாட்டு முதலாளிகளுக்கு சிவப்பு கம்பளம் விரித்து வரவேற்புக் கொடுத்துக் கொண்டு இருக்கும் அரசின் போக்கு. எல்லை தாண்டிப்போய் விட்டது. இதனால், பன்னாட்டு நிறுவனங்களின் கையாட்கள், உயிரை விட்டுக் கொண்டு இருக்கும் உழுதுண்ணும் வேளாண் மக்களின் கண்முன் பணக் கட்டுக்களை விரித்து வேளாண் மக்களுக்கு மண்ணின் மீது இருக்கும் உரிமையைப் பறித்துக் கொண்டே இருக்கிறார்கள். இன்னொரு பக்கம் விளைநிலங்கள் ரியல் எக்ஸ்டேட்டுகளாக மாற்றப்படுகிற கொடுமையும் நிகழ்ந்து கொண்டு இருக்கிறது. இதனை உள்ளடக்கமாகக் கொண்டு விரைவில் வரவாக இருக்கிற புதிய நாவல் தான், 'எல்லைப்பிடாரி.'

நிலங்களை பன்னாட்டு நிறுவனங்கள் நேரிட்டு வளைத்துப் போடுவதில்லை. உள்ளூர் முதலாளிகளின் பங்களிப்போடு நடந்தேறுகிறது. பன்னாட்டு நிறுவனங்களின் ஆளுகைக்குள் மாறப்போகும் நிலத்தோடு தொடர்புடைய மக்கள், அவர்களுக்கு எதிராக திரும்பிடாமல் இருப்பதை உறுதிப்படுத்திக் கொள்ள சாதித் தலைவர்களின் ஆசியைப் பெற்றுக் கொள்கிறார்கள். இவர்கள் மூலமே சமூகத்தில் உள்ள சாதி அடுக்கினையை வலிமைப்படுத்தி சாதிகளுக்குள் பொறாமையை ஊட்டி வளர்த்து விடுகிறார்கள். சின்னச் சின்னப் பிரச்சனைகளைக் கூட பெரும் கலகமாக மாற்றிவிடுகிறார்கள். எந்த வகையிலும் மக்களை ஒன்று படாமல் இருக்கவும் சாதி அடையாள அரசியலை வளர்த் தெடுக்க பணத்தை அள்ளி வீசிடவும் செய்கிறார்கள் என்பதை கலையழகுடன் படைப்பாகி இருக்கிறது இந்த எல்லைப்பிடாரி.

நாடாளுமன்றம் என்பது இந்திய சமூகத்தின் ஒரு பகுதி. சமூகத்தை அரிக்கக்கூடிய விஷயம் நாடாளுமன்றத்தில் பிரதிபலிக்கும். தனியார்மயம், தாராளமயம், உலகமயம் என்ற பத்தாம்பசலித்தனம், நாடாளுமன்றத்தின் ஜனநாயகத் தன்மையை முற்றாக அரித்து அழித்து விடுகிறது. ஊழல் செய்தவர்களே

ஊழலுக்கு எதிராக மாறிமாறிப் போராடக்கூடிய விந்தையான இடமாக மாற்றப்பட்டுள்ளது.

இந்த மாற்றம், மக்களையும் ஆட்கொண்டு விட்டது. அதனால் அரசியலில் வளர்ச்சி அற்றப் போக்கை உருவாக்கி விட்டது. இப்போக்கு சமூகவளர்ச்சிக்கு இடையூறாக இருக்கிறது. ஊழல் புரிபவர்களே மாறிமாறி ஆட்சிக்கு வருவதால் இந்திய ஜனநாயகம் கேள்விக்குறியாக ஆக்கப்படுகிறது.

இம்மண்ணின் மக்களுடைய வாழ்உரிமையும் ஜனநாயகத் துடன் வாழவேண்டிய வாழ்வும் முற்றிலுமாகப் பறிபோய்க் கொண்டு இருக்கிறது. இந்த உண்மையை ஒரு படைப்பாளி கண்டும் காணாது போல இருக்கவே முடியாது. கூடாது. எனவே, இனிவரும் காலங்களில் இதனை சரி செய்ய தனது இலக்கியப் படைப்புகளில் கொண்டு வருபவர் மட்டுமே இந்திய ஜனநாயகத்தின்மீதும் மக்கள் மீதும் அக்கறை உள்ள படைப்பாளியாக இருக்க முடியும்.

அப்படிப்பட்ட படைப்பாளிகளில் நானும் ஒருவனாக இருக்க விரும்புகிறேன். 'நானும் எனது படைப்புகளும்' இத் தன்மைக்குள் உரியதாக இருக்கிறோம் இருப்போம்!' என்று உறுதிபட கூறுகிறேன்.

☯

2. நானும் என் எழுத்தும்

-சி. எம். முத்து

என்னைப் பற்றியும் என் எழுத்துக்களைப் பற்றியும் சொல்லத் தொடங்கினால் அது ஒரு புத்தகம் போடுகிற அளவுக்கு விரியத் தொடங்கும். அவற்றையெல்லாம் சில பக்கங்களில் சொல்லிவிடுவதென்பது இயலாததாகவே எனக்குத் தோன்றுகிறது. என் எழுத்துக்களைப் பற்றி என் எழுத்து சொல்வதை என்னால் சொல்லி விட முடியுமா என்றும் தோன்றுகிறது. அதைப் பற்றி பிரஸ்தாபிப்பதற்கு நான் எதற்கு என்றும் தோன்றுகிறது. இந்த சமூகச் சூழல்களை நெம்புகோல் வைத்துப் புரட்டி விடக்கூடிய சக்தி என் எழுத்துக்கு இருக்குமா என்றும் தோன்றுகிறது. சிறு சலனத்தை ஏற்படுத்தி விடக்கூடிய சக்தியை அது பெற்றிருக்குமானால் அதில் எனக்கு மகிழ்ச்சிதான். எழுத்தை என் ரஸனையின்பாற் பட்டு எழுதுகின்றேனா அதை புறந்தள்ளி விட்டு எழுதுகின்றேனா என்று இன்னமும் கூட என்னால் விளங்கிக் கொள்ள முடியவில்லை. இந்த விலங்கிக் கொள்ளல் இல்லாததால்தான் இன்னும் இன்னுமென்று எழுதிக் கொண்டிருக்கின்றேனோ என்று நினைக்கின்ற போதே அடி நெஞ் சுக்குள் சின்ன பதஸ்டமும் குறுகுறுப்பும் ஓடி அடங்குகிறது. கலை ரஸிப்பிற்கென்றால் எழுத்தும் அப்படித்தான். கலை ரஸிப்பைத் தாண்டிய தென்றால் எழுத்தையும் அந்த வகையில்தான் சேர்த்துக்கொள்ள வேண்டும்.

எழுத்தைப் பற்றி நான் கொண்டிருக்கிற கருத்துகளுக்கும் மற்றவர்களுடைய கருத்துக்களுக்கும் முரண்கள் இருக்கலாம் சிக்கல்கள் இருக்கலாம். ஏற்றுக் கொள்ளத் தக்கனவாகக் கூட இருக்கலாம். ஆனாலும் எழுத்து என்பது ஒரு ரஸனையே. வெறும் ரஸிப்புக்காகவும் எழுத்து உற்பத்திச் செய்யப்படுவதில்லை. அதன் உண்மை பிரசவிப்புகள் சமுதாய பலஹீனங்களை அழிவுப் பாதையினின்று திருத்திச் செல்லும் பலமிக்க ஆயுதமாகப்

பிரகாசிக்கப்படவேண்டும். எழுத்து மட்டும் எக்காலத்திலும் எச்சூழ்நிலையிலும் அதன் தனித்துவத்தினின்றும் அதன் சுய பரிணாம வளர்ச்சியினின்றும் மாறாமல் இருக்குமானால் அதன் சக்தியை எந்தக் காலங்களும் எத்தனை விதமான ஆயுதங்களும் ஒன்றும் செய்துவிட முடியாது. அவைகளையெல்லாம் எதிர்த்து முறியடிக்கின்ற ஆற்றல் எழுத்துக்கு உண்டு. அப்போது அதன் பூர்ணத்துவமே மற்றத் தேவைகளை ஓரளவுக்கு கட்டுப் படுத்தக்கூடிய நியாயமான சக்தியையும் பெற்றிருக்கும். வெறும் ஜோடிப்பிற்காக எழுத்தை ஆள்வதும் அல்லது எழுத்தினுடைய ரஸிப்பிற்காக ஜோடிப்பை வலிந்து உண்டாக்குவதும் அதன் சுயப் பார்வையினின்றும் விலகி நசிவிலக்கியங்களைப் படைத்து விடக்கூடும். எழுத்தை சிருஷ்டிக்கிற போது அவஸ்தை நேர்கிறது ஆனந்தமும் நேர்கிறது. இந்த இருவிதமான தாக்கங்கள் உள்ளூடே கலந்து இரண்டு விதமான பரிமாணங்களும் நிகழ்ந்து போய் விடுகின்றன. எழுத்தை ஆள்கிறபோது சில விதமான அச்சுறுத்தல்களும் பயமுறுத்துகின்றன. இங்கேதான் கலைஞன் கயிற்றின் மேல் நடக்கிற வித்தையைக் கைகொள்ள வேண்டியிருக்கிறது. ஆனது ஆகட்டுமென்று பேனாவைப் போகிற போக்கில் விட்டுத் திருப்ப முடியாத சூழல்களும் சங்கடங்களும் கலைஞர்களுக்கு நேரத்தான் நேர்கின்றன. மண் சார்ந்து எழுதுகின்ற போது இலக்கணத்தையும் பண்பாட்டு கூறுகளையும் மனதில் இறுத்திக் கொள்ள இயலாமல் வாழ்வியல் யதார்த்தத்தை உள்ளதை உள்ளபடி காட்ட மொழியைச் சிதைத்து விட்டுத்தான் எழுத முடிகிறது. இங்கேதான் தமிழ் பண்டிதர்களுக்கும் எழுத்தாளர்களுக்குமான இடைவெளி குறுக்கிடுகின்றது. பண்டிதர்கள் அவர்கள் வேலையைச் சரியாகச் செய்யும்போது எழுத்தாளர்களும் அவர்களின் வேலையை சரியாகத்தான் செய்ய வேண்டியிருக்கிறது. பண்டிதர்கள் எழுத்தாளர்களாகவும் எழுத்தாளர்கள் பண்டிதர்களாகவும் ஆகிவிட முடிவதில்லையே என்ன செய்வது?

எழுத்தைப் பற்றி இப்படி இன்னும் இன்னுமென்று நிறைய சொல்லிக் கொண்டு போகலாம்தான் என்னைப் பற்றியும் சில சொல்ல நெருக்குகிற போது இவ்விஷயத்தை ஒரு இடத்தில் முற்றுப்புள்ளி வைத்து விடுவதுதானே முறை?

நான் சிறு பிள்ளையாக இருக்கும்போது எங்கள் அப்பாவுக்கு என் மீது அளவுகடந்த பாசம் போல. அவர் என்மீது வைத்திருந்த பாசத்தைப் போலவே என்னை படிக்க வைத்து ஆளாக்கி விட வேண்டும் என்று பெரிய கனவே கண்டு கொண்டிருந்தார்கள் என்றுதான் சொல்ல வேண்டும். அப்போது எங்கள் ஊரில் பள்ளிக்கூடம் கிடையாது. படிக்க வேண்டுமென்றால் இரண்டு மைல் தூரம் உள்ள அடுத்த ஊரில் நடந்த சென்றுதான் படித்து விட்டு வரவேண்டும் வாகனாதி வசதிகள் அக்காலக் கட்டத்தில் நிறைய கிடையாது என்பதால் அதற்கு சாத்தியமில்லை என்று அவர் நினைத்திருக்க வேண்டும். ஆனாலும் தான் கண்ட கனவு கனவாகவே இருந்து விடக்கூடாது என்று எண்ணியோ என்னவோ இரண்டு ஆசிரியர்களை வைத்து எங்கள் வீட்டுத் திண்ணையிலேயே எனக்கு பாடம் சொல்லித் தரும்படி பணித்து விட்டார்கள். அந்த இரண்டு ஆசிரியர்கள் யார் என்றால் 'திதி' கொடுக்கிற, ஈமச்சடங்கு புரிகிற, திருமணங்கள் நடத்தி வைக்கிற ஏழை பிராமணர்கள். அவர்கள் முறையாக கல்வி பயின்றவர்களோ ஆசிரியர் தகுதிக்கான பயிற்சி பெற்றவர்களோ கிடையாது. அப்படி பயிற்சி பெற்றவர்களாயிருக்கும் பட்சத்தில் அவர்கள் ஏதோ ஒரு பள்ளிக் கூடத்தில் ஆசிரியர்களாக அல்லவா பணியாற்றிக் கொண்டிருப்பார்கள். ஏதோ நான்கு எழுத்து கற்றவர்களாய் இருந்திருப்பார்கள் போல. எங்கள் அப்பா அவர்களிடம் பேசி எப்படியோ சம்மதிக்க வைத்து வீட்டுக்கு அழைத்துக் கொண்டு வந்து விட்டார்கள். நான் தெருவில் புழுதி மண் உடம்பில் அப்பிக் கொள்ள மரப்பாச்சி பொம்மைகளை வைத்துக் கொண்டு விளையாடிக் கொண்டிருந்தேன். அப்பா என்னைக் கூப்பிட்டு, "போய் அம்மாவைக் கூப்பிட்டு குளிப்பாட்டி விடச் சொல்லி குளித்து விட்டு புதுச்சட்டை வாங்கி வைத்திருக்கிறேன் அதை எடுத்து போட்டுக் கொண்டு திண்ணைக்கு வாடா தம்பி" என்று அன்பொழுகச் சொன்னார்கள். நான் அப்பா சொல்வதைக் கேட்கப் பிடிக்காமல் திருதிருவென்று விழித்துக்கொண்டு மரப்பாச்சி பொம்மைகளைப் பிரிய மனசில்லாமல் எங்காவது ஓடிவிடலாமா என்று நோட்டம் பார்த்துக் கொண்டிருந்த என்னை, 'அந்த பாச்சா என்னிடம் பலிக்காதடா தம்பி வா என்னோடு' என்று அவரே என் கையைப் பிடித்து இழுத்துக் கொண்டு முத்தத்துக்குப்

போய் குவளையிலிருந்த தண்ணீரில் நான்கு சொம்பு மொண்டு தலையில் ஊற்றி குளிப்பாட்டி விட்டு துண்டால் தலை உடம்பென்று துடைத்து விட்டு புது கால்சராயும் சட்டையும் அணிவித்தார். திருநீறுபட்டை சந்தனம் குங்குமமென்று ஏக அமர்க்கலம். என்னை திண்ணையில் ஆசன பலகை போட்டு உட்கார்ந்திருந்த அந்த பிராமணர்கள் முன் உட்கார்த்தி வைத்து விட்டு வீட்டுக்குள் போய் தாம்பூலத்தில் சூடம், பத்தி, பழம், சர்க்கரை, அவல்பொறி எல்லாம் வைத்து அவைகளோடு ஆசிரியர்களுக்கென்று தட்சணையும் வைத்து ஆசிரியர்களிடம் கொண்டு வந்து கொடுத்தார்.

ஆசிரியர்கள் தேங்காய் உடைத்து சூடம் காட்டியதும் எனக்கு அவர் பொறி கொடுத்தார்கள். அதை நான் ஆசை ஆசையாக தின்று முடித்து விட்டு 'இன்னும் கொஞ்சம்' என்று சொல்லிக்கொண்டே ஆசிரியர்களைப் பார்த்து கை நீட்டினேன். 'போதும் அப்புறம் சாப்பிட்டுக் கொள்ளலாம் நல்ல நேரம் போறதுக்குள்ளே பாடத்தை கேட்டுக்கோடா அம்பி என்று சொல்லிக் கொண்டே உதட்டில் கை வைத்து நான் மேற்கொண்டு எதுவும் பேசக் கூடாது என்பதுபோல் சைகை காட்டினார்கள். நான், 'அவல் பொறி வேணும் வேணும்' என்று சொல்லிக்கொண்டே அடம்பிடிக்க ஆரம்பித்து விட்டேன். என் அடத்தைச் சகித்துக் கொள்ள முடியாமலோ என்னவோ மேலும் கொஞ்சம் அவல் பொறி கொடுத்தார்கள். நான் அவல் பொறியை கையில் வைத்துக் கொண்டு பொசுக்கென்று வீட்டுக்குள் நுழைந்து நான் பிரியமாய் விளையாடும் மரப்பாச்சி பொம்மைகளை எடுத்துக் கொண்டு வந்து, 'ம்ங்ஞா-' ம்ங்ஞா- ம்ங்ஞா-' என்று சொல்லிக்கொண்டே அவல் பொறியை பொம்மைகளுக்கு ஊட்டி விட்டேன். பொம்மைகளுக்குக் கோபமோ என்னவோ அவைகள் அவல் பொறியை சாப்பிடாமல் நான் கொடுப்பதை யெல்லாம் கீழே விட்டுக் கொண்டிருந்தது. ஆசிரியர்கள் சிரித்துக் கொண்டே, 'பொம்மைகள் சாப்பிடாதுடா அம்பி வேணுமானா நீ சாப்பிட்டுக்கோ' என்றார்கள்.

பிறகு ஆசிரியர்கள் அப்பாவைக் கூப்பிட்டு ஆற்று மணலை கொஞ்சம் அள்ளிக்கொண்டு வரச்சொல்லித் திண்ணையில் பரப்பினார்கள். என் விரல்களைப் பிடித்து, 'ஹரி ஓம் நமோத்து

சிந்தும்' எழுதச் சொன்னார்கள். எனக்கு விரல்கள்தான் வலித்ததேத் தவிர அந்த 'ஹரிஓம்' தான் எழுத வரவில்லை. என் விரல்கள் ரத்தம் வருகிற அளவுக்குத் தேய்ந்து போய் விடுகிற அளவுக்கு இவர்களிடம் பாடம் கற்றுக் கொள்வதற்குள் என்னன்ன பாடுபடுத்தப் போகிறார்களோ தெரியவில்லை. நினைத்தாலே அழுகை அழுகையாக வந்தது. அப்பா இல்லாத சமயமாகப் பார்த்து அவர்கள் மீது கல்லைத் தூக்கிப் போட்டு ஓடிவிடச் செய்து விடுவோமா என்று வந்தது. அவர்கள் கையைக் கடித்துவிட்டு தப்பித்துக் கொள்வோமா என்று வந்தது. என் விளையாட்டைக் கெடுத்து விட்டு அப்படி என்ன படிப்பு பெரிய படிப்பு என்று வந்தது. அவர்களிடம் 'அ'னாவையும் 'ஆ' வன்னாவையும் கற்றுக் கொள்வதற்குள் அப்பப்பா பல திரிசங்கு வேலைகளை செய்துதான் அந்த எழுத்துக்களை கற்றுக் கொள்ளும்படியாயிற்று. 'அ... ஆ'வை எழுதவும் பேசவும் எனக்கு ஆறுமாத காலம் பிடித்ததென்றால் என் படிப்பின் வேகத்தையும் அதன்மீது நான் வைத்திருக்கிற பற்றையும் நீங்கள் புரிந்து கொள்ளலாம். இன்னும் மற்ற எழுத்துக்களை எழுதவும் பேசவும் கற்றுக் கொள்வதற்குள் என்னவெல்லாம் சித்திரவதைபடப் போகிறேனோ தெரியவில்லை. இப்போது எனக்கு அப்பாவின் மீது தான் எரிச்சல் எரிச்சலாக வந்தது. அந்த 'அ'னாவும் 'ஆ'வன்னாவும் யாருக்கு வேண்டும் என்று வந்தது. அவரிடம் இருக்கிற ஆஸ்திக்கும் பாஸ்திக்கும் நான் படித்துக் கொள்ளத்தான் வேண்டுமா என்றும் வந்தது.

ஆசிரியர்கள் எனக்குப் பாடம் சொல்லிக் கொடுத்துவிட்டு போனபிற்பாடு அம்மாவிடம் போய் நின்று கொண்டு அழுவேன். அம்மா ஏதோ சொல்ல எனக்குக் கோபம் வந்தால் சோற்றுப் பானையையும் குழம்புச் சட்டியையும் அடித்து நொறுக்குவேன். அப்போதும் கூட என் ஆத்திரம் தீராது தான்.

எனது திண்ணை வகுப்பு காலையில் ஒரு ஆசிரியரைக் கொண்டும் மாலையில் ஒரு ஆசிரியரைக் கொண்டும் நடந்து வந்தது. காலையில் வருகிற ஆசிரியர் யார் வீட்டிற்காவது 'திதி' கொடுக்கப் போய்விட்டாலோ அல்லது கல்யாணம் பண்ணி வைக்கப் போய்விட்டாலோ எனக்கு செம ஜாலிதான் வகுப்பெடுக்க வரமாட்டாரல்லவா? நான் குளத்துக்குப் போய்

குளித்துக் கொண்டே பயல்களோடு, 'கொட்டான் கொட்டான்' போடுவேன். தண்ணீரில் மூழ்கி ஆளைப் பிடிக்கிற அற்புத விளையாட்டு அது. குளித்து விட்டு வந்து வீட்டில் சும்மாயிருக்க மாட்டேன். பயல்களைச் சேர்த்துக் கொண்டு ஓணான் பிடிக்கப் போய் விடுவோம். நாவல் பழம், 'களாக்காய்' பறித்துத் தின்னப் போய் விடுவோம். புளியம் பிஞ்சைப் பறித்து வந்து கருங்கல்லில் உரசி உப்பு சேர்த்து நக்கி நக்கி சாப்பிடுவோம். மாலை நேரம் வந்தால்தான் பயம். அந்த முரட்டு வாத்தியார் வந்து விடுவாரோ என்ற பயம்தான். அவர் தொடையில் கிள்ளினால் என் கண்களில் ரத்தம் வழியும். எப்படியோ நான் ரெண்டு வருடம் அவர்களிடம் பாடம் கற்றுக் கொண்டதில் 'அ, ஆ, க, கா'வெல்லாம் தரவாய் எழுதவும், பேசவும் கற்றுக் கொண்டேன் என்றுதான் சொல்லவேண்டும். ஒன்னாம் வாய்ப்பாட்டிலிருந்து பதினாறாவது வாய்ப்பாடு வரைக்கும் அத்துப்படியாகிவிட்டது. இதையெல்லாம் நான் அவர்களிடம் மனப்பாடமாய்ச் சொல்லச் சொல்ல ஒவ்வொரு சொல்லுக்கும் ஒவ்வொரு 'சபாஷ்' போடுவார்கள். அந்த சபாஷ்தான் என்னை படிப்பின் மீது கவனம் செலுத்தத் தூண்டியது போல.

அப்படி ரெண்டு வருஷம் வரை அவர்கள் எனக்கு பாடம் சொல்லிக் கொடுத்தார்கள். என்னோடு எங்கள் ஊர் பையன்களும் சிலபேர் பாடம் கற்றுக் கொண்டார்கள். ஆசிரியர்கள் என்மீது, அலாதியான அன்பை செலுத்துகிற போது அதற்கு வெகுமதியாக என் அம்மாவின் அஞ்சறைப் பெட்டியில் கிடக்கிற காலணா அரையணாவை லவட்டிக்கொண்டு வந்து ஆசிரியர்களிடம் கொடுப்பேன். அதை அவர்கள் சந்தோஷமாகப் பெற்றுக் கொண்டு அந்தக்காசைத் திரும்ப என்னிடம் கொடுத்து மூக்குப் பொடி வாங்கி வரும்படிச் சொல்லுவார்கள். இதைச் சொல்லடா சாமி என்று கடைப்பக்கம் மூக்குப் பொடி வாங்க ஓடுகிற நான் பொடியை வாங்கி கால்சராயில் வைத்துக் கொண்டு கடைப்பக்கம் நின்று கொண்டிருக்கிற பிள்ளைகளோடு சிறு விளையாட்டு விளையாடி விட்டுதான் ஆசிரியர்களிடம் வருவேன்.

எது எப்படியோ என் அடத்தையும் சில்மிஷங்களையும் சகித்துக் கொண்டு ஆசிரியர்கள் இருவரும் ரெண்டு வருஷத்தை ஓட்டி விட்டனர். அதற்குப் பிறகு ஊருக்குள் பள்ளிக்கூடம்

வந்து விட்டது. எங்கள் அப்பா திண்ணைப் பள்ளிக்கூடத்தை காலி செய்து விட்டு எங்கள் ஊரில் உள்ள ஆரம்ப பாடசாலையில் மறுபடியும் என்னை ஒன்றாம் வகுப்பிலிருந்து சேர்த்தார்கள். எனக்கு விளையாட்டில் இருந்த ஆர்வத்தினால் படிப்பில் கவனம் செலுத்த முடியவில்லை. ஆசிரியர்கள் என்மீது பரிதாபப் பட்டோ தேறிவிடுவேன் என்ற நம்பிக்கையின் பாற்பட்டோதான் ஒன்றாம் வகுப்பு இரண்டாம் வகுப்பு என்று முன்னேற்றிக் கொண்டிருந்தனர். உள்ளூரில் ஐந்தாம் வகுப்பு வரை படித்து விட்டு ஆறிலிருந்து எட்டாம் வகுப்புவரை பக்கத்து ஊரான திருக்கருகாவூரில் படித்தேன். நான் எட்டாம் வகுப்பு படிக்கிற போது என் வகுப்பில் படித்துக்கொண்டிருந்த மாலதி, மோகனா, செல்லம்மாளோடு நெருக்கமாகப் பழகினேன். அவர்களும் என்னோடு நெருக்கமாகப் பழகினார்கள். அது காதலா வெறும் பழக்கம் மட்டும்தானா என்று என்னால் உறுதியாகச் சொல்லமுடியவில்லை. பருவத்தில் ஏற்படுகிற விளையாட்டாகக் கூட இருக்கலாம். அவர்களைப் பார்க்க முடியாத சமயங்களிலெல்லாம் ஏதோ ஓர் துயரம் என்னை ஒட்டிக் கொள்ளும் அவர்களுக்கும் அப்படித்தான் போல அதை என்னிடம் வெளிப்படையாகச் சொல்லவும் சொல்லுவார்கள். இதில் மோகனாவும் மாலதியும் மட்டும் கொஞ்சம் அதிகப்படி. மைதானத்தில் நான் தனித்திருக்கிற வேளையிலோ அல்லது யாரும் எதையும் கவனிக்காத சந்தர்ப்பத்திலோ தைரியமாக எனக்கு முத்தம் கொடுப்பார்கள். நானும் பதிலுக்கு அவர்களை முத்தமிடுவேன். இதில் வேடிக்கை என்ன வென்றால் அந்த மூன்று பெண்களுமே பிராமணர் வீட்டுப் பெண்கள். அவர்கள் நினைப்பிலேயே இருக்கிற எனக்கு எப்படிப் படிப்புவரும்? எல்லாப் பாடத்திலும் கோழா முட்டைதான். ஆனால் அந்த மூன்று பெண்களுமே படிப்பில் கெட்டிக்காரிகள் எல்லாப் பாடத்திலுமே அவர்களுக்கு நல்ல மதிப்பெண் கிடைத்துவிடும். நான் கோழா முட்டைகளைப் பற்றி கவலைப் படமாட்டேன். இருக்கவே இருக்கிறது தோட்டத்தில் விளைகிற காய்கறிகள் பறித்துக் கொண்டு வந்து ஆசிரியரிடம் கொடுத்தால் ஒன்பதாம் வகுப்புக்கு அனுப்பி வைக்க மாட்டாரா என்ன? அது அப்படித்தான் நடந்தது. திருக்கருக்காவூரில் எட்டாம் வகுப்பை முடித்து விட்டு

ஒன்பதாம் வகுப்பிற்கு பாபநாசம் உயர்நிலைப் பள்ளிக்குப் படிக்கப் போனேன். அங்கே என் பாச்சா பலிக்கவில்லை. காய்கறிகளையெல்லாம் கொடுத்து எந்த ஆசிரியரையும் சமாளித்துக் கொள்ள முடியாது என்று தோன்றிவிட்டது. வாத்தியார் கொடுக்கிற அடிகளை தாங்கிக் கொள்ள என் கைகள் பழக்கப்பட்டுப் போய்விட்டது. ஒன்பதாவதில் ரெண்டு வருஷத்தைக் கழித்துவிட்டுதான் பத்தாம் வகுப்பிற்கு போனேன். உண்மையில் நான் படித்து நல்ல மதிப்பெண்பெற்று பத்தாம் வகுப்பில் அடியெடுத்து வைத்தேன் என்று சொல்ல மாட்டேன் அது எந்த வாத்தியாரின் கருணையால் நடந்ததோ கடவுளுக்கே வெளிச்சம்.

பத்தாம் வகுப்பில் ‘சந்திரா’ வின் மீது மையல் கொண்டேன். அவளுக்கு என் மீது மையலோ இல்லையோ எனக்குத் தெரியாது என்னை கொட்டக் கொட்டாப் பார்ப்பாள் சிரிப்பாள். ஒரு பேச்சுப் பேசினதில்லை. அதுதான் எனக்குப் புரியவில்லை. அந்த பிராமண அழகு இரவு முழுவதும் என்னை பாடாய்ப் படுத்தும். அவள் பெயரைத் தெரிந்து கொண்டு இரவு முழுவதும் ‘சந்திரா சந்திரா...’ என்று புலம்பினால் ஆகிவிடுமா கதை?

நான் பத்தாம் வகுப்பில் இரண்டாவது வருஷம் படித்துக் கொண்டிருந்த போதுதான் ஒரு ஆச்சரியகரமான விஷயம் நடந்து கொண்டிருந்தது. எனக்கும் அருகில் அமர்ந்திருந்த ஆர். கருணாநிதி என்கிற மாணவன் ஒரு குயர் நோட்டுக்களை பத்து பதினைந்து வாங்கி வைத்துக் கொண்டு எராளமாக கதைகள் எழுதிக் கொண்டிருப்பான். இரவில்தான் அவன் கதைகள் எழுதுவானாம். படித்துக் கொண்டிருக்கிறபோதே அவனுக்கு அந்தக் கலை எப்படி வந்ததோ தெரியவில்லை. ஒரு நாளைக்கு ஒரு நோட்டில் கதையை எழுதிக் கொண்டு வந்து என்னிடம் காட்டுவான். அதை நான் படித்துப் பார்க்க வேண்டும் என்பது அவனது அபிப்ராயம் போல. அவன் வினோத வினோதமாகக் கதைகள் எழுதுவான். மர்மக்கதை, பேய்க்கதை, சமூகக்கதை என்றெல்லாம் ஒவ்வொரு கதைக்கும் ஒரு பெயர் வைத்திருப்பதோடு, அவனது கதைகளில் வருகிற பாத்திரங்களுக்கு இன்னன்னார் நடிகர்கள் நடிகைகள் சிரிப்பு நடிகர் நடிகைகள் வில்லன் நடிகர்கள் என்று பெயர் சூட்டி

அப்போது திரைப்படங்களில் பிரசித்தமானவர்களாயிருந்த எம்.ஜி.ஆர், சிவாஜிகணேசன் ஜெமினி கணேசன், எஸ்.எஸ். ராஜேந்திரன், ஏவி.எம்.ராஜன், ஜெய்சங்கர் என்று அவனின் கதை நாயகர்களுக்கு பெயர் சூட்டி நாயகிகளுக்கு சரோஜாதேவி, பத்மினி, சாவித்திரி, தேவிகா, எம்.என்.ராஜம் என்று பெயர் சூட்டி மகிழ்ந்தான். காமெடி பாத்திரங்களுக்கு எம்.ஆர்.ராதா, நாகேஷ், டணால் தங்கவேலு என்று ஒரு பட்டியல் போடுவது போலவே காமெடி பென் பாத்திரங்களுக்கு, மனோரமா, சச்சு, அங்கமுத்து என்று ஒரு பட்டியல் போடுவான், வில்லன் கதா பாத்திரங்களுக்கு, ஆர்.எஸ். மனோகர், எம்.என்.நம்பியார், எஸ்ஏ. அசோகன் போன்றோர்களின் பெயரைச் சூட்டி நாடக வடிவில் கதைகளை எழுதிக் குவித்துக் கொண்டிருந்தான். நான் அவைகளை வாசித்துப் பார்த்தபோது இந்தப் பையன் எங்கோ கோலாரு செய்கின்றானே எங்கோ எப்போதோ பார்த்த திரைப்பட வசனங்களின் தொகுப்பை அப்படி அப்படியே அல்லவா எழுதியிருக்கின்றான். இவன் சுயசிந்தனையில் எழுதியதற்கான எந்த முகாந்தரமும் தெரியவில்லையே என்று யோசித்த போது தான் இவன் திரைப்பட வசனங்களின் கூர்மையை தனது மனதிற்குள் பதிய வைத்துக் கொண்டு அதையே திரும்ப எழுதி தான் எழுதியது போல பிரமையை உண்டாக்குகின்றான் என்று தோன்றியது. என்னதான்கதை எழுதுகிறவனாக இருந்தாலும் இப்படி அப்பட்டமாக காப்பி அடிப்பாருண்டா? ஆனாலும் கேட்டதை மனதில் வாங்கி திரும்பவும் அதை பதிவு செய்வதற்கும் ஒரு திறமை வேண்டுமல்லவா அதை இவன் செவ்வனே செய்கின்றான். அதை நாம் பாராட்டித்தான் தீரவேண்டும் என்று எண்ணி அவனைப் பாராட்டவும் செய்தேன். அப்போதுதான் எனது நெஞ்சுக்குள் சிறு சபலம் ஏற்பட்டது. அது இவனைப் போல் அல்லாது நமது சுய சிந்தனையின் பாற்பட்டு ஒரு கதை எழுதிப் பார்க்கலாமே என்ற சபலம்தான் அது.

படிப்பதில் 'சுத்த மண்டு' என்ற பேர் பெற்றவன் நான். தமிழை உச்சரிக்கவும் எழுதவும் கற்றுக்கொண்ட எனக்கு ஆங்கிலமும் கணக்கும் வேப்பங்காய். வரலாறும் சயின்சும் சுட்டுப் போட்டாலும் வராது. அப்படிப்பட்ட எனக்கு மேற்கண்ட சபலம் வரக்கூடாதுதான். ஏனோ வந்து விட்டதே என்ன செய்ய?

ஏதோ ஓர் நெருக்குதல் உந்தித் தள்ள 'எழுதிப் பாரேன்' என்று நெருக்கடி கொடுக்கிற மாதிரியிருக்கிறது. எழுதிப் பார்க்கத் தீர்மானித்து விட்டேன். மதிய 'இடைவேளை' நேரம். அப்பா என் செலவுக்காகக் கொடுத்த நாலணா என் சட்டைப் பையில். நாற்பது பக்க நோட்டு வாங்க அது போதும். உயர் நிலைப்பள்ளிக்கும் எதிரேயிருந்த பெட்டிக்கடையில் நாலணா காசைக் கொடுத்து நோட்டை வாங்கிக் கொண்டு வந்து வகுப்புக்கு வந்த நான் எதையோ ஒன்றை நினைத்துக் கொண்டு அது கதையா கதையைப் போல் ஏதோ ஒன்றா என்றெல்லாம் எனக்குத் தெரியாது. தோன்றிக் கொண்டிருந்ததை எழுத ஆரம்பித்து விட்டேன். என் மனவேகத்தில் ஏதேதோ தோன்றி தோன்றி அதெல்லாம் எழுத்தாய்ப் பதிவாகிக் கொண்டிருந்தது. அது நான் கண்ட காட்சியாக இருக்கலாம். அல்லது அனுபவத்தின் ஒரு வெளிப்பாடாக இருக்கலாம். அதெல்லாம் இல்லாத ஏதோ ஓர் கற்பனையின் சாயலாகக் கூட இருக்கலாம். எழுதிக் கொண்டிருக்கிறேன். எழுத்தின் வேகத்திற்கு மனம்தான் காரணமா மனதின் வேகத்திற்கு எழுத்து காரணமா அதெல்லாம் என் சிந்தனையின்பாற்பட்டு உதிக்கவில்லை. நாற்பது பக்க நோட்டில் பாதியை நிரப்பி விட்டேன். மதிய வகுப்பிற்கான மணி அடிப்பது தெளிவாக கேட்கிறது. ஆனாலும் நான் எழுதுவதை விடவில்லை. மாணவர்கள் வகுப்பை நிறைத்துக் கொண்டு உட்கார்ந்திருக்கிறார்கள் அதுவும் எனக்குத் தெரிகிறது. தமிழாசிரியர் வகுப்பிற்குள் நுழைவதை உள் மனம் உணர்த்து கிறது. மாணவர்கள் ஆசிரியருக்காக இடத்திலிருந்து எழுந்து நிற்கிறார்கள். நான் மட்டும் எழவில்லை. மாணவர்கள் நான் மட்டும் உட்கார்ந்து எழுதிக் கொண்டிருப்பதைப் பார்த்து விட்டு 'கொலேர்' என்று சிரிக்கிறார்கள். மாணவர்கள் சிரிப்பதைப் பார்த்துவிட்டு ஆசிரியர் அவர்களின் சிரிப்பை அடக்கும் விதமாய் ஏதோ கை ஜாடை காட்டுகிறார்போல. சிரிப்பு அடங்குகிறது. எதைப்பற்றியும் கவலைப் படாதவன் போல எழுத்தின் வேகம் கவலையை புறந்தள்ளி விட்டதோ என்னவோ. எனக்கும் எழுத்துக்குமான யுத்தம் தொடர்ந்தபடிதான் இருந்து கொண்டிருக்கிறது. அது இப்போதைக்கு ஓயாது போல்தான் இருக்கிறது. ஒரு எல்லைக்குப் பிறகு ஆசிரியரால் பொறுமை

காக்க முடியவில்லையோ என்னவோ என் பெயரைச் சொல்லிக் கூப்பிடுகிறார். எழுதுவதை விட்டு விட்டு தலையை நிமிர்த்தி ஆசிரியரைப் பார்க்கிறேன். நான் ஆசிரியரை அண்ணாந்து பார்த்த அடுத்த ஷணம் மாணவர்களின் சிரிப்பு பீறிட்டுக் கிளம்பி என்னை ரணப் படுத்துகிறது. அதற்குள் உடம்பு தெப்பலாகி விட்டது. மெல்ல எழுந்து நின்று மறுபடியும் ஆசிரியரைப் பார்க்கின்றேன். அவர் முகத்தில் கோபத்தின் சாயல் தெரியவில்லை. குறுஞ் சிரிப்புத் தவழ 'என்ன எழுது கிறாய்?' என்று கேட்கிறார். நான் எதை எழுதுகின்றேன் என்று சொல்ல எனக்குத் தைரியம் வரவில்லை. தலையைத் தாழ்த்திக் கொள்கின்றேன். 'என்ன எழுதிக் கொண்டிருக்கிறாய் என்று கேட்டேன்?' மறுபடியும் ஆசிரியரின் கேள்வி என்னைத் துறத்த பதில் சொல்லித் தீரவேண்டிய மனநிலையில் நான். மிகச் சன்னமான குரலில் "கதை அய்யா" என்கிறேன்.

"கதையா?... அதைக்கூட நீ எழுதுவாயா?"

"எழுதினதில்லை எழுதிப் பார்த்தேன்."

"என்ன கதை?"

"என்ன கதை என்று எனக்குச் சொல்லத் தெரியவில்லை. ஏதோ தோன்றியதை எழுதி வைத்தேன்."

"அதென்ன கதையே தெரியாமல் கதை எழுதுவது? இப்படி கொண்டு வா பார்ப்போம்."

எழுதிய நோட்டை அவரிடம் கொடுக்கிறேன். நின்று கொண்டே வாசிக்க ஆரம்பித்தவர் மேலும் நிற்க முடியாமலோ என்னவோ நாற்காலியில் உட்கார்ந்து வாசிக்க ஆரம்பித்தார். வகுப்பில் பாடம் நடத்த வேண்டும் என்பதையே மறந்து விட்டது போல படித்துக் கொண்டேயிருந்தார். அரைமணிநேரத்திற்கும் அதிகமாக அவர் வாசித்திருப்பார் என்று நினைக்கின்றேன். முகத்தில் மல்லிகைப்பூ மலர்ந்தது மாதிரி அப்படி ஒரு மலர்ச்சியும் சிரிப்பும். எனது கிறுக்கல்கள் ஏற்படுத்திய விளைவால் ஏற்பட்ட பரவசம். 'கிட்டே வா' என்கிறார். சிறுநீர் கழிக்காததுதான் பாக்கி. உலகத்து நடுக்கமே ஒன்றாய் சூழ்ந்து கொண்டதுபோல் அவர் முன்னே செல்கின்றேன். அவர் பிரம்படி கொடுக்க வேண்டுமே என்பதற்காக கையையும்

நீட்டுகிறேன். “மன்னியுங்கள் ஐயா” என்று சொல்ல எனக்கு ஏனோ அப்போது தோன்றாது போய்விட்டது போல. நீட்டிய கையைப் பிடித்து என்னை அணைத்துக்கொண்டு, ‘வெகுஜோர் ரொம்ப நல்லா எழுதியிருக்கியே... இப்படியே எழுதிக்கொண்டு போனால் வருங்காலத்தில் நீ நாவலாசிரியனாக ஆகிவிடுவாய் அதற்கான கூறு இப்பவே உன் எழுத்தில் தெரிகிறதப்பா” என்று சொல்லிவிட்டு என்னைத் தட்டிக் கொடுக்கிறார். அவர் என்னைக் கேலி செய்வதற்காகச் சொன்னாரா உண்மையில் நான் எழுதுவது பார்த்து அப்படிச் சொன்னாரா என்பதெல்லாம் அப்போது எனக்குத் தெரியாது. அவர் வகுப்பு முடிகிற நேரம் வரை பாடம் நடத்துவதைத் தவிர்த்து விட்டு என்னைப் பற்றிய பிரஸ்தாபிப்பில் மீதி நேரம் ஓடி முடிந்தது. ‘நாவலாசிரியர்’ என்ற வார்த்தையை அப்போதுதான் நான் கேட்டேனேயொழிய அதற்கு முன்பெல்லாம் நான் அவ் வார்த்தையையெல்லாம் கேட்டது இல்லை. ‘நாவலாசிரியர்’ என்ற வார்த்தையில் ஒரு போதைத் தன்மை நிறைந்திருப்பதை நான் உணர்ந்து கொள்ளத் தயங்கவும் இல்லை. தமிழாசிரியர் நமச்சிவாயம் அவர்கள் வகுப்பை முடித்துக்கொண்டு சென்றதற்கப்புறம் அடுத்தடுத்து வந்த ஆசிரியர்களெல்லாம் என்ன பாடம் நடத்தினார்கள் என்பது எனக்கு விளங்கவே இல்லை.

அன்றைய இரவு முழுதும் எனக்கு உறக்கம் வரவில்லை என்பது நிஜம். அந்த ஒற்றைச் சொல்லின் கனவு மயக்கத்தில் மிதக்க ஆரம்பித்துவிட்டேன். தமிழாசிரியர் நமச்சிவாயம் சொல்வது போல நாம் நாவலாசிரியர் ஆகிவிட்டால் என்ன என்ற கேள்வி என் நெஞ்சுக்குள் சுழற்றிக் கொண்டே என்னை ரணப்படுத்துகிறதா திக்குதிசை தெரியாத ஒரு இடத்திற்கு கொண்டு போய் நிறுத்துகிறதா என்றெல்லாம் என்னால் ஊர்ஜிதம் செய்து கொள்ள முடியவில்லை. நான் நமச்சிவாயம் ஐயா சொன்னது போல நாவலாசிரியர் ஆகிவிடவேண்டுமென்றால் படிப்பைத் தொடராமல் அதற்கொரு முடிவு கட்டியேத் தீரவேண்டும் என்கிற தெளிவு எப்படியோ என் மனதிற்குள் ஊடுருவி விட்டது. இந்த இடத்தில் தான் நான் பெரும் குழப்பநிலையில் இருந்தேன். நான் படிக்கவேண்டும் உயர்படிப்புகள் படித்து பட்டங்கள் பல பெறவேண்டும் என்கிற கனவுகளுடன் என் அப்பா விசாலமாக

இருக்கிறாரே அவர் கனவுக்கு நான் என்ன கைமாறு செய்வது? பள்ளிக்கூடமே இல்லாத என் ஊரில் எனக்காகவே இரண்டு பிராமண ஆசிரியர்களை நியமித்து திண்ணைப் பள்ளிக்கூடம் அமைத்துக் கொடுத்தாரென்றால் அவர் மனது எத்தனை விசாலமானதாயிருக்க வேண்டும்? அவரது கனவை நொறுக்கி விட்டுத்தானே நான் நாவலாசிரியனாக வேண்டும். நாவலாசிரியரைப் பற்றி எனக்கு அரிச்சுவடி கூடத் தெரியாத வயதாயிற்றே அது... நான் புத்தகங்கள் பல படித்தவனா... அல்லது உலக அறிவையோ அவனுபவங்களையோ கற்றுக் கொண்டவனா... எதுவும் தான் இல்லையே... அதையெல்லாம் கற்றுக் கொள்வதற்கு இனிமேல் தானே நாம் முயற்சியே செய்ய வேண்டும்... வீட்டில் சும்மாயிருந்து கொண்டு அப்பாவின் மிரட்டலுக்குப் பயந்து அவருடைய விவசாயப் பணிகளில் நானும் பாவலா செய்து கொண்டு நாவலாசிரியனாக ஆகிவிடத்தான் முடியுமா? இந்தக் குழப்பங்களும் என்னை அச்சுறுத்தாமல் இல்லை. அப்போதுதான் என் மனதிற்குள் ஒரு குருட்டு எண்ணம் உதயமாகியது. அந்த வயதிலும் பக்தி செலுத்துவதில் எனக்கு கொஞ்சம் ஈடுபாடு இருந்தது. என் குல தெய்வத்தின் மீது பெரிய நம்பிக்கை வைத்திருந்தேன். அந்தக் குலச்சாமியின் முன்னால் போய், 'நாம் படிப்பதா நாவலாசிரியனாகி விடுவதா' என்று பூகட்டிப்போட்டு பார்த்து விடுவது என்று முடிவு செய்தேன். சாமி நமக்கு நல்லதைத்தானே செய்யும் அந்த சாமி சொல்வதைக் கேட்டுக் கொள்வோமே. அதன்படி நடந்து கொண்டால் உள்ளுக்குள் எழுந்திருக்கிற அதீதமான குழப்ப நிலைகளிலிருந்து நாம் விடுபட்டு விடுவோமல்லவா... ஒரு வழியாய் அவ்வழிதான் சிறந்த வழி என்பதை உறுதியாகப் பற்றிக் கொண்டு தீர்மானமும் பண்ணிவிட்டேன்.

மறுநாள் காலையில் நான் பள்ளிக்கூடம் கிளம்புவதுபோல் கிளம்பினேனேத் தவிர பள்ளிக்குச் செல்லவில்லை. நேரே குலச்சாமி கோயிலுக்குப் போய்விட்டேன். கோயில் பூசாரி என்னை விநோதமாகப் பார்த்துவிட்டு, "அர்ச்சனை பண்ண வந்தாயா?" என்று கேட்டார். "ஆமாம்" என்றேன் நான். "அப்படியா?" என்று கேட்டார் அவர். "ம்" என்ற நான், "அர்ச்சனையைப் பண்ணி விட்டு ஸ்வாமியின் முன்னால் பூ கட்டிப்போட்டு பார்க்க

வேண்டும்” என்றேன். “பூகட்டிப் பாக்கணுமா? இந்த வயதில் அப்படி என்ன பிரச்சினை உனக்கு?” என்று கேட்டார். “பிரச்சனையெல்லாம் ஒன்றுமில்லை நான் படிக்கணுமா வாணாமான்னு சாமிகிட்ட பூ போட்டு பாக்கணும்” என்றேன்.

“படிக்கத்தானே வேணும் அதில் என்ன உனக்கு குழப்பம்?”

“குழம்பிதான் ஆலயத்திற்கு வந்திருக்கிறேன் நீங்கள் பூ கட்டிப் போடுங்கள்.”

“சரி உன் இஷ்டம் அதைச்செய்யத்தானே நான் இருக்கிறேன்” என்று சொல்லிவிட்டு அர்ச்சணையைப் பண்ணி முடித்ததும் நான் ஏற்கனவேயே இரண்டு துண்டு சீட்டுக்களில் எழுதிவைத்திருந்ததைச் சுருட்டி ஸ்வாமியின் முன்னால் போட்டார். அப்போது கோயிலில் நானும் பூசாரியும் மட்டும்தான் இருந்தோம். “நீயே கண்ணை மூடிகிட்டு சீட்டை எடுத்துப் பார்” என்றார். கண்ணை மூடிக் கொண்டு ஒரு சீட்டை எடுத்துப் பிரித்துப் பார்த்தேன். என்ன ஆச்சரியம் பாருங்கள் ‘நாவலாசிரியனாகிவிடு’ என்றிருந்தது. அப்போதே என் மனக் குழப்பத்திற்கு விடை கிடைத்து விட்டதென்று எண்ணியபடி அங்கிருந்து நேரே உயர்நிலைப் பள்ளிக்கு வந்தவன் வகுப்புக்குச் செல்லாமல் தலைமை ஆசிரி-யரின் அறைக்குச் சென்றேன். “என்ன?” என்று கேட்டார் தலைமை ஆசிரியர். “இனி நான் படிக்கப் போவதில்லை. அது எனக்கு வரவும் வராது என்னுடைய பள்ளிச் சான்றிதழைக் கொடுங்கள் ஐயா” என்று நயந்தபடி கேட்டேன். அவர் திடுக்கிட்டுப் போய், “படிக்கப் போறதில்லையா பின்னே என்னப் பண்ணப் போகிறாய் மாடு மேய்க்கப் போகிறாயா? அதெல்லாம் தர மாட்டேன் இடத்தைக் காலி பண்ணி விட்டு வகுப்புக்குப் போ என்று கடுமையாகச் சொன்னார். எனக்கு அந்த இடத்தில் எப்படிதான் ஒரு வெறி வந்ததோத் தெரியவில்லை நானும் அதே கடுமையோடு, “சான்றிதழை வாங்காமல் இடத்தைக் காலி பண்ண மாட்டேன்” என்பதைத் தீர்மானமாகச் சொல்லி விட்டேன். ஒரு மணி நேரத்திற்கும் அதிகமாக எங்கள் இருவருக்கும் வாக்குவாதம் ஏற்பட்டு நான் விடாப்பிடியாக இருந்ததால் சான்றிதழைத் தேடி எடுத்து என் கையெழுத்தைப் பெற்றுக்கொண்டு என் மூஞ்சியில் வீசாத குறையாகக் கொடுத்தார்.

அதை நான் அந்த இடத்திலேயே கிழித்துப் போட்டு விட்டு விடுவிடுவென்று பள்ளிக்கூடத்தை விட்டு வெளியேறி வீட்டுக்கு வந்து விட்டேன். அந்த சம்பவத்திற்கும் மறுநாள் பள்ளிக்குப் போகவேண்டிய நான் வயலுக்குப் போய் விட்டேன். வயலுக்குப் போன நான் சும்மாயிருக்கவில்லை ஆட்களோடு ஆளாய் நின்று விவசாய வேலையையும் செய்ய ஆரம்பித்து விட்டேன். அப்பா, “பள்ளிக்கூடம் போகலையா?... லீவா?...” என்று அடுக்கடுக்காய் கேட்ட கேள்விகளுக்கெல்லாம் நான் பதில் சொல்லாமல் மௌனம் காத்து விட்டு, “இனிமேல் பள்ளிக்கூடம் போக மாட்டேன். அதில் எனக்கு விருப்பமில்லை படிப்பு வரவுமில்லை. இதற்குமேல் கேள்வி கேட்டு என்னை தொந்தரவு செய்யவேண்டாம்” என்று சொல்லிவிட்டு வேலையில் ஆர்வமாய் ஈடுபாடு கொள்ள ஆரம்பித்து விட்டேன். அப்பா அதற்கு மேல் என்னிடம் எதுவும் பேசவில்லை. ‘உன் தலைவிதி இதுதானா?’ என்பதுபோல அவர் நினைத்துக் கொண்டிருந்தாலும் நினைத்துக் கொண்டிருப்பார். அதுதானே உண்மையாக இருக்கும்.

ஒரு வாரம் வரையிலும் வீட்டில் என்னோடு யாரும் பேசுவது கிடையாது. சோற்றைப் போட்டு வைத்தால் தின்று விட்டு வயலுக்கு ஓடிவிடுவேன். அல்லது மாடுமேய்க்கப் போய் விடுவேன். உன்னைச் செல்லமாக வளர்த்தது இதற்குத்தானா என்பதுபோல் அப்பா என்னைப் பார்த்துக்கொண்டிருப்பார். சரி, இனி கதைகளை எப்படி எழுதவேண்டும் என்ற முனைப்பு எனக்குள் ஊற்றெடுக்க ஆரம்பித்து விட்டது. அந்த நாட்களில் என் வாழ்நாளில் ஒரே ஒரு கதையைக் கூட நான் வாசித்துப் பார்த்ததில்லை. கதைகளை எங்கேப் போய்த் தேடி எடுத்து படிக்கவேண்டும் என்ற அரிச்சுவடி கூடத் தெரியாத நிலை. எங்கள் கிராமத்தில் பஞ்சாயத்து போர்டிலிருந்து வாசகச் சாலைக்குச் சென்று, “ஏதாவது கதைப் புத்தகங்கள் இருந்தால் கொடுங்கள்” என்று கேட்டேன். “உனக்குப் பிடித்ததை நீயே பார்த்து எடுத்துக் கொள்” என்று வாசகச் சாலையை கவனித்துக் கொண்டிருந்த பெரியவர் ஒருவர் சொன்னார். எனக்கு அதிக சுதந்திரம் கொடுத்த மனிதர் அவராகத்தான் இருப்பார் போல. நான் பீரோவுக்குள் தேடித் தேடி ஒரு சின்னஞ்சிறிய புத்தகத்தை எடுத்தேன். அது ஒரு சிறுவர்களுக்கான கதைப்புத்தகம். ‘கண்ணாயிரத்தின் விதி’

என்று போடப் பட்டிருந்தது. அந்தக் கதையை எடுத்துக் கொண்டு வந்து வாசிக்க ஆரம்பித்தேன். சர்க்கஸ்காரர்களின் வாழ்க்கையைப் பற்றிய கதை அது. ஏழைச் சிறுவனொருவன் சர்க்கஸ் கம்பெனிக்கு பிழைப்புத் தேடி வந்து அவன் அனுபவித்த அல்லல்களையும் துயரங்களையும் வெகு சுவாரசியமாக எழுதி யிருந்தார் அந்தப் புத்தகத்தை எழுதிய ஆசிரியர். அந்தப் புத்தகத்தைப் பத்து தடவையாவது சலிக்காமல் படித்து விட்டேன். இப்போது கதையெழுதுகிற நுணுக்கம் கொஞ்சம் தெரிந்ததுபோல் உணர்ந்தேன். தனிப்பட்ட முறையில் எழுதியும் பார்த்தேன். எழுதியதைப் படித்துப் பார்த்ததில் எனக்கு திருப்தி ஏற்பட்டதாகத் தெரியவில்லை. எழுதியதைக் கிழித்துப் போட்டேன். ஒரு கதையாவது நானே திருப்தி கொள்ளும்படி எழுதிவிடலாகாதா என்ற தவிப்பு மேலோங்கி மேலோங்கி மீண்டும் மீண்டும் எழுதிப் பார்ப்பதை என் வேலையாக வைத்துக் கொண்டேன். இந்தச் சமயத்தில் மேலும் கதைகள் எங்கே கிடைக்கும் என்று படித்த நபர்களிடம் விசாரித்துப் பார்த்ததில் குமுதத்தையும் ஆனந்த விகடனையும் வாங்கிப் பார்த்தாயானால் அதில் கதைகள் நிறைய வெளியாகியிருக்கும் படித்துப் பார்க்கலாம் என்றார்கள். அந்தப் புத்தகங்கள் எங்கே கிடைக்கும் என்று விசாரித்தேன். பாபநாசத்தில் புக் ஸ்டாலில் கிடைக்கும் என்றார்கள். அம்மா அஞ்சறைப் பெட்டியில் போட்டு வைத்திருந்த காசை லவட்டிக்கொண்டு பாபநாசத்திற்கு ஐந்து மைல் தூரம் நடந்து போய் ஆனந்த விகடனையும் குமுதத்தையும் வாங்கி வந்து படிக்க ஆரம்பித்தேன். முதலில் நான் அப் புத்தகங்களில் வாசிக்க ஆரம்பித்தது சிரிப்புக் கொத்து, துணுக்கு முதலானவைகளைப் படித்துவிட்டு சிறுகதை தொடர்கதை என்று ஒன்று விடாமல் வாசிக்க ஆரம்பித்தேன். சாண்டில்யன், கல்கி, ஜெகசிற்பியன், ஜெயகாந்தன், அகிலன், நா. பார்த்தசாரதி, வாசவன் என்ற பெயர்களெல்லாம் என் மனதிற்குள் அத்துப்படியானது. வாராவாராம் விகடனையும் குமுதத்தையும் வாங்குவதற்காகப் பாபநாசம் போய்விடுவேன். இதழ்களில் வந்த கதைகளையெல்லாம் வாசித்துப் பார்க்க வாசித்துப் பார்க்க என்னாலும் கதைகள் எழுத முடியும் என்ற நம்பிக்கை வந்து விட்டது. அந்த விதத்தில் எனக்கு நானே வாசித்துக் கொள்ள ஒரு கதையையும் முழுமையாக எழுதிவிட்டேன். அந்தக் கதையில்

எனக்குக் கொஞ்சம் திருப்தி ஏற்பட்டாற் போலிருந்தது. சரி எழுதிய கதையை எப்படிப் பிரசுரத்திற்கு அனுப்புவது? கதையை அவர்கள் போடுவார்களா மாட்டார்களா என்ற கேள்விக ளெல்லாம் எனக்குள் எழாமல் இல்லை. சோதனையோட்டமாக எழுதிய கதையை பத்திரிகைக்கு அனுப்பி வைத்தேன். ஒரு மாதத்தில் அனுப்பிய கதைகள் எனக்கே திரும்பி வரும். 'முயற்சி திருவினையாக்கும்' என்ற வாசகத்தை வாராந்திர ராணி பத்திரிகையிலிருந்து என் கதையோடு சேர்த்து அனுப்பி வைப்பார்கள். 'கதையைப் பிரசுரிக்க இயலாமைக்கு வருந்துகிறோம்' என்றொரு வாசகம். விகடனிலிருந்து வரும். தளராமல் எழுதுவேன். இருபத்தைந்து கதைகளாவது இப்படியான வாசகங்களோடு எனக்குத் திரும்ப வந்திருக்கும். நான் இதனாலெல்லாம் மனம் தளர்ந்து துவண்டு போய்விடவில்லை. எழுதுவதையும் நிறுத்த வில்லை. அந்தச் சமயத்தில்தான் தினத்தந்தியில் ஒரு நான்கு வரி விளம்பரத்தைக் கண்டேன்! திருச்சியிலிருந்து வெளிவந்து கொண்டிருக்கும் 'கற்பூரம்' என்ற மாதப் பத்திரிகையின் விளம்பரம் அது. நான்கு ரூபாய் வருடச் சந்தா கட்டினால் சந்தாதாரர்களின் கதை, கவிதை, கட்டுரைகளைப் பிரசுரிக்க முன்னுரிமை அளிக்கப்படும் என்றிருந்தது. உடனடியாக நான்கு ரூபாயை சந்தா பணமாக அனுப்பி வைத்தேன். சந்தாவைப் பெற்றுக் கொண்ட ஆசிரியர் டி.எம். ரத்தினம் (கௌரவ மாஜிஸ்ட்ரேட்) அவர்கள் என் கதைகளையும் கட்டுரைகளையும் அனுப்பி வைக்கும்படி ஒரு தபால்கார்டில் எழுதி அனுப்பியிருந்தார். அந்தக் கடிதம் என்னை ஆகாயத்திலேயே பறக்க வைத்து விட்டது. விடுவிடென்று ஒரு கதையை எழுதி அந்தக் கதைக்கு 'மன்னித்து விடு' என்று தலைப்பிட்டு அந்தக் கதை ஒருவேளை பிரசுரிக்கப் படாமல் போனால் திரும்ப என் கைக்கு கிடைப்பதற்கு போதுமான தபால் தலையும் வைத்து அனுப்பி வைத்துவிட்டு காத்திருந்தேன். முழுசாக ஒரு மாதம் போயிருக்கும். தபால்காரர் 'உனக்கு ஒரு பத்திரிகை வந்திருக்கிறது' என்று கொடுத்தார். உரையை பிரித்துப் பார்க்காமலேயே அது 'கற்பூரம்' பத்திரிகை என்று தெரிந்தது. முகவரி எழுதியிருந்த பகுதியைக் கிழிக்காம லேயே கழற்றி எடுத்து விட்டு பத்திரிகையைப் பிரித்துப் பார்த்தேன். முதல் பக்கத்திலேயே என் கதை வெளியாகியிருந்தது.

அப்பா இத்தனை நாள் நான் பட்ட கஷ்டத்திற்கு பலன் கிடைத்து விட்டது. ஆகாயத்தில் பறந்தேனா மிதந்தேனா என்னால் உறுதியாகச் சொல்ல முடியவில்லை. நான் பறக்கா விட்டாலும் என் மனம் பறந்தது. 'இதோ என் கதை படித்துப் பாருங்கள்' நூறு பேரிடமாவது என் கதையைப் படிக்கக் கொடுத்திருப்பேன். பத்திரிகையில் கதை வெளிவந்த மறுவாரமே அப்பத்திரிகை ஆசிரியரிடமிருந்து ஒரு கடிதம் வந்தது. கதை களோடு அண்ணாவைப் பற்றியும் கலைஞர் கருணாநிதி அவர்களைப் பற்றியும் கட்டுரைகள் எழுதி அனுப்பி வைக்கச் சொல்லி. அவர்களைப் பற்றி நான் அப்போது தெரிந்து வைத்திருந்த மதிப்பீடுகளையும் அரசியல் நிகழ்வுகளையும் கட்டுரைகளாக்கி அனுப்பி வைத்தேன். அட்டையிலேயே என் கட்டுரையின் தலைப்பை வெளியிட்டு கட்டுரையை முதல் பக்கத்தில் பிரசுரித்திருந்தது என்னை மகிழ்ச்சிக் கடலில் ஆழ்த்தி விட்டது. இப்படி அந்தப் பத்திரிகையில் இரண்டு கதைகளும் ஐந்தாறு கட்டுரைகளும் வெளியாகின. அந்தச் சமயத்தில் 'ஆஷா' என்ற நண்பரின் மூலமாக மாலை முரசில் பணியாற்றிக் கொண்டிருந்த 'எஸ். லெயோ ஜோசப் என்ற நண்பரின் அறிமுகம் கிடைத்தது. அவர் மாலை முரசிற்கு கதைகள் அனுப்பி வைக்கும்படி எனக்கு கடிதம் எழுதியிருந்தார். அவர் கடிதம் கொடுத்த உற்சாகத்தில் மாலை முரசுவிற்கு கதையை எழுதி அனுப்பி வைத்தேன். அந்தக் கதை மாலை முரசில் வெளியாகும் முன்னமேயே எஸ். லெயோஜோசப்பிடமிருந்து எனக்குக் கதை பிரசுரிக்கப் படுவதாக கடிதம் வந்து விட்டது. கதை வெளியாகும் தினத்தன்று காலையிலேயே தஞ்சாவூர் போய்விட்டேன். மாலையில் வருகிற பத்திரிகையாதலால் நான் மூன்று மணிவரை காத்திருந்து தான் பத்திரிகையை வாங்கினேன். கதை வெளியாகி யிருப்பதைப் பார்த்ததும் பத்துக்கும் அதிகமான பத்திரிகைகளை வாங்கிக் கொண்டு வீட்டுக்கு வந்தேன். இப்படி வரிசையாக இருபது கதைகளுக்கும் மேலாக நான் மாலை முரசில் எழுதி விட்டேன். என் வயது ஒரு காரணமாக இருந்ததினாலோ என்னவோ அந்த வயதில் காதலை மையப்படுத்தி கதைகள் எழுதுவதை வழக்கமாகக் கொண்டிருந்தேன். எனது அண்ணன் பொறியாளர் சி. திருநாவுக்கரசு அவர்கள் என் கதைகளை

வாசித்துப் பார்த்துவிட்டு நகைக்க ஆரம்பித்து விட்டார். "ஒவ்வொருத்தர் கதைகளெல்லாம் எப்படி எழுதுகிறார்கள் இப்படியா எழுதுவது- அவர்களைப் போல் உன்னாலெல்லாம் கதைகள் எழுத முடியாது. அது ஒரு தவம் மாதிரி நிறைய படிக்கவும் விஷயங்களை தெரிந்து கொள்ளவும் முடிந்தால்தான் எழுதமுடியும். நீ இப்போதைக்கு கதைகள் எழுதுவதை விட்டு விட்டு நிறைய படிக்கக் கற்றுக்கொள். இலக்கியப் பத்திரிகைகளை தேடிப் பிடித்து வாங்கிப் படி தாமரை, தீபம், கணையாழி, கண்ணதாசன், ஞானரதம், செம்மலர் போன்ற பத்திரிகைகளெல்லாம் நிறைய வருகிறது அதில் வெளியாகிற கதைகளை வாசித்துக் கற்றுக்கொள். அதற்குப் பிறகுதான் உன்னால் நல்ல கதைகளை எழுதமுடியும் என்று கடுமையாகக் கூறிவிட்டு அப்பத்திரிகைகளை வாங்கிக் கொண்டு வந்து எனக்கு வாசிக்கவும் கொடுத்தார். நான் அது நாட்கள் வரை படித்திருந்த சாராம்சங்களெல்லாம் இலக்கியப் பத்திரிகை களில் காணமுடியவில்லை. அப்பத்திரிகைகள் முற்றிலும் வேறு உலகத்தையும் நடைமுறை வாழ்க்கைகளையும் காட்டின. ஒரு வருடம் வரை நான் கதைகள் எழுதுவதை விட்டு விட்டு இலக்கியப் பத்திரிகைகளில் சஞ்சரிக்க ஆரம்பித்துவிட்டேன். இலக்கியப் பத்திரிகைகளை தேடிப்பிடித்து வாங்கிக் கொண்டு வருவதையும் வழக்கமாக்கிக் கொண்டேன். கொஞ்சம் போல் எனக்குள் முதிர்ச்சி தென்பட்டதும் தாமரைக்கு ஒரு கதையை எழுதி அனுப்பி வைத்தேன். தாமரையில் அப்போது ஆசிரியர் பொறுப்பிலிருந்த தி.க. சிவசங்கரன் அவர்கள் நான் அனுப்பிய கதையை படித்துப் பார்த்து விட்டு, 'கதையில் கலை அம்சம் இல்லை அதையெல்லாம் நீங்கள் புரிந்து கொள்ள வேண்டுமானால் மக்ஸிம் கார்க்கியின் தாய், ஜிங்கிஸ் ஐத்மத்தவின், அன்னை வயல், ஜமீலா, ஷோக்வின் கதைகளை படிக்கவேண்டும் என்று எழுதி யிருந்தார்கள். தவறாமல் அந்தப் புத்தகங்கள் எங்கே கிடைக்கும் என்ற விபரத்தையும் எழுதியிருந்தார்கள். உடனடியாக அந்தப் புத்தகங்களை வாங்கிப் படித்து விட வேண்டும் என்ற நோக்கத்தில் தஞ்சாவூரில் இருந்த நியூ செஞ்சுரி புத்தக ஹவுஸிற்கு சென்றேன். அங்கே போனதும்தான் நான் அவைகளை மட்டும் படித்தால் போதுமானதல்ல இன்னும் நிறையவே வாசிக்க வேண்டியுள்ளது என்ற முடிவுக்கு வந்தேன். ஐம்பது காசு

எழுபத்தைந்து காசு, ஒரு ரூபாய், இரண்டு ரூபாய், மூன்று ரூபாய், நான்கு ரூபாய், ஐந்து ரூபாய் விலைகளில் நிறையவே புத்தகங்கள் கிடைத்தன. அவைகள் எல்லாவற்றையும் வாங்கிக் கொண்டு வந்து வாசிக்க ஆரம்பித்தேன். அவைகள் முற்றிலும் எனக்குப் புதியதோர் உலகை புலப்பட வைத்தன. காதல் கதைகள் எழுதிப் பழக்கப்பட்டுப் போன நான் மண் சார்ந்து நடைமுறை வாழ்க்கைகளைச் சொல்லும் கதைகளை எழுதவேண்டி என்னை தயார்படுத்திக் கொண்டேன். அந்தச் சமயத்தில் எனது அண்ணன் சி. திருநாவுக்கரசு அவர்கள் சென்னையில் செகரெட்டேரியட்டில் பொறியாளராகப் பணியாற்றிக் கொண்டிருந்தார். அவர்களைப் பார்க்கச் சென்றபோது தான் சென்னையில் 6, நல்ல தம்பி செட்டித் தெருவிலிருந்த தீபம் அலுவலகத்திற்குச் சென்றேன். அலுவலகத்தில் அப்போது தீபம், எஸ்.திருமலை இருந்தார். அவரிடம் நான் என்னை அறிமுகப்படுத்திக் கொண்டேன். அவர் என்னிடம் ஒரு சகோதரன் போல அன்பு காட்டி நெருக்கமாகப் பழக ஆரம்பித்தார். ‘இந்த மாத தீபத்திற்கு ஒரு கதை எழுதிக் கொடுங்கள்’ என்று கேட்டார்கள். ‘இங்கேயே எப்படி எழுதித் தருவது ஊருக்குப் போய் எழுதி அனுப்புகிறேனே’ என்றேன். ‘ஏன் இங்கேயே எழுத முடியாதா என்ன... உங்களால் எழுத முடியும்’ என்றவர், ‘கதைகளை எழுதுவதற்கு மூளையை கசக்கிப் பிழிய வேண்டிய அவசியமில்லை இராமகிருஷ்ண பரமஹம்ஸரின் பொன்மொழிகளை படித்துப் புரிந்துகொண்டாலே நூறு கதை களை எழுதி விடலாம் என்று சொல்லி பரமஹம்ஸரின் பொன் மொழிகள் அடங்கிய நூலை பரிசாகக் கொடுத்தார். நான் அங்கேயே படித்துவிட்டு ‘மரம் வைத்தவன்,’ ‘நாடகம் பார்த்தவன்,’ ‘கைக்கு எட்டியது,’ ‘இனிக்கும் வாழ்வு’ போன்ற கதைகளை எழுதி திருமலையிடம் கொடுத்தேன். மேற்சொன்ன அத்தனை கதை களும் தீபத்தில் வெளியாயின. நா. பாரத்தசாரதி அவர்கள் என்னை உற்சாகப்படுத்தித் தட்டிக்கொடுத்து தீபம் உள்ளவரை நான் எழுதவேண்டும் என்று கட்டளையிட்டார்கள். அவர் வாக்கின் காரணமாகவோ என்னவோ, அவர் இறந்த பின் வெளியான கடைசி தீபத்திலும் என்னுடைய ‘ஆசைகள்’ கதை வெளியாகி யிருந்தது. அதன் பொருட்டு அவரது வாக்கை நிறைவேற்றினவன் ஆனேன். தீபம் எஸ். திருமலையின் மூலமாகத் தான் நான்

பல்வேறு எழுத்தாளர்களையும் சந்திக்க ஆரம்பித்தேன். தி.க. சிவசங்கரன், வல்லிக்கண்ணன்; சா. கந்தசாமி; பிரபஞ்சன்; வண்ணநிலவன்; எஸ். வைத்தீஸ்வரன்; பாவண்ணன்; எஸ். சங்கரநாராயணன்; திருப்பூர் கிருஷ்ணன்; ஜி.ஜி. ராதா கிருஷ்ணன், ஆனந்தம் கிருஷ்ணமூர்த்தி, விட்டல்ராவ் போன்ற எழுத்தாளர்களைச் சந்திக்கவும் பேசவுமான வாய்ப்பு எனக்கு தீபத்தில் தான் கிடைத்தது. பி.எஸ். ராமையாவை சந்திக்க வேண்டும் என்றிருந்த ஆசை கடைசிவரை ஏனோ எனக்கு வாய்க்காமலேயே போய் விட்டது. தீபத்தில் என் கதைகள் நிறைய வெளிவர ஆரம்பித்து 'தீபம் எழுத்தாளர்' என்ற பெயருக்கும் சொந்தக்காரனாகிவிட்டேன். தீபத்தில் என் கதைகள் அதிகமாய் வெளிவரத் தொடங்கிய காலகட்டத்தில் தான், கண்ணதாசன், ஞானரதம், கணையாழி, தாமரை, செம்மலர் போன்ற பத்திரிகைகளிலும் என் கதைகள் அதிகமாய் வெளிவரத் தொடங்கின. தமிழகமெங்கும் அப்போது நடந்து கொண்டிருந்த இலக்கியக் கூட்டங்களில் கலந்துகொள்வதை பெரும் பாக்கிய மாகக் கருதலானேன். அங்கேதான் எண்ணிலடங்கா இலக்கிய நண்பர்களை எனக்குக் கிடைத்தார்கள். அதைச் சொல்ல வேண்டு மானால் அந்தப் பட்டியல் நீளும். சி. மகேந்திரன், இரா. காமராசு போன்றோர்களின் உயரிய நட்பால் தமிழ்நாடு கலை இலக்கிய பெருமன்றத்தில் உறுப்பினராகி அங்கம் வகிக்கவும் செய்தேன். இரா. காமராசு அவர்கள் என்மீது அதீதமான அன்பு பாராட்டுபவர். மன்னார்குடியில் அவர் நடத்துகின்ற கூட்டத்திற் கெல்லாம் என்னை தவறாமல் அழைப்பதோடு கூட்டத்தில் பங்குகொள்ள வாய்ப்பளித்ததையும் இன்றைக்களவுக்கும் நான் பெருமையாகக் கருதுகின்றேன். மன்னார்குடியில் அவரது தயவின் பொருட்டால்தான், மன்னை பாண்டியன், மன்னை இளமதிகாந்தன், மன்னார்குடி விசுவநாதன், மன்னை சம்பத் இன்னும் எண்ணற்ற தோழர்களெல்லாம் எனக்கு நண்பர்களாக வாய்க்கப் பெற்றார்கள்.

1975-76 வாக்கில்தான் எனக்கு தஞ்சை பிரகாஷ்; நா. விஸ்வநாதன், தஞ்சாவூர் கோபாலி ஆகியோரின் நட்பு ஒரு வரம்போல், ஆமாம் அப்படி தான் இதைச் சொல்ல வேண்டும் வரம்தான் அது நட்பு கிடைத்தது. கதைகள் எழுதுவதற்கான

இலக்கியம் பயிலுவதற்கான பயிற்சி பட்டறை என்று கூடச் சொல்லலாம். பிரகாஷும் மற்றவர்களும் என்னிடம் அளவற்ற அன்பு காட்டினார்கள். கதைகள் எப்படி எழுதவேண்டும் எப்படி எழுதக் கூடாது என்பதையெல்லாம் எனக்கு விளக்கிக் காட்டினார் பிரகாஷ். நான் புரிந்து கொண்டதுபோல் அவரைப் பார்ப்பேன். அவர் என்னைப் பார்ப்பார் அவர் அப்படிப் பார்ப்பதற்கு என்ன அர்த்தம் தெரியுமா? 'உனக்குப் போய் பாடம் நடத்துகிறேன் பார். மாதம் எட்டு கதைகளாவது உனது கதைகள் பத்திரிகைகளில் வெளிவந்து விடுகிறது. மூன்று வருடத்திற்கு ரெண்டு கதைகள் கூட என்னுடைய கதைகள் வெளிவரமாட்டேன் என்கிறது... முத்து அந்த சூட்சுமத்தை எப்படி கையாள்கிறாய் என்பதை எனக்குச் சொல்லேன்' என்பதுதான் அது. 'அதிகமாய் கதைகள் வெளிவருவதால் மட்டும் பெரிய கதையாசிரியன் நான் இல்லை பிரகாஷ். அதற்கு மேல் நீங்கள்... இத்தனை பேசுகிறீர்கள் உலகத்தில் எந்த அறிஞரையோ எழுத்தாளரையோ நடிகர் நடிகைகளை பற்றி கேட்டால் கூட விரல் நுனியில் விஷயத்தை வைத்துக் கொண்டு பேச்சோ பேச்சு என்று பேசித் தீர்த்து விடுகின்றீர்கள் என்னால் முடியுமா அது? ஒரு விஷயத்தின் முடிவே நீங்கள்தானே பிரகாஷ் என்பேன் நான்.

1980களின் வாக்கில் நான் எங்கள் கிராமத்தின் அஞ்சலக அதிகாரியாக பணியாற்றவும் தொடங்கிவிட்டேன். பள்ளிச் சான்றிதழை கிழித்துப் போட்டவனுக்கு எப்படி போஸ்ட் மாஸ்டர் உத்தியோகம் கிடைத்தது என்று தானே கேட்கின்றீர்கள்? அலையாய் அலைந்து போலி சான்றிதழ் (டூப்ளிகேட் சர்ட்டிபிகேட்) வாங்கித்தான் சேர்ந்தேன். மதியம் இரண்டு மணியோடு எனது ஆஃபீஸ் முடிந்து விடும். அதற்குப் பின்னால் பிரகாஷையும் மற்ற நண்பர்களையும் பார்ப்பதற்காகத் தஞ்சாவூர் கிளம்பிப்போய் அவர்களைப் பார்த்து பேசிக் கொண்டு விட்டு கடைசி பேருந்தில் புறப்பட்டுத்தான் ஊருக்கு வருவேன். இந்தப் பழக்கம் சுமார் இருபத்தைந்தாண்டு காலம் பிரகாஷ் உயிரோடு இருந்தவரை நீடித்தது என்றால் பார்த்துக் கொள்ளுங்கள். இந்தப் பழக்கம் எனக்கு தினசரி வழக்கம் போலவே ஆகிப்போனது. பிரகாஷ் தேர்ந்த ஞானி என்றுதான் சொல்லவேண்டும். உலக இலக்கியங்களிலிருந்து இந்திய இலக்கியங்கள் வரை அவருக்குத்

தெரியாத விஷயங்களே இல்லை என்று சொல்லி விடலாம். உலகத்தில் இந்தியாவில் எந்த எழுத்தாளர்களைப் பற்றி கேட்டா லும் அவர்களைப் பற்றியும் அவர்கள் எழுதிய கதைகளைப் பற்றியும் விஷயங்களை அள்ளி அள்ளித் தருவார். அவர் தஞ்சையில் ஆரம்பித்த பல்வேறு இலக்கிய அமைப்புகளில் நான் தான் முக்கியஸ்தன். நாங்கள் தஞ்சாவூரில் நிகழ்த்துகிற இலக்கியக் கூட்டங்களில் பங்குகொள்வதற்காகத் தமிழில் பேர் சொல்லக் கூடிய எழுத்தாளர்களெல்லாம் வருவார்கள். அப்படித் தான் எனக்கு அசோகமித்திரன், கி. ராஜநாராயணன், க.நா. சுப்ரமண்யம், வெங்கட் சுவாமிநாதன், தி.ஜானகிராமன், எம். வி.வி. கரிச்சான்குஞ்சு, தேனுகா, வே.மு. பொதியவெற்பன் போன்றோர்களெல்லாம் கிடைத்தார்கள். அவர்களின் ஏகோபித்த அன்பைப் பெற்றவனும் ஆனேன்.

அந்தச் சமயத்தில் தான் என் திருமணமும் நடக்கப் பெற்றது. அது நாட்கள் வரை சிறுகதை எழுத்தாளனாக மட்டும் அடையாளப் படுத்தப்பட்டிருந்த நான் நாவல் எழுதுவதில் முனைப்பு காட்ட ஆரம்பித்து எழுதவும் செய்தேன். 1982ல் என் முதல் நாவல் 'நெஞ்சின் நடுவே' வெளிவந்து வாசகர்களிடை யேயும் விமர்சகர்களிடையேயும் நல்ல வரவேற்பைப் பெற்றது. நான் என் முதல் நாவலான 'நெஞ்சின் நடுவே'வை எழுதிக் கொண்டிருந்தபோது இலங்கையிலிருந்து தன் 'பஞ்சமர்' நாவலை அச்சிடுவதற்காக கே. டானியல் அவர்கள் தஞ்சாவூர் வந்து தங்கியிருந்தார். அவரிடம் என் நாவல் பற்றி பேசுகிற போதெல்லாம் அவரும் தனது அபிப்ராயங்களைச் சொல்வார். அதை நான் மௌனமாகக் கேட்டுக் கொள்வேன். அந்த நாவலின் முடிவு கூட டானியல் சொல்லி எழுதப்பட்டது தான் என்பதை சொல்லிக் கொள்ள எனக்கு வெட்கமில்லை. அந்த நாவலை தீபம் எஸ். திருமலை அவர்கள் மணிவாசகர் பதிப்பகத்தின் மூலமாக வெளிவர ஆவன செய்தார்கள். தஞ்சாவூர் மார்ஸ் ஹாலில் தமிழ்ப் பல்கலைக்கழகத்தின் முதல் துணைவேந்தர் வி.ஐ. சுப்பிரமணியன் அவர்களை வைத்து நெஞ்சின் நடுவே நாவலை வெளியிட்டேன். அந்த நாவலைப் பாராட்டிப் பேச வந்தவர்கள் எம்.வி. வெங்கட்ராம், கரிச்சான் குஞ்சு, தீபம் எஸ். திருமலை, வே.மு. பொதிய வெற்பன், எஸ். கலைச்செல்வன்,

சி. அறிவுறுவோன், சி. சேதுராமன், நா. விஸ்வநாதன், தஞ் சாவூர் கோபாலி, தஞ்சை பிரகாஷ் போன்றோர் ஆவார்கள். இந்த நாவல் வெளியீட்டில் என்ன ஒரு விசேஷம் என்றால் நாவலில் வருகிற அத்துணை மனிதர்களையும் கூட்டத்திற்கு அழைத்துக் கொண்டு வந்து சிறப்பித்ததுதான். நெஞ்சின் நடுவே வெளிவந்த சூட்டோடு எனது அடுத்த நாவல் 'கறிச்சோறையும்' எழுத ஆரம்பித்து அந்த நாவலை 1989இல் என் சொந்த செலவிலேயே அச்சிட்டு வெளியிட்டேன். கறிச்சோறு நாவலை எழுதி முடித்த கையோடு அடுத்தடுத்த நாவல்கள் 'பொறுப்பு,' 'வேரடி மண்' நாவல்களையும் எழுதி கலைஞன் பதிப்பகத்திற்கு 'பொறுப்பையும் வானதி பதிப்பகத்திற்கு 'வேரடி மண்'ணையும் அனுப்பி வைத்தேன். கலைஞன் பதிப்பகத்திலிருந்து 'பொறுப்பு' நாவல் வெளிவந்தது. வானதிக்கு அனுப்பிய 'வேரடி மண்'ணை கிடப்பில் போட்டுவிட்டார்கள். வானதியில் வெளிவரும் என்ற நம்பிக்கையில் இரண்டாண்டுகள் காத்திருந்தேன். வானதி பதிப்பகத்தின் உரிமையாளர் திருநாவுக்கரசு அவர்கள் காலமாகி விட்டதால் அவரது மகன் அந்த நாவலைப்பற்றி கண்டுகொள்ள வில்லைபோல. இனியும் தாமதிக்கக் கூடாது என்றெண்ணி ஒரத்தநாட்டிலிருந்து இயங்கிக் கொண்டிருந்த மருதம் பதிப்பகத்தார் அந்த நாவலை வெளியிட்டார்கள். இப்படி நாவல்கள் எழுதுவதில் என் கவனம் முழுமையும் இருந்தாலும் சிறுகதைகள் எழுதுவதையும் நிறுத்திக் கொள்ளவில்லை. நாவல் எழுதுகிற நேரம் தவிர எஞ்சியுள்ள நேரங்களிலெல்லாம் சிறுகதை களையும் விடாமல் தான் எழுதிக் கொண்டிருந்தேன். இலக்கிய இதழ்களில் மட்டுமே வெளிவந்து கொண்டிருந்த எனது சிறுகதைகள் வெகுஜன இதழ்களிலும் வெளிவர ஆரம்பித்தது. வெகுஜன இதழ்களுக்கு அனுப்புகிற கதைகளின் தரத்தை நான் எவ்விதத்திலும் குறைத்துக் கொள்ளவில்லை. அதனால்தானோ என்னவோ வெகுஜன இதழ்களில் வெளிவந்த பல சிறுகதைகள் இலக்கிய சிந்தனை பரிசைப் பெற காரணமாக அமைந்து போனது. இந்த நேரத்தில் தான் கோமல் சுவாமிநாதனை ஆசிரியராகக் கொண்டு 'சுபமங்களாவும்' ம. நடராஜனை ஆசிரியராகக் கொண்டு புதிய பார்வையும் வெளிவந்தது. இரண்டு பத்திரிகைகளுமே எனக்கு சிறப்பானதொரு இடத்தைக்

கொடுத்தார்கள். பல நல்ல கதைகள் அப்பத்திரிகைகளில்தான் வெளிவந்தது. கோமல் சுவாமிநாதன் அவர்கள் என்மீது அதீதமான அன்பு காட்டியதையும் தஞ்சாவூரில் நான் நடத்திய சுபமங்களா வாசகர்வட்ட சிறப்புக் கூட்டத்தை தலைமையேற்று நடத்திக் கொடுத்ததை என் வாழ்நாளில் மறக்க முடியாது. 1991ல் ஆனந்த விகடன் நடத்திய விழிப்புணர்வு சிறுகதைப் போட்டியில் குடியின் தீமையை மையமாகக் கொண்டு நான் எழுதிய 'மண்டையன்' என்ற சிறுகதை ரூ. 5000/- பரிசு பெற்றதோடு அக்கதையை படித்து நெகிழ்ந்து போன வாசகர் ஒருவர் ஐயாயிரம் பரிசாக அனுப்பியதையும் நெகிழ்வுடன் நினைத்துப் பார்க்கின்றேன். அந்தக் கதை விகடன் பிரசுரத்தில் நூலாகவும் வெளிவந்தது. மூன்று பதிப்புகள். தொலைக்காட்சியில் இரண்டு எபிசோடுகளாக அக்கதை சின்னத் திரை வடிவில் ஒளிபரப்பானது. இன்னும் கூட என் எழுத்து வாழ்க்கையைப் பற்றி இன்னும் எவ்வளவோ சொல்ல விஷயங்கள் இருக்கின்றன என்றாலும் அவ்வளவையும் சொல்ல வாய்க்கவில்லை. ஆனாலும் என் எழுத்து வாழ்க்கையில் நான் சந்தித்த அற்புதமான மனிதர் கவிஞர் அவரைப் பற்றி சொல்லாமல் இதை நிறைவு செய்துவிட முடியாது...

ஒருநாள் பிரகாஷோடு நான் அகஸ்மாத்தாக பேசிக் கொண்டிருந்த போது தஞ்சாவூரில் புதுக்கவிதைகள் எழுது வோர்கள் மிகக் குறைவாகத்தான் இருக்கிறார்கள். அதிலும் நா விஸ்வநாதன், இலக்குமி குமாரன் ஞானதிரவியம், சுந்தர்ஜி, கவிஜீவன் போன்ற பேர் சொல்லக் கூடிய சிலர் மட்டும்தானே இருக்கிறார்கள் நல்ல கவிஞர்கள் இல்லையே என்று நான் வருத்தப்பட்டு பேசிக்கொண்டிருந்தபோது, 'ஏன் இல்லை முத்து 'வியாகுலன்' என்று ஒருவர் காரைக்குடியிலிருந்து தஞ்சாவூருக்கு வந்திருக்கிறார். அவர் தஞ்சாவூர்க்காரராகவே ஆகி விட்டார். அற்புதமான கவிஞர் புதுக்கவிதை ஜாம்பவான் என்று கூட அவரைச் சொல்லலாம். அவரை இன்றைக்கே போய் சந்தித்து விடலாமா? என்று கேட்டார். 'அப்படியா?' என்று ஆச்சரியப் பட்டுபோய், 'அதைக் காட்டிலும் வேறென்ன சந்தோஷம் வேண்டும் கிளம்புங்கள் பார்த்துவிட்டு வரலாம்' என்றேன். பல வேலைகளை கையில் வைத்துக் கொண்டிருந்த பிரகாஷ் அதைப் பற்றி ஏதும்

கவலைப்படாமல் என்னோடு புறப்பட்டு விட்டார்.

தஞ்சாவூரில் 'யாகப்பா லாட்ஜ்' இருந்த பகுதியில் வியாகுலனின் அச்சகம் இருந்தது. அங்கே போய் அவரை சந்தித்தோம். பிரகாஷ் என்னை வியாகுலனுக்கு அறிமுகப்படுத்தி வைத்தார். காற்றைப் போலவும் பூவைப் போலவும் மென்மையான சுபாவம் உள்ளவர் வியாகுலன் என்பதைப் புரிந்து கொண்டேன். அளந்து அளந்து பேசினாலும் அர்த்தத்தோடு பேசுவதில் வல்லவர். தன்னை ஒரு கவிஞர் என்று எந்தச் சூழ்நிலையிலும் தன்னை அடையாளப்படுத்திக் கொள்ள விரும்பாதவர் போலிருந்தார். இரண்டு மணிநேரமாவது அவரோடு பேசிக்கொண்டிருந்ததாக ஞாபகம். விடைபெற்றுக் கொள்ளும்போது அவர் எழுதி அகரத்தில் வெளியிட்ட ஒரு கவிதைத் தொகுப்பை பிரகாஷுக்கும் எனக்குமாகக் கொடுத்தார். அக்கணமே நான் அவர் கவிதைகளில் லயிக்க ஆரம்பித்து விட்டேன். புரிந்தது போலவும் புரியாதது போலவுமான அவர் கவிதைகளில் தொன்மை சார்ந்த உறவும் எவ்வகையிலும் மரபை விட்டுக் கொடுக்காத பண்பும்- மரப்பாச்சி, பலூன், பாம்படம், நாழிஓடு, சீப்பில் ஒட்டிக்கொண்ட தலைமுடி, மூதாதையர்கள், சிறகுதிர்க்கும் பறவை. வில்வண்டி - பாசிமணி கரிக்குகிற ரயில் இதெல்லாம் என்ன மரபின் சுவடுகள் தானே இதையே புதுமையாய் பொழிந்து தள்ளுகிற வித்தகராயிருந்தார். மூன்றாவது முறை அவரது கவிதையை வாசித்தால் விளங்கிக் கொள்ளமுடியாதவர்களும் விளங்கிக் கொள்வர். பழைய மொந்தையில் புதிய 'கள்' அது. ஒன்றிவிட்டால் சுகானுபவம் தான்.

வியாகுலனோடு அந்தச் சந்திப்பிற்குப் பிறகு வாரம் ஒருமுறையாவது அவரை சந்தித்து விடுவதென்பதை பழக்கமாக்கிக் கொண்டேன். அவர் என்மீது கொண்ட அன்பினாலோ என்னவோ அவரது 'அனன்யா' பதிப்பகத்தின் மூலமாக என் முதல் சிறுகதைத் தொகுப்பு 'ஏழுமுனிக்கும் இளையமுனி' வெளி வந்தது.

பிரகாஷை சந்தித்த நாள் முதலாய் நான் தஞ்சாவூர் செல்கின்ற போதெல்லாம் பேருந்தை விட்டு இறங்கியதும் ஒரு காபியோ டீயோ குடிக்கக் கூடத் தோன்றாமல் நேரே பிரகாஷ் கடைக்குத்தான் செல்வேன். வியாகுலனை சந்தித்த நாள் முதலாய் நான் தஞ்சாவூர் செல்கிறபோதெல்லாம் வியாகுலனை சந்தித்து

விட்டுதான் பிரகாஷை பார்க்கப் போவதென்பதாகி விட்டது. பிரகாஷைப்போல் இலக்கியம் சார்ந்து அதிகம் பேசக்கூடியவர் இல்லை என்றாலும் கூட ஏனோ அவர்மீது என்றுமே பிரிக்க முடியாத ஒட்டுதல் போல் ஆய்விட்டது. இதை பூசி மெழுகாமல் சொல்வதென்றால் அவர் குடும்பத்தில் நான் ஒருவனாகவும் என் குடும்பத்தில் அவர் ஒருத்தராகவும் ஆகிவிட்டோம். எனக்கும் அவருக்கும் வயதில் இருபத்தைந்தாண்டுகள் இடைவெளி யிருந்தும் தோளில் கை போட்டு உறவாடுகிற தோழமையைக் கொண்டிருக்கிறோம். என் உறவுகளைக் காட்டிலும் நான் அதிகம் மதிக்கும் என் 'ஸ்கிருதயன்' அவர். என் மீதும் என் எழுத்தின் மீதும் அவர் கொண்டிருக்கும் அதீதமான நட்பால் அவர் உருவாக்கத்தில், இவர்களும் ஜட்கா வண்டியும், நெஞ்சின் நடுவே, கறிச்சோறு, அப்பா என்றொரு மனிதர், 'ஐந்து பெண் மக்களும் அக்ரஹாரத்து வீடும்,' போன்ற புதினங்களும் 'சி.எம். முத்து சிறுகதைகள்,' 'விளைநிலம்,' 'மனிதம்' போன்ற சிறுகதைத் தொகுப்புகளையும் கொண்டு வந்துள்ளார். அவர் உருவாக்கத்தில் வெளிவர இருக்கும் படைப்புகள் 'முன்னத்தி ஏர்,' 'மிராசு' இரண்டு புதினங்களும் இதுவரை நூல்வடிவம் காணாத 'இசைக்க மறந்த பாடல்' சிறுகதைத் தொகுப்பும் வெளிவரக் காத்திருக்கின்றன.

தஞ்சையின் மண் சார்ந்து தொன்மையான விஷயங் களையும் மனிதர் கொண்டு எழுதி வருகின்றேன். விவசாய நிலம், காவிரி, வண்டல் மண் இவைகள் தான் என் கதாபாத்திரங்கள். நாகரிகம், 'அநாகரிகம்,' 'ஆனந்தம்,' பரமானந்தம் எல்லாமும் கூட என் ரஸனையின்பாற்பட்டு சித்தரித்திருக்கலாம். இன்னும் சித்தரிக்கவும் முயலலாம். கலையம்சத்தோடு எழுதுங்கள் என்று தி.க.சி. சொன்னது எதற்காக? இருப்பை உள்ளது உள்ளபடி சொன்னாலும் அதிலும் ரஸனையையும் சேர்த்துக் கொள்ளவேண்டும் என்பதற்காகத்தானே? கறிச்சோறிலும் மற்ற புதினங்களிலும் ரஸனையை சேர்த்துக்கொண்டதால்தானே தி.க.சி. யால் 'தஞ்சையென்றால் தி. ஜானகிராமன் மட்டுமல்ல சி.எம்.முத்துவும்தான் என்று சொல்ல முடிந்தது. 'எமிலிஜோலோ' வகைப்படுத்திய நேச்சுரலிஸ' இலக்கிய கண்ணோட்டத்திற்கு வடிவம் கொடுத்தவர்களில் சி.எம். முத்து முக்கியமானவர் என்று அசோக மித்திரனால் சொல்ல முடிந்தது. தமிழை உலகத் தரத்துக்கு

கொண்டு போக முயன்ற சி. எம். முத்து தமிழ்நாட்டு மக்களால் மறக்கடிக்கப்பட்டது எதற்காக? வென்று வெங்கட் சுவாமிநாதனால் இந்தியா டுடேயில் கேள்வி எழுப்ப முடிந்தது? தஞ்சாவூரை என்னைக் காட்டிலும் அதிகமாயும் அற்புதமாகவும் எழுதுகிறான் இந்தப் பையன் என்று தி. ஜானகிராமன் பிரகாஷிடம் சொல்லி மகிழ்ந்ததை மறந்து விடத்தான் முடிய வில்லை. காலம் என்னில் எதை வைத்துக் கொள்ளலாம் என்று நினைக்கிறதோ அதை வைத்துக் கொள்ளட்டும். எதை விட்டு விடலாம் என்று நினைக்கிறதோ அதை விட்டு விடட்டும்.

☯

3. யானும் என் எழுத்தும்

-ச. சுபாஷ் சந்திரபோஸ்

பொதுவாக எழுத்து என்பது இருவகையில் அமையலாம். ஒன்று ஆய்வு தொடர்பானவை; மற்றொன்று படைப்புத் தொடர்பானவை. ஆய்வாளர்கள் அனைவரும் படைப்பாளர் ஆவதில்லை. படைப்பாளர்கள் ஆய்வாளர் ஆவதற்கு அதிக வாய்ப்பில்லை. இவ்விரண்டையும் ஒருங்கே பெற்றவர்கள் மு. வரதராசனார், தமிழண்ணல், கு.வெ. பாலசுப்பிரமணியன் எனக் குறிப்பிட்ட சிலரைச் சொல்லாம். இளந்தலைமுறையில் க. அன்பழகன், இரா. காமராசு, ஆ. குணசேகரன், இலக்குமி குமாரன் ஞானதிரவியம், மா. கோவிந்தராசு என இன்னும் சிலரைக் குறிப்பிடலாம்.

பெற்ற பட்டங்கள், வகித்த பதவி, பெற்ற அனுபவங்கள் என இவ்வரிய வாய்ப்புகள் எனக்குக் கிடைத்ததால் ஆய்வு, படைப்பு என்னும் இரண்டு துறைகளிலும் கால் வைக்க முடிந்தது. கால் வைத்துள்ளேன்; கால் பதித்துள்ளேனா என்பதற்குக் காலம் தான் பதில் சொல்லவேண்டும். இவ்வாய்ப்புகளைப் பெற முறைப் படுத்திய பெற்றோருக்கும் பேராசிரியர்களுக்கும் நன்றியைத் தெரிவிக்க வேண்டும்.

1. ஆய்வுப் பணி

சூழலே ஒருமனிதனை உருவாக்குகின்றது என்பதற்கு ஆயிரக் கணக்கான சான்றுகளைப் படிக்கின்றோம்; கேட்கின்றோம். அப்படி ஒரு சூழல் என்னுடைய பல்கலைக்கழகப் படிப்பின் போது நிகழ்ந்துள்ளது. 1973இல் அப்போதைய மதுரைப் பல்கலைக் கழகத்தில் தமிழ் முதுகலை வகுப்பில் சேர்ந்துள்ளேன். சென்று உட்கார்ந்தபோது மாணவர்கள் விருப்பப் பாடம் (Optional) பிரிக்கப் போவதாகக் கூறுகின்றார்கள். புதினம் (Novel), மொழியியல் (Linguistics) என்பவை விருப்பப் பாடங்கள். அப்போது புதினம்

என்னும் பெயர் அதிகமாக இல்லை. நாவல் என்று தான் கூறுவார்கள்.

நாவல் என்பது தெரிகின்றது. மு. வரதராசனார், சாண்டில்யன், ஜெயகாந்தன் போன்றோரின் நாவல்களை எல்லாம் இளங்கலை படிக்கும்போது படிக்க வாய்ப்புக் கிடைத்தது. அதனால் அது பற்றித் தெரிந்தது. ஆனால் Linguistics என்னும் ஆங்கிலச் சொல்லுக்குப் பொருளே தெரியவில்லை. வலது பக்கமும் இடது பக்கமும் இருந்த மாணவர்களை இச்சொல்லின் பொருளைக் கேட்டால். அவர்களும் உதட்டைப் பிதுக்கினார்கள். அவர்களும் புதியவர்கள். என்னைப் போன்று கிராமப்புறத்திலிருந்து வந்தவர்கள் என்பது நெற்றியில் எழுதி ஒட்டப்பட்டிருந்தது.

மாணவர்களை விட மாணவியர் நிறையப் பேர் இருந்தார்கள். இப்போது மகளிர் இளங்கலை, மேற்படிப்புப் படிப்பது, ஆய்வு மேற்கொள்வது என்னும் நல்ல சூழல்கள் எங்கும் காணப்படுகின்றன. இந்தத் தொடக்கம் அறுபது எழுபதுகளில் ஏற்பட்டது எனலாம்.

மாணவியரிடம் பேசவும் அச்சம்; அவர்களிலும் எத்தனை பேர் அதன் (Linguistics) பொருளை அறிந்திருந்தார்களோ தெரிய வில்லை. குழப்பமான சூழல் இருந்தாலும் நாவல் என்பது பற்றிய தெளிவு இருந்தது. நாவலை நாமாகப் படித்துக்கொள்ளலாம்; படித்தும் இருக்கிறோம். எனவே பொருள் தெரியாத அந்த விருப்பப் பாடத்தை எடுத்துக் கொள்வோம் என ஒரு சிறு பொறி மனதிற்குள் தோன்றியது.

பேராசிரியர் கையைத் தூக்கச் சொன்ன போது பாதிப் பேருக்குக் குறைவாக நாவலுக்குக் கையைத் தூக்கினார்கள். இரண்டாவது விருப்பப் பாடத்திற்கு மீதியுள்ளோர் கையைத் தூக்கினார்கள்; கடைசியாகக் கையைத் தூக்கியது நானே!

இவ்வாறு மொழியியல் படிக்கத் திடீரென்று ஒரு சூழல் உருவாகியது. என்னோடு மொழியியல் படித்தவர்களில் எத்தனை பேர் அதனோடு தொடர்பு வைத்திருக்கின்றார்கள் என்பது தெரியவில்லை. ஆனால் மொழியியல் எனக்கு படிக்கவும் ஆய்வை விரிவுபடுத்தவும் களத்தை விரிவுபடுத்திக் கொள்ளவும்

பெரிதும் உதவியது என்பதைப் பெருமையுடன் பதிவு செய்ய வேண்டும்.

மொழியியல் என்பது ஒரு பரந்துபட்ட களம். ஒரு மொழியையும் அதனோடு தொடர்புடைய மொழிகள், மொழி களின் வரலாறு, இலக்கணங்கள், சமுதாயம், உளவியல் எனப் பலவற்றையும் அறிவியல் பூர்வமாக ஆராயக் கூடிய ஒரு துறையாகும். தெபொ. மீனாட்சி சுந்தரனாருக்கு முன்னர் சிலர் மொழியியலைத் தொட்டிருந்தாலும் தமிழகத்தில் அதை வளர்த்த பெருமை அவரையே சாரும்.

மொழியியல் வளர்வதற்கு முன்னர் பல இலக்கண அறிஞர்கள் இருந்தார்கள். அனைவருமே ஆழ்ந்த புலமை மிக்கவர்கள். ஆனால் மூல நூலைத் தொடர்ந்தே அவர்கள் ஆய்வு இருக்கும். மேலும் சில கருத்துகள் தோன்றினாலும் மூல நூலுக்கு மாறுபட்டுச் சொல்ல மாட்டார்கள்.

மொழியியல் அறுபது - எழுபதுகளில் வளர்ந்தபோது பலர் விரும்பிக் கற்றார்கள். தமிழ் இலக்கணங்களை மொழியியலோடு ஒப்பிட்டு ஆராய்ந்தார்கள். வ.ஐ. சுப்பிரமணியம், முத்துச்சண்முகன், ச. அகத்தியலிங்கம், செ.வை. சண்முகம், மோ. இசரயேல் என இன்னும் சிலரைக் குறிப்பிட்டுச் சொல்லலாம். மொழியியல் ஒளி பாய்ந்ததும் இலக்கணம், உரையை மனப்பாடம் செய்து ஒப்பிப்பதே புலமை என்னும் மரபு போய் ஆய்வு நோக்கில் இலக்கணங்களை அணுகும் முறை தோன்றியது.

இப்படிப்பட்ட வரலாற்றுச் சூழலில் தமிழய்வோடு எனக்கு ஒரு தொடர்பு ஏற்பட்டது. ஆய்வியல் நிறைஞர் (M.Phil). முனைவர் (Ph.D) போன்ற பட்டங்களுக்கான ஆய்வுகளும் இலக்கணத் தையும் பிற திராவிட மொழிகளையும் தொடர்பு படுத்தியே அமைந்திருந்தன.

இலக்கண-மொழியியல் ஆய்வு, சுவடிப் பதிப்பு, நாட்டுப் புறவியல் ஆய்வு, வரலாற்று ஆய்வு, இலக்கணங்களுக்கு உரை எனப் பல பிரிவுகளில் ஆய்வுப் பணி தொடர்கிறது. பின்வரும் நூல்கள் தமிழ் இலக்கணக் கோட்பாடுகளை மொழியியல் வழி ஆராய்ந்து வெளிவந்த நூல்களாகும்.

1. சொல்லியல் ஆய்வுகள் (2001)
2. காலங்கள் (2002) (தமிழக அரசின் பரிசு பெற்றது)
3. எழுத்தியல் ஆய்வுகள் (2002)
4. வினைப் பாகுபாட்டில் எச்சங்கள் (2005)
5. பழந்தமிழ் வடிவங்கள் மீள்பார்வை (2007)

மொழியியல் தமிழ் மொழியியல், தமிழ் மொழி வரலாறு, திராவிட மொழிகள் வரலாறு, சொல்லியல் சிந்தனைகள், தமிழில் எதிர்மறை வினைகள் என்பவை அச்சில் உள்ளன.

இவ்வாறு பல ஆய்வுப் பணிகள் நடைபெற்றுள்ளன. இன்னும் இலக்கிய ஆய்வு தொடர்பான நூல்கள் சிலவும் வெளி வரும்.

2. படைப்புப் பணி

சோழநாடு சோறுடைத்து எனப் போற்றப்படுகின்றது. பழந்தமிழகத்தில் வேறு எந்தப் பகுதியையும் விட இலக்கியப் படைப்பில் சோழநாடு விஞ்சியே நிற்கின்றது என்பதைக் கிடைத்துள்ள இலக்கியங்களிலிருந்தே அறிந்து கொள்ளலாம்.

சங்க இலக்கியங்களில் முடத்தாமக் கண்ணியார் இயற்றிய பொருநர் ஆற்றுப்படை, கடியலூர் உருத்திரங் கண்ணனார் இயற்றிய பட்டினப்பாலை என்னும் இரு நூல்களும் வண்டல் சார்ந்த இலக்கியங்களாகும். எட்டுத்தொகை நூல்களிலும் பல பாடல்கள் உள்ளன.

ஆழ்வார்கள், நாயன்மார்களில் சிலர் சோழ நாட்டில் பிறந்து பல நூறு பக்திப் பாடல்களைத் தமிழுக்குத் தந்து பெருமை சேர்த்துள்ளார்கள். கல்வியில் சிறந்த தமிழ்நாடு புகழ் கம்பன் பிறந்த தமிழ்நாடு, என மகாகவி பாரதியாரால் போற்றப்படும் கவிச்சக்கரவர்த்தி கம்பர் பிறந்தது வண்டல் பூமியாகிய சோழ நாடே ஆகும். கம்பராமாயணத்தைப் பின்பற்றிப் பதினேழாம் நூற்றாண்டில் இராம நாடகக் கீர்த்தனை என்னும் நூலை இயற்றிய சீர்காழி அருணாசலக் கவிராயர் தோன்றியதும் இந்தச் சோழ நாடேயாகும்.

வான்மீகியையும் கம்பரையும் அருணாசலக் கவிராயரையும் பின்பற்றி, நான் பிறந்த ஒக்கநாட்டில் பத்தொன்பதாம் நூற்றாண்டில் வீரபத்திர வாத்தியார் என்னும் புலவர் இராம கதையைக் கும்மி வடிவில் 5246 கண்ணிகளில் யாத்துள்ளார்.

தமிழகத்தில் வான்மீகி இராமாயணத்தைத் தழுவி எழுந்த நூல்களில் கம்பராமாயணத்திற்கு அடுத்துத் தோன்றிய பெரிய நூல் வீரபத்திரரின் இராமாயணக் கும்மியே பெரிய நூலாகும். இந்நூல் இரண்டு தொகுதிகளாகப் பதிப்பிக்கப் பெற்றுள்ளது. (பதி.ஆ.; ச. சுபாஷ் சந்திரபோஸ், பாக்கியம் பதிப்பகம், ஒக்கநாடு கீழையூர்). மகாவித்துவான் மீனாட்சி சுந்தரம்பிள்ளை, மகா மகோபாத்தியாய உவே. சாமிநாதையர் சோழ மண்ணில் தோன்றிப் பல நூல்களை எழுதியும் பதிப்பித்தும் அளப்பரிய தொண்டாற்றி இருக்கின்றார்கள்.

இக்கால இலக்கியங்கள்

கவிதை, புதினம், சிறுகதை, நாடகம் என்னும் இக்கால இலக்கியங்களும் வண்டல் பூமியில் காலந்தோறும் தோன்றிக் கொண்டே இருக்கின்றன. தி. ஜானகிராமன், கருணாநிதி, இந்திரா பார்த்தசாரதி, சுரதா, சா. கந்தசாமி எனப் பலர் குறிப்பித்தக்க முன்னோடியான படைப்பாளர்கள்.

தஞ்சாவூர், திருவாரூர், நாகப்பட்டினம் என்னும் ஒருங்கிணைந்த தஞ்சாவூர் மாவட்டத்தில் தற்போது இக்கால இலக்கியங்களைப்படைத்து வரும் சிளம்முத்து, சோலைசுந்தர பெருமாள், வாய்மைநாதன், உத்தமசோழன், சு. தமிழ்ச்செல்வி போன்றவர்களும் இன்னும் சிலரும் குறிப்பிடத்தக்க படைப்பாளர்கள்.

இந்தப் பட்டியலில் என்னுடைய படைப்புகளும் சேரும் என்பதால் இவற்றைப் பற்றிய சில குறிப்பு பின்வரும் பகுதியில் விளக்கப்படுகின்றது.

தஞ்சாவூர் மாவட்டம்

தஞ்சாவூர், திருவாவூர், நாகப்பட்டினம் என்னும் ஒன்றிணைந்த தஞ்சாவூர் மாவட்டத்தைப் பழைய ஆற்றுப் பாசனப் பகுதி, புது ஆற்றுப் பாசனப் பகுதி என இருபெரும்

பிரிவாகப் பகுப்பார்கள். ஒரத்தநாடு, பட்டுக்கோட்டைப் பகுதிகள் தவிர்த்த மற்றயவை பழைய ஆற்றுப் பாசனத்தில் அடங்கும். இப்பகுதியைக் கீழச்சீமை எனத் தஞ்சாவூர் மாவட்டத்தின் மேல்ப் பகுதியில் உள்ளவர்கள் குறிப்பார்கள். இப்பகுதியில் சுமார் 10.5 லட்சம் ஏக்கர் நிலம் இருக்கின்றது.

காவிரிக்கரையின் இருமருங்கிலும் சைவ, வைணவக் கோயில்கள், மடங்கள் என நிறைந்துள்ளன. இவற்றால் ஆய கலைகளும் வளர்ந்துள்ளன. உலகின் வளமிக்க பகுதிகளுள் ஒன்றாகவும் கருதப்படுகின்றது.

பழைய ஆற்றுப் பாசனத்திற்கு நேர் எதிர்மறையானது புது ஆற்றுப் பாசனப் பகுதி. ஆங்கிலேயர் ஆட்சிக் காலத்தில் 1920களில் கொள்ளிடத்திலிருந்து புது ஆறு வெட்டப்படுவதற்கு முன்னர். ஒரத்தநாடு, பட்டுக்கோட்டை வட்டாரங்கள் உள்ளடக்கிய பகுதிகள் வானம் பார்த்த பூமியே. ஏரி, குளம் உள்ள பகுதிகளில் மழைக் காலத்தில் நெல் சாகுபடி செய்வார்கள். கிணற்றுப் பாசனத்தில் சோளம், கேழ்வரகு, கடலை, கிழங்கு, உளுந்து, மிளகாய் போன்ற புஞ்செய் பயிர்கள் விளைந்தன. சுமார் 1.5 லட்சம் ஏக்கர் புது ஆற்றுப் பாசனப் பரப்பாகும்.

பழைய ஆற்றுப் பகுதியில் நிலம் முழுவதும் ஆலயங்கள், குறிப்பிட்ட சில பண்ணையார்களுக்கு உரிமை உடையது. உழைக்கும் பண்ணைத் தொழிலாளர்களே அதிகம். புது ஆற்றுப் பாசனத்தில் பல தரப்பட்ட மக்கள் வாழ்கிறார்கள். இதனால் வேறுபட்ட வாழ்க்கை முறை, பழக்க வழக்கங்கள்; பண்பாட்டுக் கூறுகள் போன்றவை காணப்படுகின்றன.

பழையாற்றுப் பாசனத்தைப் போன்று புது ஆற்றுப் பாசனப் பகுதியில் பெரிய அளவில் படைப்புகள் தோன்றவில்லை. மேலே குறிப்பிட்டதைப் போன்று பத்தொன்பதாம் நூற்றாண்டில் வீரபத்திரர் இராமாயணக் கும்மியை இயற்றியுள்ளார். பழம்பெரும் படைப்பாளர் தி.ஜ. ரங்கநாதன் திங்களூர் ஜகத்ரட்சக ஐயங்காரின் மகன் என அறிமுகப் படுத்தப்படுகின்றார். ஆனால் இவரின் முன்னோர் நான் பிறந்த ஊரைச் சார்ந்தவர்கள் என்பதை அவரின் படைப்புகளின் சிலவற்றின் வழி அறிந்து கொள்ள முடிகின்றது. சந்தனக் காவடி என்னும் சிறுகதைத் தொகுப்பில் ஒக்கநாட்டில்

வாழ்ந்தவர்கள் பற்றிய சில குறிப்புகள் காணப்படுகின்றன. வேறு குறிப்பிடத் தக்க அளவில் படைப்புகள் தோன்றவில்லை எனலாம்.

இளந்தலைமுறையினரில் இலக்குமி குமாரன் ஞான திரவியம் புது ஆற்றுப் பாசனப் பகுதி பற்றித் தம்முடைய கவிதைகள், சிறு கதைகள், புதினங்களில் பதிவு செய்கின்றார் என்பதை இங்குக் குறிப்பிட வேண்டும்.

எனவே இடைப்பட்ட காலத்தில் வானம் பார்த்த பூமி மருதநிலமாக - வண்டல் பூமியாக மாற்றப்பட்டுள்ளது. பழைய ஆற்றுப் பகுதியைப் போன்று அல்லாமல் நிலம் தொண்ணூறு விழுக்காடு மக்களுக்கு உரிமை உடையதாக இருக்கின்றது. அனைவருமே நிலத்தில் உழைக்கக் கூடியவர்கள். இப்படிப் பட்ட சூழலில் தோன்றியவையே என்னுடைய படைப்பிலக்கியங்கள் எனலாம்.

என்னுடைய படைப்பிலக்கியங்களின் நோக்கமே மக்களின் வாழ்க்கை நிலையை விளக்குவதோடு இப்பகுதியில் வழக்கிலுள்ள நாட்டுப்புறக் கூறுகளையும் பதிவு செய்ய வேண்டும் என்பதை அடிப்படை நோக்கமாகும்.

படைப்பிலக்கியங்கள்

இதுவரை என்னால் எழுதப்பட்டு, வெளிவந்துள்ளவற்றையும் அச்சாக்கத்தில் உள்ளவற்றையும் மூன்று வகையாகப் பகுத்துக் கொள்ளலாம்.

1. கவிதை, 2. புதினம், 3. சிறுகதை

1. கவிதை

இதுவரை **பாரதி நமது நிதி** (1997), **ஆம்பல் ஆறுமுகம்** (2002) என்னும் இரண்டு கவிதை நூல்கள் வந்துள்ளன. முதலாவது நூல் நாட்டைப் பாடிய மகாகவி பாரதியைப் பற்றியது. இரண்டாவது நூல் புது ஆறு பாயும் ஆம்பலாப்பட்டு என்னும் கிராமத்தைச் சேர்ந்த இருபத்து இரண்டு வயது இளைஞனைப் பற்றியதாகும்.

பாரதியைப் பற்றிய ஆய்வு நூல்களும் கட்டுரைகளும் நூற்றுக்கணக்கில் வந்துள்ளன; வருகின்றன; வரும். ஆராய இடம்

இருந்தாலும் எம்மண்ணோடு ஒப்பிடவே மனம் விரும்பியது. வண்டல் மண்ணில் காணப்படும் பொருளாக அந்த மகாகவி நிற்கின்றார். உவமையாக நிற்கின்றார்.

நடவு நட்டுப் பயிர் வளர்ந்து கொண்டிருக்கும். ஐப்பசியில் அடைமழை பெய்யும். எந்த நிலையில் மழை தாக்கினாலும் பயிர் நிமிர்ந்தே நிற்கும். கார்த்திகை மார்கழியில் மழை நின்று பனிபெய்யும். அப்போது நெற்பயிரின் தோகை எல்லாம் வளைந்து படிந்து கிடக்கும்.

இந்தக் காட்சி மகாகவியின் வீரம் நிறைந்த வாழ்க்கையோடு தொடர்புடையது. பாரதி ஆங்கிலேயர் ஆளும் மண்ணில் வாழாமல் புதுச்சேரியில் வாழ்ந்தாலும் அவர்களைக் கடுமையாகச் சாடினார். அவர்களின் அச்சுறுத்தலுக்குப் பயப்படவில்லை. அதே நேரத்தில் **நெஞ்சு பொறுக்குதில்லையே இந்த நிலைகெட்ட மனிதரை நினைத்து விட்டால்** எனப்பாடினார். அந்நியரை வெறுத்த பாரதி மக்களின் நிலைகண்டு வருந்திப் பாடினார். இவ்விரு சூழலையும் தொடர்புபடுத்தி வந்தவையே பின்வரும் கவிதை அடிகள்.

மழைக்குமடங்காத பயிர்
பனிக்குப் படிந்து கிடப்பது போல

ஆம்பல் ஆறுமுகம் என்றும் கவிதை நூலும் ஓர் எதார்த்துமான மாற்றுச் சிந்தனையை உள்ளடக்கிய நூலாகும். பழைய ஆற்றுப் பாசனத்தில் உள்ள வண்டல் மண் முழுவதும் உழைக்கக் கூடிய மக்கள் வாழ்கிறார்கள். ஆனால் நிலங்கள் அனைத்தும் ஆலயங்களுக்கும் பண்ணையார்களுக்கும் உரிமை உடையவை. கால் வயிற்றைக் கழுவவே பண்ணைத் தொழிலாளர்கள் உழைக்க வேண்டும். அவர்களின் சோகத்தைப் பின்வரும் நாட்டுப்புறப் பாடலே உணர்த்தும்.

கதிரோன் தோன்றான்
கவலை கொண்டு ஏகினோம்
உணவோ நீராகாரம்
உடையோ கோவணம்

உழைக்கும் மக்கள் வறுமையில் வாடுகின்றார்கள். ஆனால் யார் யாரோ வளங்கொழித்து இந்த வண்டல் பூமியில்

வாழ்கின்றார்கள். இந்த நிலையையே பின்வரும் கவிதை அடிகள் குறிக்கும்.

> உழுத மாடுகளுக்கு ஒன்றுமில்லாமல் கொட்டில்
> ஊர் மாடுகளுக்குப்
> புரண்டு தின்னப் பெரும்போர் இந்தப் பூமி

இவ்வாறு பாரதி நமது நிதி, ஆம்பல் ஆறுமுகம் என்றும் இரண்டு கவிதை நூல்களும் வண்டல் பூமியையும் அதில் வாழும் மக்களையுமே விளக்குகின்றன.

2. புதினங்கள்

இதுவரை எட்டுப் புதினங்கள் வெளிவந்துள்ளன. மக்களின் வேறுபட்ட வாழ்க்கை நிலையைப் பதிவு செய்கின்றன.

அக்கினிக் குழந்தைகள் (2000) என்பது ஒரு வரலாற்றுப் புதினமாகும். சாதிக் கலப்பால் இரண்டு ஊரில் வாழ்ந்த ஒரே இனமக்கள் தங்கள் குலப் பெருமையைக் காக்கத் தீமூட்டி அதில் விழுந்து இறந்ததை விளக்குவதாகும். இக்கிராமங்கள் ஒன்றிணைந்த தஞ்சாவூர் மாவட்டத்தில் இருக்கின்றன. அவர்கள் தீக்குளித்து இறந்தது தொடர்பான வாய்மொழிக் கதை அப் பகுதியில் வழக்கில் உள்ளது; தீமூட்டிப் பாய்ந்த இடங்களும் இருக்கின்றன.

மாவீரன் வாட்டாக்குடி இரணியன், (1999) **சாம்பவான் ஓடைச் சிவராமன்**, (1999) **மலைப்பாம்பு மனிதர்கள்**, (2004) **பொதுவுடைமைப் போராளி ஏ.எம்.கோபு** (2010) என்பவை முழுக்க முழுக்க வண்டல் மண் சார்ந்த வரலாற்றுப் புதினங ்களாகும். பழைய ஆற்றுப் பாசனம், புது ஆற்றுப்பாசனம் என்னும் இரண்டு களங்களிலும் இப்புதினங்களின் கதை நிகழ்வுகள் விரிவடைகின்றன.

வண்டல் மண்ணில் பண்ணைகள், அவற்றில் உழைக்கும் மக்கள் நிலை, அவர்களின் வாழ்க்கையில் மாற்றத்தை ஏற்படுத்தப் பொதுவுடைமைக் கட்சியும் அது சார்ந்த இளைஞர்களும் செய்த தியாகம் விரிவாகப் புனையப் பட்டுள்ளன.

பயிர் முகங்கள் (2000), காலவெள்ளம் (2005), கூத்தாயி (2012) என்பவை புது ஆற்றுப் பாசனப் பகுதியில் வாழும் மக்களின் வாழ்க்கை நிலை, சாகுபடி, பொருளாதாரநிலை, வழிபாடு எனப்பல கூறுகள் கொண்டு புனையப்பட்டுள்ளன.

புது ஆற்றுப் பகுதியில் கள்ளர் இனத்தைச் சார்ந்தவர்கள் பெரும்பான்மையினராகவும் இன்னும் உழைக்கும் இன மக்களும் வாழ்கின்றார்கள். பிற்போக்குத் தனம் ஒரு முற்போக்குச் சிந்தனையாகக் காணப்படுகின்றது. சமூகச் சீர்திருத்தவாதிகளும் பகுத்தறிவுவாதிகளும் விதவை மணத்தை ஆதரிப்பதற்கு முன்னரே காலங்காலமாக விதவை மணத்தை நடைமுறைப்படுத்தி இருக்கின்றார்கள். **அறுத்துக் காட்டும் சாதி** என மற்ற பகுதி களில் வாழும் ஒரே இனத்தவர் உறவாட மறுத்தாலும் கவலைப் படாமல் நடைமுறைப்படுத்தி வருகின்றார்கள். மேலே கூறப்பட்ட சமுதாயப் புதினங்களின் இன்னும் பல புது ஆற்றுப் பாசனப் பகுதியின் நடைமுறைகள் விளக்கப்பட்டுள்ளன.

அற்றைத் திங்கள் என்னும் புதினம் மருதம் - வண்டல் நிலத்தின் ஊடலும் ஊடல் நிமித்தமும் என்னும் உரிப்பொருளை மையமாகக் கொண்டு புனையப் பட்டதாகும். 'எந்தையும் தாயும் என்றும் சுமார் 1500 பக்கங்களைக் கொண்ட புதினம் மரபு சார்ந்த சாகுபடி. பசுமைப் புரட்சி, அதன் விளைகளை மையமாகக் கொண்டுள்ளது. அனுமனைப் பற்றிய **அனுமாயனம்** என்னும் புதினமும் **அம்மா அம்மா**, **கல்யாணி** என்னும் புதினங்களும் என இவை அனைத்தும் விரைவில் வரவுள்ளன.

3. சிறுகதைகள்

இதுவரை ஆறு சிறுகதைத் தொகுப்புகள் வெளிவந்துள்ளன. இவற்றில் வரும் சிறுகதைகள் பெரும்பாலானவை வண்டல் சார்ந்தவையே ஆகும்.

1. கனவுகள் (2000)
2. சிவப்பு நாளங்கள் (2000)
3. குதிரைக்கு வைக்கோல் (2004)

4. *மாத்தாத்தா (2005)*

5. *ஐம்பது விழுக்காடுகள் (2011)*

6. *யார் முந்தி? (2012)*

இச்சிறுகதைத் தொகுப்பில் வரும் சிறுகதைகள் அனைத்தும் கல்வி அனைவருக்கும் கிடைத்த பிறகு ஏற்பட்டுள்ள வளர்ச்சி, மாற்றம், விழிப்புணர்வு போன்றவற்றை விளக்குகின்றன. குறிப்பாகச் சாதி இறுக்கத்தில் ஏற்பட்டுள்ள தளர்ச்சி, படித்த பெண்களிடம் ஏற்பட்டுள்ள விழிப்புணர்வு போன்றவற்றை விளக்குகின்றன. மேலும் பசுமைப்புரட்சியால் ஏற்பட்டுள்ள பாதிப்பு போன்றவற்றையும் விளக்குகின்றன.

மேற்குறிப்பிட்டவாறு என்னால் படைக்கப்பட்டுள்ள கவிதை, புதினம், சிறுகதைத் தொகுப்பு நூல்கள் வண்டல் மண், அதில் வாழும் உழைக்கும் மக்கள் குடியானவர்கள் வாழ்க்கை நிலை போன்றவற்றைக் கருவாகக் கொண்டுள்ளன.

நாட்டுப்புறக் கூறுகள்

எந்தச் சமுதாயமாக இருந்தாலும் அதன் வாழ்வியல் முறைகளை விளக்கக் கூடியவை நாட்டுப்புறக் கூறுகளே ஆகும். ஒரே பொருள் தரக்கூடிய ஒன்று, பண்பாட்டுச் சூழலுக்கு ஏற்ப வேறுபடும். ஒன்றால் வரக்கூடிய வரவைவிட இழப்பு அதிகம் என்பதைவிளக்க இரண்டு பழமொழிகள் இருக்கின்றன. சுண்டக்கா காப்பணம்; சொம கூலி முக்காப் பணம்; செத்த ஆடு காப்பணம்; சொம கூலி முக்காப் பணம். இவை இரண்டும் முறையே மரக்கறி உண்போராலும் புலால் உண்போராலும் பயன் படுத்துப் படுகின்றன.

இந்த அடிப்படையில் வண்டல் மண்ணின் ஒரு பகுதியாகிய புது ஆற்றுப் பாசனப் பகுதியில் வழக்கிலுள்ள நாட்டுப்புறக் கூறுகள் என்னுடைய படைப்புகளில் பதிவு செய்யப்படுகின்றன.

மாறி வரும் வாழ்க்கைச் சூழலில் உறவு முறைப் பெயர்கள் பல மாறிக் கொண்டிருக்கின்றன. பழமொழிகள், விடுகதைகள், தாலாட்டு, ஒப்பாரி உவமைகள் போன்ற நாட்டுப்புறக் கூறுகள் புழக்கத்தில் இல்லாமல் மறைந்து கொண்டிருக்கின்றன. தமிழ்ப்

பேரகராதியிலும் பிற அகராதிகளிலும் இடம் பெறாத வட்டார வழக்குச் சொற்கள் புது ஆற்றுப் பகுதியின் மக்களின் மொழியில் காணப்படுகின்றன. இவற்றை எல்லாம் சூழலுக்கு ஏற்பப் பதிவு செய்ய வேண்டும் என்பதே என் படைப்பிலக்கிய பணியின் அடிப்படை நோக்கமாகும்.

பழமொழிகள்

பழமொழிகள் என்பவை ஒரு சமுதாயத்தின் வாழ்வியலைச் சுருங்கச் சொல்லி விளக்கக் கூடியவையாகும். சொலவடைச் சொல், சொலவடை எனப் பலபெயர்கள் உண்டு. ஒரு பழமொழி ஒன்றைக் குறித்தது என்றாலும் அதற்குப் பல பொருள் இருக்கும். அவரவர் வாழும் சூழலுக்கு ஏற்ப அதன் பொருளை உணர்ந்து கொள்ளலாம். என்னுடைய படைப்புகளில் நூற்றுக் கணக்கான பழமொழிகள் காணப்படுகின்றன. சிலவற்றை இங்கே தொகுத்துக் காணலாம்.

எட்டு வீட்டுக்குப் போனாலும் கொட்டாச்சி நெறம்பாது
குண்டி கூழுக்கு அழுவுதாம்; கொண்ட பூவுக்கு அழுவுதாம்
மவ வாழுறது எப்படி இருந்தாலும் எம்புருசன் பல்லாக்குத் தூக்குறது கொறச்ச இல்ல.
இடிச்சுப் பொடச்சவளுக்கு ஒண்ணு; எட்டிப்பாத்தவளுக்கு ரெண்டு
பாப்பாரப் புள்ள நண்டு புடிக்கிற மாதிரி

இப்படிப்பட்ட பழமொழிகள் ஆயிரக் கணக்கானவை வண்டல் மண் பகுதியில் காணப்படுகின்றன. இளந்தலை முறையினரின் வாழ்க்கைச் சூழலால் மறைந்து கொண்டிருக் கின்றன. படைப்பின் கதைப் பின்னலுக்கு ஏற்ப இவை மறைந்து விடாமல் இருக்கப் பதிவு செய்யப்படுகின்றன.

விடுகதைகள்

ஆடு மாடு மேய்க்கும் போதும் வேலைத் தலைப்பில் ஓய்வு நேரத்தின் போதும் இரவு நேரங்களிலும் இளம் வயதுடையோர் அப்பாயி, அம்மாயி, தாத்தா, அத்தை போன்றவர்களோடு சேர்ந்து விடுகதை போட்டு விளையாடுவார்கள்.

முத்துக் கிருட்டினனைப் பிடியுங்கள்
முதுகு நரம்பைக் கிழியுங்கள்
பச்சை வெண்ணெயைத் தடவுங்கள் *(வெற்றிலை போடுதல்)*

பாங்காய் நாட்டில் அடையுங்கள்
இட்டலி மேல எள்ளுத் தொவையல் *(கொங்கை)*

அப்பன் சொறியன்
ஆயி சடச்சி *(பலாப்பழம்)*

புள்ள சக்கரக் கட்டி

இப்படி எண்ணற்ற விடுகதைகள் வண்டல் பூமியில் இருந்து மறைந்து கொண்டிருக்கின்றன. அறிவைக் கூர்மை செய்யவும் சிந்திக்கவும் இவை பெரிதும் பயன்படும். இப்படிப் பல சிறுகதைகள் என்னுடைய படைப்புகளில் பதிவு செய்யப் பட்டுள்ளன.

தாலாட்டு

பழம் பெருமைகளையும் பிறந்த இடத்துப் பெருமையையும் கூறுவதற்குத் தாலாட்டுப் பாடல்கள் பெரிதும் பயன்படுகின்றன. ஆயா, அப்பாயி, அம்மாயிகளுக்கு வாழ்க்கையில் பிரச்சினைகள் இருந்தாலும் அவற்றை எல்லாம் வெளிப்படுத்தாமல் தாலாட்டில் பெருமைகளை மட்டும் வெளிப்படுத்துவார்கள்.

ஆராரோ ஆரிரரோ - எங்கண்ணே
ஆராரோ ஆரிரரோ
அஞ்சுதல நாகம் - எங்கண்ணே
அட கெடக்கும் பூத்தாழ
அஞ்சாமப் பூவெடுக்கும் - எங்கண்ணே
அருச்சுனரோ ஒம்மாமன்! *(ஆராரோ)*

பத்துல நாகம் - எங்கண்ணே
படமெடுக்கும் பூந்தாழ
பாராமல் பூவெடுக்கும் - எங்கண்ணே
பாண்டியரோ ஒம்மாமன்!
ஆராரோ ஆரிரரோ - எங்கண்ணே
ஆராரோ ஆரிரரோ

ஒப்பாரி

தங்களுடைய சோகங்களைச் சொல்லி அழுவதற்கும் உறவுகளின் பிரிவைச் சொல்லி அழுவதற்கும் ஒப்பாரி என்பது மகளிருக்குக் குறிப்பிடத் தக்க வடிகாலாகும். தாயின் இறப்புக்காக ஒரு மகள் பின்வருமாறு வருந்தி அழுகின்றாள்.

மஞ்சக் கழுத்தோட
மடி நெறஞ்ச மலரோட
மன்னருக்கு முன்னால
வைகுந்தம் போனியோ?

தாலிக் கழுத்தோட
தலநெறஞ்ச பூவோட
தளபதிக்கு முன்னால
தங்கலோகம் போனியோ?

கட்டுக் கழுத்தோட
கை நெறஞ்ச பூவோட
கணவருக்கு முன்னால
கைலாசம் போனியோ?

மகள் மட்டுமல்லாமல் ஆயா, ஓப்படியாள், நாத்தனார் போன்றவர்களும் புருசனுக்கு முன்னால் இறந்து போகும் போது இவ்வாறு ஒப்பாரி வைக்கலாம்.

காலங்காலமாகவே மழை ஓரேயடியாகக் கொட்டும் அல்லது பேயாமலேயே பூமி வறண்டுபோகும். மழை பெய்ய வேண்டிய மழைக் காலத்தில் பெய்யாவிட்டால் மானத்து ராசாவைக் களி மண்ணால் செய்வார்கள். பத்தடி நீளத்திற்குக் குறையாத உருவத்தைச் செய்து ஊரிலுள்ள கைம்பெண்கள் மானத்து ராசாவுக்கு ஒப்பாரி வைத்து அழுவார்கள்.

மானத்து ராசாவே
மழக்கு ஏத்த மந்திரியே
மங்க அழுவுறத
மனங் கனிஞ்சு கேளுமையா!

பன்னிரண்டு வருசமா

பாரமழ பேயலயே
பாவிமழ பேயாமலே
பாரு பஞ்சம் நீங்கலயே!

சட்டியிலே மாக்கரச்சுச்
சாலயெல்லாம் கோலமிட்டுக்
கோலம் கலயலயே
கோடி மழ பேயலயே!

ஊசி போல் மின்னல் மின்னி
உத்திரம் போல் கால் இறங்கி
சண்டாளமானம்
சரிஞ்சு மழ பேயலயே!

இவ்வாறு ஒப்பாரி என்பது துக்க காரியத்திற்காக மட்டுமில்லாமல் வறட்சி, சோகம் போன்றவற்றுக்காகவும் வைக்கப்படும்.

உவமைகள்

உவமை என்பதும் மண்ணோடும் மக்களோடும் சேர்ந்து வழக்கில் வருவதாகும். ஒரு பொருளை மற்றொன்றோடு தொடர்பு படுத்தும் போது அப்படியே மனதில் ஒரு காட்சியாகப் பதிவாகும்.

ஒரு மாங்கன்று ஆள் மட்டத்திற்கு வளர்ந்துள்ளது. சிறு கிளைகளின் அடியில் பசுமையான இலைகள் சற்றுமேலே வெளிர் சிவப்பு, மஞ்சள் இலைகள், கருஞ்சிவப்பில் கொழுந்து, கன்று தளதளவென்று கொழுத்தாடை வீசி நிற்கின்றது. பாவாடை, ரவிக்கை, தாவணி அணிந்து பல வண்ணத்தில் பருவப் பெண் நிற்கிறாள். அவளைப் பார்த்த ஒருவர் கொழுத்தாட வீசுன மாங்கண்ணு மாதிரி இருக்கா என்கிறார். இப்படித்தான் சூழலுக்கு ஏற்ப உவமைகள் தோன்றும்.

வட்டார வழக்குச் சொற்கள்

பல வட்டார வழக்குகள் சேர்ந்ததே ஒரு மொழி. பொதுவான மொழியில் காணப்படாத பல சொற்கள் வட்டார வழக்குகளில் காணப்படும். இவ்வகையில் பல வட்டார வழக்குச் சொற்கள் வண்டல் மொழியில் காணப்படுகின்றன. பல வழக்குச் சொற்கள்

என்னுடைய படைப்புகளில் பதிவாகி இருக்கின்றன.

ஏழி: 'தண்ணீர் பாயக் கட்டப்படும் பெரிய பாத்தி' என்னடா ஒரு கொல்லய நாலே ஏழியாக் கட்டிப்புட்டே?

கால்நடவு: கால் பக்கமாக நட்டுக் கொண்டு பின்னேறுதல்.

கைநடவு: கைப்பக்கம் நட்டுக் கொண்டு முன்னேறுதல்.

பூராஞ்சி: தேங்காய் உதிர்க்கப்பட்ட குலை.

இவை மட்டும் அல்லாமல் மேலும் கதைப்பாட்டு, கும்மிப் பாட்டு, நாட்டு வளப்பம் பற்றிய பாட்டு போன்றவையும் என்னுடைய படைப்புகளில் பதிவு செய்யப் பெற்றுள்ளன.

முடிவுரை

இதுவரை வந்துள்ள என்னுடைய ஆய்வுகளும் படைப்புகளும் பல்வேறு களங்கள் சார்ந்தவையாக உள்ளன. ஆய்வுகள் பெரும்பாலானவை இலக்கணம் மொழியியல் சார்ந்தவை ஆகும். படைப்புகள் அனைத்தும் வண்டல் வாழ் மக்களின் வாழ்க்கை நிலைமையும் அவர்களின் பண்பாட்டுக் கூறுகளையும் வெளிப்படுத்துகின்றன. இனி வருபவையும் இதே நிலையிலேயே வரும்.

4. நானும் எனது எழுத்தும்

-பாவை சந்திரன்

எனது மனைவி விஜயலட்சுமியின் மறைவினால், எனது வாழ்க்கையில் 1990இல் ஏற்பட்ட சோகத்தில் இருந்து மீளமுடியாமல் நான் தவித்தபோது, அதிலிருந்து விடுபட நண்பர்கள் தெரிவித்த யோசனை, வழக்கமான வேலையைத் தவிர்த்து வேறு ஏதாவதொரு வேலையில் ஈடுபடுத்திக்கொள்ள வேண்டும் என்பது! யோசனை சொன்னதுடன் இரு நோட்டுப் புத்தகங்களை பைண்டு செய்து கொடுத்தவர் தமிழோசை அச்சக அதிபரும், பதிப்பாளருமான கடலூர் திரு. கிள்ளிவளவன் அவர்கள். பெங்களூரில் தமிழர்களுக்கென்று 30 ஆண்டுகளாக 'டெக்கான் மெட்ரிகுலேஷன் பள்ளி'யை நடத்தி வந்தாலும், தமது சொந்த ஊரான கடலூர்த் தொடர்பையும், தமிழோசை அச்சகம் மற்றும் பதிப்பகம் மூலம் சென்னைத் தொடர்பையும் வலுப்படுத்திக் கொண்டவர் அவர். 1987இல் நடைபெற்ற எனது திருமண நாளில், அந்நாளின் நினைவு வெளியீடாக 'திரட்டு' என்னும் பெயரில் நான் தொகுத்த தமிழிலக்கியத் தொகுப்பைப் பதிப்பித்தவரும் அவரே. அவரின் நட்புக்கு இணையாக வேறொன்றைச் சொல்வது கடினமாகவே இருக்கும்.

குங்குமம், முத்தாரம், வண்ணத்திரை, குங்குமச் சிமிழ் இதழ்களின் அன்றாடப் பணிகளுக்கிடையிலும், ஏதாவது எழுதுங்கள் என்று அவ்வப்போது உற்சாக மூட்டியவர் பலர்.

என்ன எழுதுவது?

மண்ணின் மேல் மனிதன் வைக்கிற பற்றும் பாசமும் வார்த்தைக்கு அடங்காதவை. சொந்தமண் ஒருவனின் வாஞ்சைக்குரிய நல்லநிலம். அது வாழ்க்கையின் எல்லா அம்சங்களிலும் பின்னிப் பிணைந்திருக்கிறது. நீக்கமற நிறைந்திருக்கிறது. உயிராய், மூச்சாய், பார்வையாய், உணர்வாய் அவனோடு கலந்து நிற்கிறது.

லௌகீக காரணங்கள், வாழ்க்கைக்கான தேவை போன்றவை ஒரு மனிதனைத் தனது சொந்த மண்ணிலிருந்து வேறோடு பிடுங்கியெடுத்து இன்னொரு மண்ணில் வீசி எறிந்து விடுகின்றன. மனிதன் ஜடமல்ல; வீசியெறிந்த இடத்தில் வேரூன்றி அவன் நிலைகொள்ள முயல்கிற சந்தர்ப்பங்களிலெல்லாம் அவனின் சொந்த மண்ணின் நினைவு அவனைப் பதிவு செய்ய நிர்ப்பந்திக் கிறது. ஏங்கித் தவிக்க வைக்கிறது.

இவ்வாறாக, நான் பிறந்த கீழத்தஞ்சை மாவட்டத்தின் விவசாய குடியினர், விவசாயத்துக்கு நீரின்றியும், பெருமழைக் காலத்தில் ஏற்படும் வெள்ளத்துடன், கடலோர கிராமங்களாதலால் கடல்நீர் உள்புகும் பாதிப்புக்கிடையிலும் அவர்கள் படும் துன்பங்களை, பொதுவாக அவர்களது வாழ்க்கையைப் பதிவு செய்ய வேண்டும் என்பது முதல் நோக்கமானது.

இந்நாவலில் வலம்வரும் மனிதர்கள் கீழத்தஞ்சை பகுதிகள் என்று சொல்லப்படுகிற ஏழு தாலுகாவிலேயே பெண் எடுத்து, பெண் கொடுப்பதுமாக இருப்பார்கள். இவர்களுக்கு பெரும்பாலும் விவசாயமே தொழில். ஆனாலும் தென்னை. பனைத் தொழிலிலும் இவர்கள் ஈடுபடுவார்கள். கடலோர கிராமங்களாதலால் மீன்பிடித் தொழிலிலும் இருப்பார்கள். புகையிலை விவசாயத்துடன் அது சார்ந்த தொழில்களிலும் ஈடுபடுவார்கள். செங்கல் சூளை. கல் அறுப்பு. கொத்துவேலை, சிறுகோயில் கட்டுவதுடன் சுதைசிற்ப வேலைகளும் இவர்களுக்கு வரும். தச்சுவேலை, கருமான் வேலையும் இவர்களுக்கு அத்துப்படி. இவற்றுக்கப்பால் காரணம் சொல்லாமலே கூட பலர் காணாமல் போய்விடுவார்கள்.

இவ்வாறாக பர்மா, மலாயா, சிங்கப்பூர், கண்டி என்று இவர்களது பயணம் இருக்கும். இவற்றின் பின்னணியில் ஒரு

நூறு ஆண்டுகளில் ஒரு குடும்பத்தின் நான்கு தலைமுறையினர் சந்திக்கிற வாழ்க்கையைச் சொல்லவேண்டும். கண்டு கேட்டு, உணர்ந்தவற்றை எந்தப்பூச்சும் இல்லாது சொல்ல முயன்றிருக் கிறேன். பெரும்பாலான குடும்பங்களில் ஒரு தலைமுறையில் சம்பவிக்கிற நிகழ்வு மூன்றாம் தலைமுறையிலும் சந்திக்க வேண்டி யிருப்பது ஆச்சரியமான உண்மை. முதல் தலைமுறையினர் ஓகோ வென்று வாழ்ந்து மூன்றாம் தலைமுறையில் நொடித்துப் போனவர்களும் உண்டு. இது என்ன தொடர்ச்சி?

இவர்களின் வாழ்க்கையின் ஊடாக சமூக, பொருளாதார கலாச்சார மற்றும் அரசியல் மாற்றங்களையும் ஆர்ப்பாட்டமின்றி சொல்லவேண்டும் என்பது எனது தீர்மானம். கீழத்தஞ்சை மாவட்டத்தின் வரலாற்றுச் சம்பவங்களையும், பழக்க வழக்கங் களையும் எடுத்துக் கூறினவர்கள்: எனது சித்தப்பா கே. பன்னீர் செல்வம், திருப்புகலூர்க்காரரான கலைஞன் மாசிலா மணி மற்றும் மு. பாண்டியன். நாகப்பட்டினம் ‘இமயம் மற்றும் குமரி’ பதிப்பக உரிமையாளர் வீரராகவன், கீழ்வேளூர் பாலாஜி முதலானோர்.

ஆரம்பத்தில் ‘மனிதம்’ என்னும் தலைப்பிடப்பட்ட இந்நாவல் 600 பக்கங்கள் வரை எழுதப்பட்டு அப்படியே நின்று போயிற்று. ஆனாலும் இந்நாவலின் கதாபாத்திரங்கள் என்னுள் புகுந்து எழுதும்படித் தூண்டிக் கொண்டுதான் இருந்தன.

1993ஆம் ஆண்டு ‘புதிய பார்வை’ இதழ் ஆரம்பித்த சமயம். அதன் உள்ளடக்கத்தில் மற்ற இதழ்கள் போலில்லாமல் வித்தியாசமான அம்சங்கள் இடம் பெற்றாலும் ‘தொடர்’ என்னும் ஓர் அம்சம் வேண்டும் என்னும் தேவை எழுந்தது. எழுத்தாளர்களை அணுகியபோது அவர்கள் தயங்கினர்.

எனக்கு உற்ற துணையாக இருந்த மாசிலாமணியும், எழுத்தாளர் செ. யோகநாதனும் 600 பக்கங்கள் வரை என்னால் எழுதப்பட்டு இருக்கிற ‘மனிதம்’ நாவலைத் தொடராக வெளியிடலாம் என்று யோசனை தெரிவித்தனர். கையெழுத்துப் பிரதியை வாங்கிச் சென்ற மாசிலாமணி, படித்துப் பார்த்து

'இதைத் தொடராக வெளியிடலாம். இதுவரை எழுதி வைத்துள்ள பக்கங்கள் ஒரு 25 இதழ்கள் வரும். இது வெளியாகி முடிவதற்குள் மற்ற அத்தியாயங்களை எழுதிவிடலாம். நேரமும் கிடைக்கும்' என்று உறுதி செய்தார்.

கீழத்தஞ்சை மாவட்டக் கதையாக 1895இல் தொடங்கி ஒரு நூற்றாண்டு காலத்தில் தொடர்ந்து நடைபெறும் கதை. நான்கு தலைமுறைகளின் வாழ்க்கைக் கதை. மூன்று பாகங்களில் சொல்லத் திட்டமிடப்பட்ட கதை. கதையின் சம்பவங்கள் அந்தந்தக் காலகட்டத்தைப் பிரதிபலிக்கும். சித்திரம் அவ்வாறே காலப் பிரக்ஞை கொண்டிருக்க வேண்டும். எழுத்தாளர் பெயர் பதினோராம் அத்தியாயத்தில்தான் அறிவிக்க எண்ணம்! என்று திருகோபுலு அவர்களிடம் கூறியதும். அவர், ஓ! தாராளமாகச் செய்யலாம். கதைக்குத்தானே படம். பேஷாச் செய்யலாம்" என்று பெருந்தன்மையுடன் சம்மதித்தார்.

'மனிதம்' என்கிற தலைப்பு 'நல்லநிலம்' என்று மாற்றப் பட்டது. தொடர்கதை 16-31 அக்டோபர் 1993 இதழில் ஆரம்பமா யிற்று.

இந்நாவலில் இடம்பெறும் கதாபாத்திரங்களைப் பற்றி சொல்லவேண்டுமானால் இவர்கள் யாரையும் குறிப்பிடுபவர்கள் இல்லை என்பது சம்பிரதாயமான வார்த்தைதான். இந்தக் கதை மாந்தர்கள் நூறு வருஷங்களில் கண்ட யதார்த்தம். 'காரைக்கால் மூலை கருத்தால் மழை' என்னும் கணிப்பின்மீது நம்பிக்கை வைத்திருக்கிற மக்கள். புழுதி படிந்த சாலையில் நடக்கிற மக்கள். வயல் வரப்பின் ஒத்தையடிப்பாதையிலும் அவர்களது கால் பதிந்து தேய்ந்ததுண்டு; மாட்டு வண்டியிலும் அவர்கள் பயணம் செய்து முதுகு நோவு எடுத்ததுமுண்டு. சூழலால் மாசுபடாதவர்கள் தனித்தனியான குறையும் நிறையும் கொண்ட மக்கள். பல சந்தர்ப்பங்களில் மனதை அதிரவைக்கிற குணாதிசயம் கொண்ட மானிட பிறவிகள். இந்தக் கதை மாந்தர்களை கீழத்தஞ்சை மாவட்ட கிராமங்களில் எந்தவொரு குடும்பத்திலும் சந்திக்க முடியும்.

இந்நாவலில் கையாளப்பட்ட உத்தி எனது பட்டறிவால் ஏற்பட்டது. மொழி கீழத்தஞ்சையின் பேச்சு வழக்கு. கதையின் போக்கை - சம்பவங்களை - உரையாடல்களை கதாபாத்திரங்கள் எவ்வகையில் அறிகிறார்களோ அவ்வகையில்தான் வாசகர்களும் அறிகிறார்கள். அப்படித்தான் கதையமைப்பை வடிவமைத்துக் கொண்டிருக்கிறேன்.

☯

5. என்னைப் பற்றி...

-வாய்மைநாதன்

1937 ஜூன் 30க்குப் பிந்திய பின்னிரவு - ஜூலை ஒன்று என் பிறந்த நாள். பெற்றோர் முருகையன் - தையலம்மை. ஓர் அண்ணனும், தம்பியும், தங்கையும் உடன் பிறப்பாவர். என் பெயர் இராமநாதன். நாகை மாவட்டத்தில் என் ஊர் வாய்மேடு மேற்கு.

ஒன்றரை வயதில் அடுப்புத் தீயினால் விபத்து நேர்ந்தது. கண்கள் தவிர உடலெங்கும் தீப்புண். அன்று அலோபதி மருத்துவம் அரிய ஒன்று. நாட்டுப்புற மருத்துவத்தில் குணப் படுத்த ஆறு மாதங்கள் ஆயினவாம். உடல் ஊனம் ஏதுமின்றிப் பிழைத்தேன்.

அக்காலத்தில் படிப்பு அரிய முயற்சி; ஏழைகளுக்கும் தாழ்ந்த பிரிவினருக்கும் கிட்டாத பொருள். மாவட்டக் கழகப் பள்ளி நெடுந்தொலைவிற்கு ஒன்று தென்படும்.

1943ல் ஒரு குளத்தங்கரையிலுள்ள திண்ணைப் பள்ளிக்கு அனுப்பப்பட்டேன். சிறிது காலத்தில் அப்பள்ளி எங்கள் வீட்டின் ஓர் அறைக்கு இடம் மாறியது. அப்பள்ளியை நடத்தியவர் கிருஷ்ண வாத்தியார். உள்ளூர்க்காரர். தமிழும் அன்றைய வாழ்க்கைக்குத் தேவைப்பட்ட கணக்கும் அங்கு கற்பிக்கப்பட்டன. தமிழில் நன்கு கற்றுத் தேர்ந்த கண்ணுச்சாமிப்பிள்ளை பல தலைமுறைவரை நினைத்துப் போற்றப்பட்டவர்; யாழ்ப்பாணத்திலிருந்து அழைக்கப்பட்ட இரு தமிழ்ப் புலவர்களிடம் தமிழ் கற்றவர்;

பேராசிரியர் இலக்குவனாருக்குத் தொடக்கக் காலத் திண்ணைப் பள்ளி ஆசிரியர்.

கிருஷ்ண வாத்தியார் அப்படிப்பட்ட சிறப்பு எதுவும் இல்லாத உள்ளூர்ப் படிப்பாளி. அவருக்கு ஒரு மாணவனுக்கு மாத ஊதியம் ஆறு மரக்கால் நெல். இவ்வகைப் பள்ளி அடிக்கடி இடம் மாறுவதும், காணாமற் போவதும் நேரும்.

திண்ணைப் பள்ளியில் அரிச்சுவடியோடும், அரிக்குழியோடும் என் படிப்பு 'அரி ஓம்! நமசிவாய! குரு வாழ்க! குருவே துணை! என்ற பாடலுடன் தொடங்கியது. தமிழ் நெடுங்கணக்கு கசடறக் கற்கவும், எழுதவும் கற்பிக்கப்பட்டது. எண் வரிசை, வாய்பாடு, கூட்டல், கழித்தல், பெருக்கல், வகுத்தல், பின்ன வாய்பாடு, பின்னக் கணக்கு என்பவை கற்பிக்கப்பட்டன. தனியார் வெளியீடான தமிழ்ப்பாட நூல், ஐந்து வகுப்புகள் வரை கற்பிக்கப்பட்டன. பின் சூடாமணி நிகண்டு, பனிரெண்டாம் வெதுகை என் கையிற் கொடுக்கப்பட்டு, 'பகவனே ஈசன் மாயோன் பங்கயன் சினனே புத்தன்' என்று கற்பித்ததோடு சரி. ஆசிரியர் வரவில்லை. பள்ளி யும் கலைந்தது.

அடுத்ததாக வாய்மேடு மேற்கில் மாவட்டக் கழகத் தொடக்கப் பள்ளியில் 1945 ஜூலையில் நான் நான்காம் வகுப்பில் சேர்க்கப்பட்டேன். இச்சமயம் என் பிறந்த நாள் 19 மே 1937 என்று பதியப்பட்டது. என் பிறந்த நாள் என் நினைவில் நன்றாக இருந்தது. புதிய ஆசிரியர் முன் அதை வெளியிடும் தைரியம் எனக்கு வரவில்லை. 1947இல் ஐந்தாம் வகுப்பு அங்கு முடிவுற்றது.

ஆறாம் வகுப்பைத் தேடி 7 மைல் நடந்தேன்; ஆயக்காரன் புலம் மாவட்டக் கழக உயர் தொடக்கப்பள்ளியில் சேர்ந்தேன்.

ஒவ்வொரு பள்ளி நாளும் காலையில் பள்ளி செல்லவும், திரும்பவும் 14 மைல் நடக்க வேண்டியிருந்தது. கல்வியும், பள்ளியும் அன்று அரும் பொருளாயிருந்தன. அன்றைய ஆசிரியர்கள் கற்பிப்பதில் மிக்க ஈடுபாடு காட்டினர்; வகுப்பையும், பாட வேளையையும் தவிர்ப்பதில்லை. ஏழாம் வகுப்பில் கணக்குப் பாடம் கற்பித்த ஆசிரியர் திரு. தியாகராச ஐயர் என்னைக்

கவர்ந்த ஆசிரியர்களில் முதன்மையானவர். அவர் கற்பிப்பைப் பின் பற்றிய நான் ஏழாம் வகுப்பில் ஆண்டுத் தேர்வுக் கணக்குப் பாடத்தில் நூற்றுக்கு நூறு மதிப்பெண் பெற்றேன்.

1950 மார்ச் எட்டாம் வகுப்புத் தேர்வு. தேர்வறையில் உடல் நலம் பாதிக்கப்பட்டதனால் தேர்வில் வெற்றி பெற இயலவில்லை. அதே ஆண்டு அப்பள்ளி உயர்நிலைப் பள்ளி ஆயிற்று. அங்கேயே மூன்றாம் படிவத்தில் (எட்டாம் வகுப்பு) சேர்ந்து படிப்பைத் தொடர்ந்தேன். அதே நடை. சில ஆண்டு சைக்கிள் கிடைத்தது. பழைய சைக்கிள் அடிக்கடி நடக்க வைத்தது. 1954ல் நான் ஆறாம் படிவம் படித்து எஸ்.எஸ்.எல்.சி.யில் தேர்ந்தேன்.

உயர்நிலைப் பள்ளியில் தமிழாசிரியர் அ. பண்டரிநாதன் மறக்க முடியாதவர். அவர் செய்யுள் கற்பித்து முடித்ததும், அச்செய்யுட் பகுதி எனக்கு மனப்பாடம் ஆகியிருக்கும். அவர் கற்பித்த யாப்பிலக்கணப் பகுதியும் பாரதி, பாரதிதாசன் கவிதை களைப் படித்ததும் எனக்குச் செய்யுள் எழுதும் திறனை உண்டாக்கின. அப்பருவத்தில் எண்சீர் விருத்தமும், அறுசீர் விருத்தமும் எழுதிப் பழகினேன். பாரதிதாசன் முதற்பகுதியிலும், பாண்டியன் பரிசிலும் தமிழியக்கத்திலும் பல பாடல்கள் மனப்பாடம் ஆயின.

பள்ளிக்கு நடந்து சென்று திரும்பிய மாணவர் கூட்டத்தில் பேராசிரியர் எழில் முதல்வனும் ஒருவர் என்பது குறிப்பிட வேண்டிய செய்தி.

1954-1956 ஆண்டுப் பகுதி இடைவெளிக் காலம். மேற்படிப்புக்கான முயற்சி இல்லை. உடல்நிலை பாதிக்கப்பட்டது; மூச்சிறைப்பு மிகுந்தது.

1957முற் பகுதியில் வாய்மேடு கிழக்கில் திருகு வெற்றியழகனார் தொடங்கி நடத்திய 'இலக்குவனார்' பொருளுதவித் தொடக்கப் பள்ளியில் பயிற்சி பெறாத ஆசிரியராகப் பணியேற்றேன். பின் 1957-1959ல் வேதாரணியம் ஆதார ஆசிரியர் பயிற்சிப் பள்ளியில் ஆசிரியர் பயிற்சி பெற்றேன். இப்பள்ளியின் பயிற்சிக் காலத்தில் என் இலக்கியப் பசியைத் தூண்டிய நிகழ்ச்சிகளைக் குறிப்பிடலாம்.

கல்கியில் அகிலன் எழுதிய 'பாவை விளக்கு' என்னை முழுமையாக ஈர்த்தது. தலைமையாசிரியர் கட்டளைப்படி வை. பழனிவேலும் நானும் 'செங்கதிர்' என்ற கையெழுத்து இதழைத் தயாரித்தோம். இரண்டு இதழ்கள் இவ்வாறு உருவாயின. 1957இல் பத்தாவது விடுதலைத் திருநாள் வேதாரணியத்தில் சிறப்பாகக் கொண்டாடப்பட்டது. பாரதியின் தேசிய இயக்கப் பாடல்களைத் தொகுத்து ஜீவா அதற்கொரு அறிமுகக் கட்டுரையும் எழுதி நூலாக வெளியிட்டிருந்தார். அக்கட்டுரை என்னிடம் பெரிய அளவில் செல்வாக்குச் செலுத்தியது. அதன் விளைவாக நான் சில கட்டுரைகள் எழுதினேன். அவற்றைப் படித்த என் நண்பர்கள் விடுதலை நாள் மேடைப் பேச்சுப் போட்டியில் பங்கேற்று, முதல் இரு பரிசுகளைப் பெற்றனர். 'திருமாவளவன்' என்ற சோழன் வரலாற்றை நாடகமாக எழுதினேன். கன்னி முயற்சி இது.

இதை நடிக்கப்போவதாகப் பெற்றுக்கொண்ட ஒருவர் நடிக்கவுமில்லை; தரவுமில்லை. கண்ணதாசனின் தென்றல் இதழைத் தேடித் தேடிப் படித்தேன்.

பயிற்சிப் பள்ளியின் தலைமையாசிரியர் திரு. ஆர். இராமச்சந்திர ஐயர் ஆதாரக் கல்விக்காகத் தம்மை அர்ப்பணித்துக் கொண்டவர்; நெறி தவறாத காந்தியவாதி; கண்டிப்பான நிர்வாகி; நல்ல உடலுழைப்பாளியுங்கூட. என் ஆசிரியர் பயிற்சியின் போது ஆஸ்துமா பாதிப்பு அதிகமாயிருந்தது. அதையறிந்தும் அவர் என்னை விருப்புடனே நடத்தினார். என் பயிற்சி முடிவில் என் சான்றுப் புத்தகத்தில் 'A young teacher of simple manners and a literary taste' என்றெழுதியிருந்தார். (13-04-1958) இப்படி ஒரு சான்றைக் கண்டிப்பான அத்தலைமையாசிரியரிடம் எதிர்பார்க்கவில்லை.

1958ல் வாய்மேடு கிழக்கு இலக்குவனார் நடுநிலைப் பள்ளியில் இடைநிலையாசிரியராகப் பணியேற்றேன். 1959ல் முதல் சிறுகதையை எழுதினேன். அதில் அகிலனின் ஒரு சிறுகதையின் சாயல் இருந்தது. 'காதல் இதழில்' 'இரண்டு மலர்கள்' என்ற தலைப்பில் அது வெளிவந்தது. தாமரையில் 'ஒரு பெண் குழந்தை,' 'புதிய மனிதன்' என்ற சிறுகதைகள் வெளிவந்தன. 'புதிய மனிதன்' கதையைப் படித்த கேடிகே தங்கமணி அவர்கள்

திருத்துறைப்பூண்டியில் என்னிடம் பாராட்டைத் தெரிவித்தார். உள்ளூர்ப் பிரச்சினையை உள்ளடக்கமாகக் கொண்ட இக்கதை யின் விளைவு என் குடும்பத்தைப் பெரிய அளவில் பாதித்தது.

கண்ணதாசனின் 'முல்லை,' 'தமிழ்நாடு' நாளிதழ், 'தினமலர்,' 'தாமரை,' 'புதுமைக் குரல்' முதலான இதழ்களில் என் சிறு கதைகள் வெளிவந்தன. பின்னாளில் 'சுந்தர சுகன்' இதழிலும் சில சிறுகதைகள் இடம் பெற்றன.

தமிழ் எழுத்தாளர் கூட்டுறவுச் சங்கம் நடத்திய புதினப் போட்டியில் கலந்து கொண்ட என் 'அலை மகள்' என்ற நவீனம் பரிசு பெற்றது. அச்சங்க வெளியீடாக அது (1976) வெளிவந்தது. நாட்டுப்புறப் பாடல், பண்பாட்டு ஆய்வாளர்கள் அதன் மீது ஆய்வு மேற்கொண்டிருந்தனர்.

தமிழ் வளர்ச்சித் துறையின் சிறந்த நூல் வெளியீட்டு நிதி உதவி பெற்று 'நேதாஜி காவியம்' (1986) வெளியிடப்பெற்றது. 1995ல் இரண்டாம் பதிப்பாக வெளிவந்த இந்நூல் திரு. எம். சுப்பிரமணியன் என்ற இந்தி மொழி வல்லவரால் மொழி பெயர்த்து 1999ல் 'வங்க் காசிங்க்' என்ற தலைப்புப் பெயரில் வெளியிடப்பட்டது. நேதாஜி காவியம் பாரதிதாசன், சென்னை பல்கலைக்கழகப் பாடநூலாக இடம் பெற்றது. இவ்வழியில் பேராசிரியர் எழில் முதல்வன் உதவி முன்னின்றது.

தியாகி களப்பால் குப்புவின் வாழ்க்கை வரலாறு 2000ல் வெளியிடப்பட்டது. பொன்னீலன் கேட்டுக் கொண்டதன்படி 'மதுரை வீரன் கவிதை நாடகம்' எழுதப் பெற்று 2001லும், 'புதிய மனிதன்' சிறுகதைத் தொகுப்பு 2003லும் அச்சு ஊர்தி ஏறின.

கடலோரச் சுற்றுச் சூழலைக் கவலைக்குள்ளாக்கின உவர் நீர் இறால் பண்ணைகள். இதை மையமாக வைத்து 'நாலி' என்ற நவீனத்தை எழுதினேன்.

இதன் மீதான பொன்னீலன் திறனாய்வு கம்பிமேல் நடப்பதுபோல் கவனமாய் எழுதப்பட்டிருந்தது. எழில் முதல்வன் எனக்கு எழுதிய கடிதத்தில் "முறையான கள ஆய்வு செய்திருக்

கிறீர்கள். இது உங்கள் தனித்தன்மையைக் காட்டுகிறது. உங்களுக்கென அமைந்த மார்க்சீயப் பார்வை பிரச்சினையில் ஆழ அகலங்களைத் தெளிவாகக் காட்ட உதவியிருந்தது" என்று குறிப்பிட்டிருந்தார். (13-10-2009). இந்நவீனம் தமிழ்நாடு கலை இலக்கியப் பெருமன்றம் - நியூ செஞ்சரி புத்தக நிறுவனப் பரிசை (2009)ப் பெற்றது. இவ்வமைப்பு 2002ல் மதுரை வீரன் கவிதை நாடகத்திற்குப் பரிசளித்தது.

1969ல் பேராசிரியர் நா. வானமாமலை வழிகாட்டத் தஞ்சை மாவட்ட நாட்டுப்புறப் பாடல்களை நானும், பேராசிரியர் இரா. அரசக்கண்ணனும் திரட்டினோம். இது பாரதிப்பித்தன் முனைவர் ஆய்விற்குப் பயன்பட்டது. இதை நா.வா. வும், பாரதிப்பித்தனும், நூலாக்க முயன்றனர். அவர்கள் தம் மறைவு அம்முயற்சியை இடைநிறுத்தியது. மேலும் பல பாடல்களைத் திரட்டிக் குறிப்பு எழுதி 2009ல் 'தஞ்சை நாட்டுப்புறப் பாடல்'களாக வெளியிட நேர்ந்தது. நாட்டுப்புறக் கதைகள் 'சின்ன சின்ன திண்ணைக் கதைகள்' என்ற தலைப்பில் (2010) வெளிவந்தன.

2000ல் எழுதிய வஉசி. வரலாறாகிய 'கப்பலுக்கொரு காவியம்' 2008ல் வெளிவந்தது. இது தமிழக அரசின் பரிசைப் (2010) பெற்றது.

2010 பிற்பகுதியிலிருந்து பகத்சிங் வாழ்க்கை வரலாற்றுத் தரவுகளைத் திரட்டி, 2012ல் நூலாக்கிய 'பகத்சிங் புரட்சிக் காப்பியம்' 2013 ஜூலையில் வெளியிடப்பட்டது. இதே ஆண்டில் 'உயிரின் விலை' என்ற சிறுகதைத் தொகுப்பும் வெளிவந்தது.

நேதாஜி காவியத்தைப் படித்த இலக்கணப் பெரும்புலவர் த. சரவணத்தமிழனார். இதன் சிந்துப்பா வடிவங்களைப் பாராட்டித் தம் தனித் தமிழ்ப் பயிற்றக விழாவில் 'சிந்துக் கவிஞர்' என்ற சான்றும் அளித்தார்.

சென்ற நூற்றாண்டின் பிற்பகுதி வெண்மணிப் புகையில் மூச்சுத் திணறியது. அவ்வரலாற்றை நாட்டுப்புறச் சந்தத்திலும், சிந்திலும் எழுதும் முயற்சி தொடர்கிறது.

ஒரு நாட்டுப்புற பாடல் ஒரு நவீனத்திற்குக் கரு தருகிறது. அந்நவீனத்தை எழுதும் முயற்சியும் உள்ளது.

1970ல் கண்ணகி என்ற நங்கையை வாழ்க்கைத் துணையாக ஏற்றேன். ஜீவானந்தம், முருகபாரதி, தமிழ்க்கோதை ஆகியோர் எம் மக்கட் செல்வங்கள். ஜீவானந்தம்; உதவி வேளாண்மை அலுவலர்; ஒரு மகனுக்கும், மகளுக்கும் தந்தை. முருகபாரதி வழக்கறிஞர்; ஒரு மகனுக்குத் தந்தை; தமிழ்க்கோதை-ஆனந்தராசு ஓவிய ஆசிரியை; ஒரு மகளுக்கும், மகனுக்கும் தாய்.

1966ல் தமிழ்ப் புலவர் தேர்வு பெற்றுத் திருத்துறைப்பூண்டி மாவட்டக் கழக உயர்நிலைப் பள்ளியில் தமிழாசிரியர் ஆனேன். 1969-78 வரை இடும்பாவனம் உயர்நிலைப் பள்ளியில் பணியைத் தொடர்ந்தேன். இடையில் பி.ஏ., (தமிழ்) படிப்பைக் கற்றுத் தேர்ந்தேன்.

1978 முதல் மேனிலைப் பள்ளியில் முதுகலைத் தமிழாசிரியரானேன். வாண்டையாரிருப்பு, முத்துப்பேட்டை, வேதாரண்யம் பள்ளிகளில் பணியாற்றிய பின், இடையில் பி.எட்., எம்.எட்., தேர்வு பெற்றிருந்த நான் 1992ல் அரசு மேனிலைப் பள்ளித் தலைமையாசிரியரானேன். பந்தநல்லூர் அரசு மேனிலைப்பள்ளியில் 2¾ ஆண்டு பணிபுரிந்து 31-05-1995ல் பணி ஓய்வு பெற்றேன்.

1952 முதல் பொதுவுடைமை அரசியலில் விருப்பம் கொண்ட நான், 1961 முதல் தமிழ்நாடு கலை இலக்கியப் பெருமன்றத்தில் ஈடுபட்டேன். மாவட்டத் தலைவர், மாநிலச் செயலாளர் என்ற பொறுப்புகளை ஏற்றுப் பணியாற்றினேன்.

ஊடே 1952, 1955ல் அடித்த பெரும் புயல்களால் நேரடியாகப் பாதிக்கப்பட்டதையும் குறிப்பிடாமல் விட மனமில்லை.

1999-2000ல் டாக்டர் பா. மதன்மோகன் மருத்துவம் காரணமாக நோயிலிருந்து பெருமளவு மீட்சிபெற்றேன்.

முழுமை பெற்ற கிராமப்புறப் பண்பாட்டில் தோன்றி வளர்ந்த என்னை, இன்று அதன் அடையாளங்களைத்

தொலைத்து, நகர்ப்புற நாகரிகம் கலந்த இரண்டுங்கெட்டான் பண்பாட்டிற் சிக்கித் தவிக்கும் உணர்வு உறுத்துகிறது.

எழுபத்தொன்பதாவது வயதில் நின்று திரும்பிப் பார்க்கின்றேன். என் ஆசிரியர் பணியும், இலக்கிய முயற்சியும் என் பயிற்சிப் பள்ளித் தலைமையாசிரியரின் மதிப்பீட்டை மதிப்புடையதாக்கியுள்ளதாகவே உணர்கிறேன். இது எனக்குப் பெருமிதம் அளிக்கிறது.

☯

6. நானும் என் எழுத்தும்!

-உத்தம சோழன்

நான்கு புறமும் ஆறுகளால் சுற்றிவளைத்து சிறைப் பிடிக்கப்பட்ட, மழைக்காலங்களில் வெள்ளக்காலாக மாறிப்போகும் 'வெள்ளங்கால்' என்ற குக்கிராமம்தான் அப்போது நான் வளர்ந்த ஊர். அப்படி என்றால் பிறந்த ஊர்? புகழ்பெற்ற தமிழறிஞர் பேராசிரியர் இலக்குவனார் பிறந்த வாய்மேடு என்ற ஊர்தான் பிறந்த ஊர். வளர்ந்த ஊரான வெள்ளங்கால் திருவாரூர் மாவட்டம், திருத்துறைப்பூண்டி வட்டத்தில் இருக்கும் காவிரி நதி தீரத்தின் கடைமடைப்பகுதி. கடைமடை என்றால் என் அனுபவத்தில் புரிந்து வைத்திருக்கும்பொருள் என்ன தெரியுமா? காவிரியில் வெள்ளம் வந்தால் முதலில் தண்ணீரில் மிதக்கும் இடம் இந்தப் பகுதிதான். வறட்சி வந்தால் முதலில் காயும் இடமும் இதுதான். அதாவது இயற்கையின் பாதிப்புகளை வேறுவழியில்லாமல் விரும்பி ஏற்றுக்கொள்ளும் பூமி இது. அது எங்களது திருத்துறைப்பூண்டி வட்டம் தான். நெல்லைத் தவிர வேறு பயிர்களை ஏற்காத மண். ஆனால் ஒருங்கிணைந்த தஞ்சை மாவட்டத்திலேயே அதிகம் நெல் விளையும் பூமியும் இதுதான்.

அப்போது நான் 4ஆம் வகுப்பு படித்துக் கொண்டிருந்த தருணம். பகல் முழுக்க வயல் வெளிகளை சுற்றிவிட்டு திரும்பும் என் அப்பா, முன் இரவு நேரத்தில் உறங்குவதற்கு முன், உடம்பின் அசதியை போக்கிக்கொள்ள 'தம்பி! ஏதாவது படிச்சுக்காட்டுடா!' என்பார். அப்பாவுக்கு எழுதப் படிக்கத் தெரியாது.

மின்சாரம் பற்றி அறியாத காலம் அது. கோரைப்பாய் விரித்து, சுவற்றோரம் தலையணையை முதுகுக்கு முட்டுக்

கொடுத்து சாய்ந்துபாதிப் படுக்கையில் இருப்பார் அப்பா. எதிரே மங்கலாக எரியும் மண்ணெண்ணை சிமினி விளக்கின் கீழ் நான் சம்மணமிட்டு அமர்ந்து, பெரிய எழுத்து விக்கிரமாதித்தன் கதை, நள தமயந்தி கதை, மகாபாரதம், அரிச்சந்திரன் கதை என்றெல்லாம் கதை மாந்தர்களின் மன உணர்வுகளுக்கு ஏற்ப, ஏற்ற இறக்கத்தோடு படித்துக் காட்டுவேன். என் குரலில் தெரியும் ஏற்ற இறக்கங்களை கேட்கும் அப்பாவிற்கோ அளவில்லாத வியப்பு.

'எப்படிடா தம்பி... இப்படியெல்லாம் படிக்கிறே? கேக்கிறப்போ நீ படிக்கிறதாவே தெரியலே! ஏதோ தர்மரும் கிருஷ்ணரும் திரௌபதியும் எங்காதுக்குள்ளே வந்து பேசுற மாதிரி இருக்கு!' என்று பரவசத்தோடு சொல்வார். ஆனால் அசதி மேலீட்டால் சற்று நேரத்திற்கெல்லாம் அப்பா தூங்கி விடுவார். அதன் பிறகு உடனே நிறுத்திவிட எனக்கு மனசு வராது. எனக்குத் தூக்கம் வரும்வரை மனதிற்குள்ளாகவே படித்துக் கொண்டிருப்பேன். இதனாலேயே எனக்கு கதைகள் மீது ஆர்வமும், ஈர்ப்பும் ஏற்பட்டுப் போனது. பின்னாளில் 'செல்வராஜ்' என்கிற நான் 'உத்தமசோழன்' என்ற எழுத்தாளனாக பிறப்பெடுப்பதற்கு இதுவே எனக்குள் விழுந்த முதல் விதையாக இருந்திருக்க வேண்டும். இது 60 ஆண்டுகளுக்கு முன்பு 9 வயதுச் சிறுவனாக நான் இருந்தபோது எனக்கு நேர்ந்த அனுபவம்.

ரசனை உணர்வும், எதையும் நுட்பமாய் கவனிக்கும் பார்வையும், பார்ப்பதை கேட்பதை, மற்றவர் கேட்கும் விதமாக காட்சிப்படுத்தி சொல்லத் தெரிந்ததும் கூட நான் ஒரு எழுத்தாளனாக வடிவம் கொள்ள உதவியிருக்க வேண்டும்.

திருத்துறைப்பூண்டி, மாவட்டக் கழக உயர்நிலைப்பள்ளியில் 9 ஆம் வகுப்புப் படித்தபோது வெளிவந்த ஆண்டு மலரில் 'வேல்விழி' என்று எனது சரித்திர சிறுகதை நாடகம் வெளிவந்தது. முதன்முதலாக எனது எழுத்தும் எண்ணமும் அச்சில் வந்ததும் நான் அடைந்த மகிழ்ச்சி வெள்ளம் என் உடம்பின் ஒவ்வொரு துளியிலும் பொங்கிப் பரவியது. இது நடந்தது 1959ஆம் ஆண்டு.

1961ல் எஸ்.எஸ்.எல்.சி. முடித்தேன், மூன்று மாதம் போல் வீட்டிலிருந்தேன். சமுதாய அபிவிருத்தித்திட்டம் நடைமுறைக்கு வந்த காலம் அது. நிறைய புத்தகங்களாக வாங்கி ஒவ்வொரு ஊராட்சி அலுவலகத்திலும் நூலகம் திறந்திருந்தார்கள். அவ்வளவு தான். ஊராட்சி தலைவரிடம் சொல்லிவிட்டு பத்துப் பத்து புத்தகங்களாக தினமும் வீட்டிற்கு எடுத்து வந்து படித்தேன். இந்தி, தெலுங்கு, வங்காளம், மராட்டி, பிரஞ்சு மொழிபெயர்ப்பு நாவல்கள் இதில் ஏராளம்.

இதே போல இப்போதைய பெரம்பலூர் மாவட்டத்திலுள்ள காரை என்ற கிராமத்தில் இரண்டாண்டுகள் பணிபுரிந்தேன்! அங்குள்ள கிராம நூலகத்தில் எண்ணற்ற புத்தகங்கள். அவற்றில் நிறைய ரஷிய மொழிபெயர்ப்பு நாவல்கள்... படித்தேன். இது 1966, 1967ஆம் ஆண்டுகளில். அப்போது ஆனந்த விகடனில் நடுப்பக்க முத்திரைக் கதைகளாக வாராவாரம் திரு. ஜெயகாந்தன் எழுதும் கதைகள் வெளிவரும். அதை வாரம் தவறாமல் படித்து பிரமித்துப் போவேன்.

நிறைய மொழிபெயர்ப்பு நாவல்களை வாசித்ததின் மூலம் வங்கமொழி, எழுத்தாளர்களான சரத் சந்திர சட்டர்ஜி, பங்கிம் சந்திர சட்டர்ஜி, தாரா சங்கர் பானர்ஜி, மராட்டிய எழுத்தாளர் காண்டேகர், மலையாள மொழி எழுத்தாளர் தகழி, வைக்கம் முகமது பஷீர் இன்னும் ஒரிய, தெலுங்கு மொழி எழுத்தாளர்கள், பிரெஞ்சு மொழி எழுத்தாளர்கள், எமிலி சோலா, அலெக்சாண்டர் டுமாஸ், ரஷ்ய எழுத்தாளர்கள் சங்கிஸ் ஐத்மாத்தவ், லியோடால்ஸ்டாய் போன்றவர்களெல்லாம் என் எழுத்து மனசை வசீகரித்துக்கொண்ட ஆசான்களானார்கள்.

தீவிரமான வாசிப்பின் மூலம் நாவல்களில் வரும் விதம் விதமான மனிதர்களை சந்தித்து உரையாடினேன். நான் இன்றளவும் போகாத, போக வாய்ப்பில்லாத ஊர்களுக்கும், நாடுகளுக்கும் போய் மணிக்கணக்கில் அவர்களோடு வாழ்ந்து விட்டு வந்தேன். விதம் விதமான பழக்க வழக்கங்களை அறிந்து அவற்றில் மூழ்கிப் போனேன். எல்லாமே வாசிப்பின் மூலமே சாத்தியமானது.

எமிலிசோலா என்ற பிரஞ்சு நாவலாசிரியரின் 'தெரஸா' என்ற நாவலைப் படித்து முடித்ததும் என்னால் உட்காரவும் முடியவில்லை. நிற்கவும் முடியவில்லை. ஏன்... தூங்கவும் முடியவில்லை. இருப்புக் கொள்ளாமல் தவித்தேன். அந்த அளவுக்கு என் மனத்தை இம்சைப் படுத்திய நாவல் அது.

சிங்கிஸ் ஐத்மாத்தவின் ரஷ்ய நாவலான 'அன்னை வயல்' நாவலில், நாயகனின் தாய், அவளது ஊரின் ரயில்வே ஸ்டேஷனில், யுத்த பூமிக்குச் செல்லும் ராணுவ ரயிலில் ஒரு வீரனாக வரும் தன் மகனை ஒரு நொடிப் பொழுதேனும் பார்த்துவிட வேண்டும் என்ற தவியாய்த் தவித்தபடி நிற்பாள். ஆனால் அந்த ரயில், அந்த ஸ்டேஷனில் நிற்காமல் மின்னலாய் தடக் தடக்கென்று பேரிரைச்சலுடன் மறைந்துபோனது. 'தாய் தனக்காகக் காத்துக் கொண்டிருப்பாள்!' என்று உணர்ந்திருக்கும் அந்த மகன், 'அம்மா! அம்மா' என்று கூவுகிறான். அந்தக் கதறல் காற்றோடு காற்றாக கரைந்து போகிறது. அந்தத் தாய் பித்துப்பிடித்தவள்போல் 'மகனே_ மகனே...!' என்று பிளாட்பாரத்தில் இங்கும் அங்குமாக ஓடுகிறாள். இருவர் குரலும் ஒருவருக்கொருவர் கேட்காது. அந்தத் தாயோடு சேர்ந்து நானும் அந்த மகனைப் பார்க்கத் தவித்தேன். துக்கம் தாளாது அவளோடு சேர்ந்து நானும் அழுதேன்.

இப்படி நிறையச் சொல்லலாம்.

இவர்களைப் போல் நமக்கும் எழுதவருமா என்று ஏங்குவேன்.

அதன் பிறகு படிப்பு, வேலை எனது வாழ்க்கை, பயணத்தின் நெருக்கடிகளில் என் நெஞ்சுக்குள் எரிந்து கொண்டிருந்த படைப்புத் தீ இருக்கும் இடம் தெரியாமல் நீரு பூத்த நெருப்பாக அடங்கிக் கிடந்தது. பணிகளின் நெருக்கடியில் 'நாம் தொலைந்து போய் விடுவோமோ!' என்று பயமே வந்து விட்டது.

ஒரு நாள் அதிகாலை, கதிரவன் கண் விழிக்கும் முன்பே, என் வீட்டின் எதிரே, நடவு நடும் பெண்கள் கூட்டம் ஏராளமாய்த் திரண்டிருந்தது. 'இந்த அதிகாலையில் இத்தனைப் பெண்களா...!' என்று எனக்குப் பிரமிப்பாக இருந்தது. அவர்களோ என்னைப் பார்த்து 'ஒரு நாள் கூலிக்குத்தான்பா இந்த பாடுபடுறோம்.

எங்களைப் பத்தி எழுதேன்பா...!' என்று கேட்காமல் கேட்பது போலிருந்தது.

அன்று இரவே அவர்களை வைத்து ஒரு கதை எழுதினேன். 'இரண்டு ரூபாய்' என்று கதையின் பெயர். திரு. ஜெயகாந்தன் நடுவராக இருந்து, குங்குமம் வார இதழ் நடத்திய அந்தச் சிறுகதைப் போட்டிக்கு மறுநாளே அனுப்பினேன். முன்னிரவு நேரம் ஒன்றில் ஒரு பழைய இரண்டு ரூபாய் நோட்டை சேலை முந்தாணியில் முடிந்து வைத்திருந்து ஆற்றில் குளிக்கும்போது முந்தி அவிழ்ந்து ஆற்றோடு போய்விட்ட அந்த நோட்டை ஓடுகின்ற தண்ணீரில் கண்ணீரோடு தேடுகின்ற ஒரு பெண்ணின் அவலத்தை மையப்படுத்தியது அந்தக் கதை. பரிசுக் கதைகள் அறிவிக்கப்பட்டதில் என் கதை இல்லை என்றதும் சோர்ந்து போனேன். ஒரு மாதம் கழித்து 'உங்கள் கதை பிரசுரத்திற்கு தேர்வாகியுள்ளது.' என்று அப்போது குங்குமம் ஆசிரியராக இருந்த திரு. பாவை சந்திரனிடமிருந்து கிறுக்கல் எழுத்துக்களில் ஒரு கடிதம் வந்தது. அந்தக் கடிதத்தை ஒரு நூறு முறையாவது திரும்பத் திரும்பப் படித்திருப்பேன். குங்குமம் வரும் நாளன்று, பேருந்து நிலையம் சென்று 10 பிரதிகள் வாங்கி வந்தேன். திரு. வர்ணம் அவர்களின் ஓவியத்துடன் என் முதல் கதைக் குழந்தை பிறந்தது. இது நடந்தது 1984ல்.

அவ்வளவுதான்...! என்னுள் அடங்கிக் கிடந்த 'எழுத்து எனும் ஆர்வத்தீ குபீரென்று பெரு நெருப்பாய் பற்றிக் கொண்டது.

அப்போது எழுத்தாளர் திரு. சாவி அவர்கள் 'சாவி' என்ற பெயரில் ஒரு வார இதழ் நடத்தி வந்தார். அதில் மாதந்தோறும் ஒரு சிறுகதைப் போட்டி நடத்துவார். அந்த மாதப் போட்டிக்கு 'தேவதை' என்று கதை அனுப்பி வைத்தேன். அந்தக் கதை பரிசுக்குரிய கதையாகத் தேர்வு செய்யப்பட்டு பிரசுரமானது. ஒரு கூலிக்காரப் பெண் ஒரு தனியார் பேருந்து கண்டக்டரைப் பார்த்து ஆவேசமாகக் கேட்ட ஒரு கேள்விதான். இந்தக் கதையை எழுத வைத்தது. இதே கதை பின்னாளில் தமிழ்நாடு அரசுப் பள்ளிகளில் 9ம் வகுப்பு துணைப்பாட நூலில் சேர்க்கப் பட்டிருந்தது.

அடுத்து 'குமுதம்' வார இதழ் நடத்திய சிறுகதைப் போட்டிக்காக 'துணை என்றொரு தொடர் கதை' அனுப்பினேன். அதுவும் எப்படி? மறுநாள் கடைசித் தேதி. முதல் நாள் இரவு, சென்னை செல்லும் 'கம்பன் எக்ஸ்பிரஸ்' ரயிலில் 'ரயில்வே மெயில் சர்வீஸ்' மூலம் அனுப்பி வைத்தேன் அந்தக் கதைக்கு முதல் பரிசு கிடைத்தது.

'சரி. நம்மாலும் எழுத முடியும்! என்ற நம்பிக்கை வந்தது. தொடர்ந்து எழுத ஆரம்பித்துவிட்டேன்.

நான் பணி புரிந்ததோ தமிழ்நாடு அரசின் வருவாய்த்துறை. நேரம் காலம் பார்க்காமல் பணியாற்ற வேண்டிய பரபரப்பான துறை. ஞாயிற்றுக்கிழமை விடுமுறை கூட எப்போதாவது போராடித்தான் பெறவேண்டியிருக்கும். சமூகத்தின் கடைக்கோடி மனிதன் தொடங்கி செல்வத்தின் உச்சத்தில் இருப்பவர் வரை விதம் விதமான மனிதர்களை விதம் விதமான பிரச்சினைகளோடு சந்தித்து அன்றாடம் அவற்றிற்கு தீர்வு காணும் நெருக்கடிகளில் கிடைக்கும் அனுபவங்கள் ஏராளம். அப்படியான ஒவ்வொரு சம்பவமும் மனிதர்களும் என் அடிமனத்தில் உட்கார்ந்துகொண்டு, 'என்னை ஏதாவது செய்! என்னை ஏதாவது செய்!' என்று இம்சித்துக் கொண்டே இருப்பார்கள். அந்த இம்சையிலிருந்து விடுதலை பெற அவற்றை எழுத்துக்களாக மாற்றி என் நெஞ்சி லிருந்து இறக்கிவைத்துவிட்டு நிம்மதிப் பெருமூச்சுவிடுவேன்.

இரவு 10 மணிக்கு வீடு வந்தால் ஒரு மணிவரை எழுதுவதை வழக்கமாக்கிக் கொண்டேன்.

இதற்கிடையில் காரைக்காலில் இருக்கும் எழுத்தாளர் கலைமாமணி பேரா. மு. சாயபு மரைக்காயர் பழக்கமானார். 'இதுவரைக்கும் எத்தனை கதைகள் எழுதியிருக்கீங்க?" என்றார். "பதினொன்றுதான்" என்றேன். "பரவாயில்லை, இன்னொரு கதையும் எழுதி 12 கதைகளையும் எடுத்துக் கொண்டு என்னோடு புதுச்சேரிக்கு வாங்க. அங்கே புத்தகக் கண்காட்சி நடக்குது. 'வானதி பதிப்பகம்' செட்டியாரிடம் அறிமுகப்படுத்தி விடுகிறேன். அவங்க மூலம் உங்கள் முதல் சிறுகதைத் தொகுப்பு வெளி வரட்டும்.' என்றார்.

சொன்னபடி புதுச்சேரிக்கு அழைத்துச் சென்று, 'வானதி பதிப்பகம் ஏ. திருநாவுக்கரசு அவர்களிடம் அறிமுகப்படுத்தி அவர் மூலம் எனது முதல் சிறுகதைத் தொகுப்பான 'துணை' என்றொரு தொடர்கதை வெளிவர பெரிதும் உதவினார். அந்தத் தொகுப்பிற்கு அவரே அணிந்துரையும் வழங்கினார். 1989ல் வெளிவந்த அந்தத் தொகுப்பு சென்னைப் பல்கலைக்கழகத்தால் பட்டப்படிப்புக்கு துணைப்பாட நூலாக தேர்ந்தெடுக்கப்பட்டு 1990 முதல் மூன்றாண்டுகளுக்கு பாட நூலாக வைக்கப்பட்டிருந்தது. 5 பதிப்புகளுக்கு மேல் வெளிவந்து என்னை மற்றவர்களுக்கு கொஞ்சம் அடையாளப் படுத்தியது. என்னையும் உற்சாகப்படுத்தியது.

தொடர்ந்து ஆனந்த விகடன், கல்கி, குமுதம், குங்குமம், தினமணி கதிர், தினமலர் வார மலர், கலைமகள், அமுதசுரபி, செம்மலர், தாமரை என்று எல்லா முன்னணி வார மாத இதழ்களிலும் இதுவரை தோராயமாக 180க்கும் மேற்பட்ட சிறுகதைகள் வெளிவந்துள்ளன.

பல்வேறு சிறுகதைகள் பல்வேறு இதழ்களில் பல்வேறு பரிசுகள் பெற்றன. சிறுகதை வாசிப்பாளர்களின் நெஞ்சங்களில் 'உத்தமசோழன்' என்ற பெயர் கொஞ்சம் அழுத்தமாகப் பதியத் தொடங்கியது. இதுவரை 11 சிறுகதைத் தொகுப்புகள் வெளி வந்துள்ளன.

இவற்றில் சிறுகதைகளுக்காக 25 மேற்பட்டப் பரிசுகளும், தொகுப்புகளுக்காக இரண்டு பரிசுகளும் கிடைத்துள்ளன.

சிறுகதைகளைத் தொடர்ந்து குறுநாவல் எழுதும் ஆர்வம் வந்தது. ஆண்டுதோறும் 'கலைமகள்' இதழ் நடத்தும் 'அமரர் 'ராஜரத்தினம் குறுநாவல் போட்டியில்' கலந்துகொண்டேன். தனியார் பேருந்து ஒன்றின் 'பயிற்சி நடத்துநராக' சேர்ந்த ஒருவன் ஒருநாள் முழுதும் படும்பாட்டை விவரிப்பதே அந்தக் குறுநாவல். பெயர் 'குதிரையேற்றம்' அதற்கு முதல் பரிசு கிடைத்தது. நடுவர் குழுவினர் மூன்று பேரும் 'இந்தக் கதைக்குத்தான் முதல் பரிசு, 2ம் பரிசுக்கதை எதுவென்று மட்டும் பரிசீலிப்போம்!' என்று தேர்வுக்குழு முடிவெடுத்ததாக கலைமகள் இதழில் கட்டம்

கட்டி வெளியிடப்பட்டிருந்தார்கள். அந்தச் செய்தி எனக்கு இன்னும் ஒரு ஒப்பற்ற பரிசு வழங்கப்பட்டதாகவே தோன்றியது. அளவில்லாத மகிழ்ச்சி கொண்டேன்.

இரண்டாம் முறையாக வருவாய் ஆய்வாளராக பணிபுரிய வேண்டிய ஒரு சூழ்நிலை வந்தது. அப்போது கிராமங்களில் உள்ள ஒரு சில அமைப்புகளால் ஏற்பட்ட பிரச்சினைகளை நிர்வாக ரீதியாக சந்திக்கவேண்டிய அனுபவம் ஏற்பட்டது. அந்த அனுபவங்கள் என்னை அதிர்ச்சி கொள்ளவைத்தது. இந்த அனுபவங்களின் பின்னணியில் ஒரு தொடர் எழுதினால் என்ன என்ற எண்ணம் வந்தது. ஆனந்த விகடன் ஆசிரியருக்கு இது பற்றி ஒரு கடிதம் எழுதினேன். ஒரே வாரத்தில் ஆசிரியரை நேரில் சந்திக்கச் சொல்லி ஒரு கடிதம் வந்தது. உடனே சென்னைக்குச் சென்று விகடன் ஆசிரியரை சந்தித்தேன். விபரம் சொன்னேன். கேட்டுக் கொண்டார்.

"முதலில் ஒரு ஐந்து அத்தியாயம் எழுதி அனுப்புங்கள். படித்து விட்டுச் சொல்கிறேன்" என்று அனுப்பிவிட்டார்.

பதினைந்து நாட்கள் இரவெல்லாம் கண் விழித்து யோசித்து யோசித்து 5 அத்தியாயங்கள் எழுதி அனுப்பினேன். அந்த ஐந்து அத்தியாயங்கள் மட்டும் பெற்றுக்கொண்ட நிலையில் ஒருசில வாரத்தில் எனது 'தொலைதூர வெளிச்சம்' என்ற தொடர் பற்றிய அறிவிப்பினை ஆனந்த விகடனில் வெளியிட்டு என்னை இன்ப அதிர்ச்சிக்கு உள்ளாக்கினார்கள். 'அடுத்த இதழில் உத்தமசோழன் எழுதும் தஞ்சை மண்மணம் கமழும் புத்தம் புதிய தொடர் 'தொலைதூர வெளிச்சம்' ஆரம்பம் என்று முதல் பக்கத்திலேயே கிராமத்துச் சூழலைக் காட்டும் வண்ணப்படத்தோடு வெளிவந்து லட்சக்கணக்கான வாசகர்களுக்கு உத்தமசோழனை ஒரே நாளில் அடையாளப்படுத்தினார்கள்.

கீழத்தஞ்சை மாவட்ட விவசாயத் தொழிலாளர்களின் வாழ்க்கைப்பாடுகள், அவர்களுக்கு ஏற்பட்ட கொடுமைகள், அவற்றை அவர்கள் எதிர்கொண்டு வெற்றிபெற்ற விதம் இவற்றை மையப்படுத்தி எழுதப்பட்டதுதான் அந்தத் தொடர். ஆனந்த விகடனில், 'தஞ்சை மண்மணம் கமழ உத்தமசோழன்

எழுதும் புத்தம்புது தொடர் 'தொலைதூர வெளிச்சம்' என்ற அறிவிப்போடு 25 வாரம் வெளிவந்தது. லட்சக்கணக்கான வாசகர்களின் மகத்தான வரவேற்பைப் பெற்றது அந்த நாவல். ஆனந்த விகடன் செய்த அந்த பேருதவியை என்னால் எப்போதும் மறக்க முடியாது. வாசகர் மனங்களில் அசைக்க முடியாமல் என்னை அமர்த்தி வைத்தது.

இந்தத் தொடர் 1992ல் வானதி பதிப்பகத்தால் புத்தகமாக வெளியிடப்பட்டது. வெளிவந்த சூட்டோடு 'அமுதசுரபி' ஸ்ரீராம் டிரஸ்ட் நிறுவனத்தால் 1992ஆம் ஆண்டில் வெளிவந்த 'சிறந்த நாவல்' என்று தேர்ந்தெடுக்கப்பட்டது. பரிசளித்தவர் பெருமைக்குரிய மத்திய அமைச்சர் முன்னாள் ஆளுநர் மேதகு திரு. சி. சுப்ரமணியம் அவர்கள்.

மீண்டும் வட்டாட்சியர் பணியால் எழுத்துப் பணிக்கு ஒரு இடைவேளை விடவேண்டிய நெருக்கடி ஏற்பட்டது.

இதற்கிடையில் பவானிசாகரில் பணியிடைப் பயிற்சிக்கு சென்றிருந்த போது கோவையைச் சேர்ந்த வருவாய்த் துறை அதிகாரி ஒருவர் நண்பரானார். அவரும் என்னைப் போல் பயிற்சிக்கு வந்தவரே... அவர் சொன்ன அவரது சொந்தக்கதை என்னை ரொம்பவும் பாதித்தது. அதை வைத்து? பனிரெண்டு வாரத்திற்கு வருவது போல் ஒரு சிறுதொடர் எழுதி ஆனந்த விகடனுக்கே அனுப்பி வைத்தேன். உடனே ஏற்கப்பட்டது. கதையின் பெயர் 'கசக்கும் இனிமை,' இது 2000இல் மினித் தொடராக வந்தது.

இந்தக் குறுந்தொடர் இயக்குநர் கே. பாலச்சந்தர் அவர்களின் 'மின்பிம்பங்கள்' நிறுவனம் மூலம் தொலைக்காட்சித் தொடராக தயாரிக்கப்பட்டு ஒளிபரப்பானது. திரு. கே. பாலசந்தர் அவர்கள் என்னை நேரில் அழைத்து மிகவும் பாராட்டியது என் நெஞ்சை விட்டு நீங்காதது.

'தேவி' வார இதழ் தனது வெள்ளிவிழா ஆண்டையொட்டி நடத்திய சின்னஞ்சிறு நாவல் போட்டிக்கு, நான் சந்தித்த வீட்டு வேலை செய்யும் ஒரு சென்னை நகரப் பெண்ணின் மனக்

குழுறலை மையப்படுத்தி 'மனசுக்குள் ஆயிரம்' என்ற நாவலை எழுதி அனுப்பினேன். அந்த நாவல் பரிசை வாங்கித் தந்தது.

அதேபோல செம்மறி ஆடுகளை மேய்க்கும் தென் மாவட்டத்து ஆட்டிடையர்களின் வாழ்க்கையை மையப்படுத்தி எழுதிய 'பத்தினி ஆடு' என்ற நாவல் தமிழ்நாடு காலை இலக்கியப் பெருமன்றமும் என்.சி.பி.எச். நிறுவனமும் இணைந்து நடத்திய போட்டியில் 'சிறந்த நாவல்' என்று தேர்வு செய்யப்பட்டு 2003ல் எட்டையபுரம் பாரதி மணிமண்டபத்தில் நாவலாசிரியர் பொன்னீலன் போன்றவர்களால் பரிசளிக்கப்பட்டது.

பார்வையற்ற மாற்றுத்திறனாளிகளின் வாழ்க்கைப் பிரச்சினைகளை மையப்படுத்தி 'தேகமே கண்களாய்!' என்று ஒரு நாவல் எழுதினேன். அதற்காக நிறைய பார்வையற்ற மாற்றுத் திறனாளிகளை சந்தித்துப் பேசினேன். அவர்கள் சந்திக்கும் பிரச்சினைகளையும் அவற்றை அவர்கள் எதிர்கொள்ளும் விதங் களையும் கேட்டறிந்தேன். அவற்றை உணர்வுபூர்வமாக எழுதி முடித்தேன்.

இந்த நாவலுக்கு கோவை தமிழாராய்ச்சி நிறுவனத்தின் சார்பில் 2007ம் ஆண்டின் சிறந்த நாவல் என்று தேர்வு செய்து 'காசியூர் ரங்கம்மாள் விருதும்' ரொக்கப் பரிசும் வழங்கிப் பாராட்டினார்கள். பரிசளித்து பாராட்டியவர் மூத்தத் தமிழறிஞர் மதுரை தமிழண்ணல் அவர்கள். பரிசளிக்கும் முன் அவர் சொன்ன வார்த்தைகள் இன்னும் என் நெஞ்சில் அழியாமல் இருக்கின்றன.

'பரிசுக்குரிய புதினத்தை தேர்வு செய்ய எனக்களிக்கப்பட்ட உத்தசோழன் எழுதிய 'தேகமே கண்களாய்' புதினத்தைப் படிக்கத் தொடங்கியதும் முழுவதையும் படித்து முடிக்காமல் கீழே வைக்க முடியவில்லை. படித்து முடித்த பிறகு இரண்டு நாட்கள் என்னால் தூங்க முடியவில்லை. நானறிந்தவரை தமிழில் இப்படி ஒரு நாவல் வந்திருப்பதாகத் தெரியவில்லை. இந்தப் பாராட்டே எனக்கு விலைமதிப்பில்லாத விருதாகத் தோன்றியது.

2003ல் சன் தொலைக்காட்சியில் 'வணக்கம் தமிழகம்' பகுதியில் திரு.ரமேஷ் பிரபா அவர்களால் நேர்காணல் செய்யப் பட்டேன். அதேபோல் பொதிகை தொலைக்காட்சியில் 'நம் விருந்தினர்' நிகழ்ச்சியிலும் பங்குபெற்றேன். நாவல்கள் பற்றியும், சிறுகதை பற்றியும் பேச வாய்ப்பளிக்கப்பட்டது. திருச்சி வானொலி, காரைக்கால் வானொலிகளிலும் பங்கு பெற்றுள்ளேன்.

1984 முதல் இன்றளவும் வெளிவந்த என் சிறுகதைகள், நாவல்களை முன்வைத்து 32க்கும் மேற்பட்ட மாணவர்கள் பல்வேறு நிலைகளில் ஆய்வுக்கு எடுத்துக் கொண்டிருக்கிறார்கள்.

எனது படைப்புகள் அத்தனையும் யதார்த்தம் சார்ந்த வையே. யதார்த்தம் என்பது உண்மை. உண்மையைப் போல் எளிமையானது எதுவும் இல்லை. வலிமையானதும் எதுவும் இல்லை. அழகானதும் ஏதுமில்லை. எனது படைப்புகள் அத்தனையும் அப்படிப்பட்டவையே எனது படைப்பு ஒவ்வொன்றும் படிப்பவர்களை கதைக்களத்திற்கே அழைத்துச் சென்று கதை மாந்தர்களோடு பேச வைக்கும். கதை நடக்கும் இடத்தை படிப்பவர்கள் கண்முன்னே காட்சியாக்கும். இதற்குக் காரணம் எனது படைப்புகளான சிறுகதைகளும் சரி, புதினங்களும் சரி, நான் நேரில் பார்த்த, கேட்ட உண்மைச் சம்பவங்களிலிருந்து உருவானவைகள்தான். அதாவது 90 முதல் 95 பங்குவரை உண்மை. மீதம் 5 முதல் 10 சதம் வரைதான் புனைவு. அந்தப் புனைவுகூட படைப்பின் வடிவநேர்த்திக்காக, ஒப்பனைக்காக எடுத்துக் கொள்ளப்பட்டதுதான். மற்றபடி எனது படைப்புகள் அத்தனையும் உண்மைச் சம்பவங்களை சூருக் கொண்டு பிறந்தவைதான்.

பலரின் எழுத்துக்களை நான் ஆர்வத்தோடு படித்திருக் கிறேன். படித்துக் கொண்டும் இருக்கிறேன். ஆனால் எவருடைய எழுத்துச்சாயலும் என் எழுத்துக்களில் இருக்காது. எந்தவித பொய்மை ஒப்பனையும் இன்றி வாசகர்களை சட்டென்று வசீகரித்துக்கொள்ளும் தனித்த மொழிநடை கொண்டது எனது எழுத்துக்கள்.

நூற்றியெண்பதுக்கும் மேற்பட்ட சிறுகதைகள், பதினைந்துக்கும் மேற்பட்டப் புதினங்கள், எழுத்துகளுக்காக முப்பத்தியைந்துக்கும் மேற்பட்ட பரிசுகள் எனத் தொடர்கிறது எனது படைப்புலகப் பயணம்.

வட்டாட்சியர் பணியிலிருந்து ஓய்வு பெற்ற பிறகு ஒரு பத்திரிகை தொடங்கலாம் என்று யோசித்தேன். இதழ் நடத்துவது என்பது ஒரு தற்கொலை முயற்சி என்றுதான் என் நலம் விரும்பிகள் பலர் எச்சரிக்கை செய்தனர். இருப்பினும் எழுத்தின் மீது இருந்த அந்த தீராதக் காதல் பத்திரிகை தொடங்குவது என்ற தீர்மானத்தில் வந்து நின்றது. அதுதான் ‘கிழக்குவாசல் உதயம்’ என்ற திங்கள் இதழ். 2006ல் தொடங்கிய, எது மாதிரியும் இல்லாத புதுமாதிரி இதழான அந்த மாத இதழ் பதினோராவது ஆண்டில் தமிழகம் முழுக்க வாசகர்களை மையப்படுத்தி சுற்றிச் சுற்றி வருகிறது. தமிழகம் தாண்டியும், கடல் தாண்டியும் படிப்பவர்களின் மகத்தான வரவேற்புடன் மாத இதழாக பயணம் செய்து கொண்டிருக்கிறது.

இந்த இதழில் கீழத்தஞ்சை மாவட்ட தென் கீழ்க்கோடி கிராமம் ஒன்றில் எண்பத்தைந்து ஆண்டுகளுக்கு முன்பு வாழ்ந்த ஒரு பெண்ணின் வாழ்க்கைப் போராட்டத்தை விவரிக்கும் ‘சுந்தரவல்லி சொல்லாத கதை’ என்ற ஒரு தொடர் ஒன்று எழுதி வருகிறேன். 70 மாதங்களை கடந்த அந்தத் தொடரில் அப்போதைய மனிதர்களின் வாழ்க்கை முறை, குடும்ப உறவுகள் சாகுபடி முறைகள் கலை கலாச்சாரம் போன்றவற்றை மண்வாசத்தோடு முடிந்தவரை துல்லியமாகவும் சுவை குன்றாமலும் எழுதி வருகிறேன். இந்தக் கதைகூட நான் படித்த உலகத்தரம் வாய்ந்த நாவல்கள் சிலவற்றை படித்ததின் பாதிப்புதான்.

‘உலகின் ஏதோ ஒரு மூலையில் வெளியில் தெரியாத ஒரு சின்னஞ்சிறு மக்கள் குழுவை மையப்படுத்தி அதிகம் வெளியில் பேசப்படாத ஒரு மொழியில் எழுதப்பட்ட புதினங்கள் உலகத்திலேயே மதிப்புமிக்க நோபல் பரிசு போன்றவற்றை பெற்றிருக்கின்றன. அந்த நாவல்கள் அந்த அளவுக்கு புகழ்பெறக்

காரணம் கதை நிகழ்ந்த காலம் அதன் சூழல், மண்ணின் தன்மை, அந்த மக்களின் வாழ்க்கைப் போராட்டங்கள், மனஉணர்வுகள், கலை கலாச்சாரம் போன்றவற்றை மிகத்துல்லியமாக இயல்புத் தன்மை மாறாமல் கலாபூர்வமாக எழுதப்பட்டதுதான். அந்த மனப்பாதிப்பில்தான் 'சுந்தரவல்லி சொல்லாத கதை' என்ற தொடரை எழுதி வருகிறேன். இதன் ஒவ்வொரு அத்தியாயத்தையும் படிக்கப் படிக்க எவற்றையெல்லாம் நாம் இழந்திருக்கிறோம்? எவற்றையெல்லாம் நாம் பெற்றிருக்கிறோம்? அதன் பலன்கள் என்ன? என்று நமக்கு நாமே உணர்ந்து கொள்ளமுடியும்.

'முகமறியாமல் செத்துப் போய் விடக்கூடாது!' என்ற எண்ணத்தில், நமக்கான ஒரு சின்ன தடயத்தையாவது இங்கே விட்டுச் செல்ல வேண்டும் என்ற ஆர்வத்தோடு தொடர்ந்து இயங்கி வருகிறேன்.

☯

கட்டுரையாளர்கள்

1. **பேரா. கி. நாச்சிமுத்து**,
   ஒருங்கிணைப்பாளர்,
   சாகித்திய அகாதெமி (தமிழ்)
   தமிழ்த்துறை,
   மத்தியப் பல்கலைக்கழகம்,
   திருவாரூர்,
   அ.பேசி: 94890 54273

2. முனைவர் **இரா. காமராசு**,
   தலைவர்,
   இலக்கியத்துறை தமிழ்ப் பல்கலைக்கழகம்,
   தஞ்சாவூர் - 613 010.
   அ. பேசி: 94435 89189

3. கவிஞர் **புனிதா கணேசன்**,
   செயலர்,
   பாரத் கல்விக் குழுமம், பாரத் கல்லூரி,
   திருச்சி ரோடு,
   தஞ்சாவூர்.
   அ. பேசி: 94431 90525

4. முனைவர் **க. ஜவகர்**
   தமிழ்த்துறை,
   மத்தியப் பல்கலைக்கழகம்,
   திருவாரூர்,
   அ.பேசி: 72994 98020

5. கவிஞர் **வியாகுலன்**
   அருள் பிரிண்டர்ஸ்,
   36 PAY நகர்,
   புதுக்கோட்டை ரோடு,
   தஞ்சாவூர் - 613 005.
   அ.பேசி: 94423 46504

6. முனைவர் **மா. கோவிந்தராசு**
   தமிழ்த்துறை,
   மன்னர் சரபோஜி கல்லூரி,
   தஞ்சாவூர்.
   அ.பேசி: 94439 71490

7. முனைவர் **சே. கல்பனா**,
   தமிழியல் துறை,
   அண்ணாமலைப் பல்கலைக்கழகம்,
   அண்ணாமலை நகர்,
   அ.பேசி: 95668 39340

8. புலவர் **அ.ப. பாலையன்**,
   விடங்கலூர்,
   வலிவலம் வழி,
   திருவாரூர் - 610 207.
   அ.பேசி: 94862 84922

9. முனைவர் **நடேசன் ஞானதிரவியம்**,
   முதல்வர்,
   அழகப்பா பல்கலைக்கழக உறுப்புக் கல்லூரி,
   பரமக்குடி.
   அ.பேசி: 94865 33411

10. முனைவர் **சு. மாதவன்**,
    தமிழ்த்துறை,
    மன்னர் கல்லூரி,
    புதுக்கோட்டை.
    அ.பேசி: 97513 30855

படைப்பாளிகள்

1. **சோலை சுந்தரபெருமாள்**,
எழுத்தாளர்,
காவனூர், அம்மையப்பன் வழி,
திருவாரூர்.
அ.பேசி: 94424 46869

2. **சி.எம். முத்து**,
எழுத்தாளர்,
இடையிருப்பு, சாலியமங்கலம் வழி,
தஞ்சாவூர்,
அ.பேசி: 95858 91396

3. முனைவர் **ச. சுபாஷ் சந்திரபோஸ்**,
ஒக்கநாடு கீழையூர்,
ஒரத்தநாடு (வ)
அ.பேசி: 98949 05038

4. **பாவை சந்திரன்**,
எழுத்தாளர், ஆசிரியர்,
தினமணி கதிர்,
சென்னை.
அ.பேசி: 92999 58252

5. கவிஞர் **வாய்மைநாதன்**,
வாய்மை மேடு,
தகட்டூர் வழி,
வேதாரண்யம் - 614 714
அ.பேசி: 97505 04654

6. **உத்தம சோழன்**,
எழுத்தாளர்
மெயின் ரோடு,
மடப்புரம்,
திருத்துறைப்பூண்டி,
அ.பேசி: 94433 43292